AF902237

மகாராஜாவின் பயணங்கள்

மகாராஜாவின் பயணங்கள்

ஜகத்ஜித் சிங்

தமிழில்: அக்களூர் இரவி

கிழக்கு

மகாராஜாவின் பயணங்கள்
Maharajavin Payanangal
Jagatjit Singh ©

First Edition: December 2022
244 Pages
Printed in India.

ISBN 978-93-90958-78-8
Kizhakku - 1298

Kizhakku Pathippagam
177/103, First Floor, Ambal's Building, Lloyds Road,
Royapettah, Chennai - 600 014. Ph: +91-44-4200-9603
Email : support@nhm.in Website : www.nhm.in

kizhakkupathippagam kizhakku_nhm

Kizhakku Pathippagam is an imprint of New Horizon Media Private Limited

சர் ஜகத்ஜித் சிங் சாகிப் பகதூர்

பொருளடக்கம்

முன்னுரை

இந்தியா பிரிட்டனின் ஆளுகைக்கு உட்பட்டிருந்த காலத்தில் கபுர்தலா எனும் சமஸ்தானத்தின் இறுதி மகாராஜாவாக இருந்தவர் ஜகத்ஜித் சிங் சாகிப் பகதூர் (1872-1949). 16 அக்டோபர் 1877 அன்று ஐந்து வயது குழந்தையாக அரியணை ஏறினார். முழுமையாக ஆட்சி செய்யும் அதிகாரம் நவம்பர் 1890இல் வாய்த்தது. இறக்கும்வரை பதவியில் தொடர்ந்தார்.

மாளிகைகள் கட்டுவது, அழகிய தோட்டங்களை உருவாக்குவது என்று பிற மன்னர்களிடம் தென்பட்ட ஆர்வங்களை இவரிடமும் காணமுடிகிறது. ஆனால் மற்ற சமஸ்தானத்து மன்னர்களிடமிருந்து ஜகத்ஜித் சிங்கைத் திட்டவட்டமாக வேறுபடுத்திக் காட்டும் ஓர் அம்சம் அவருடைய தீராத பயணக் காதல். ஆறு மாதம் ஆட்சிக்கு, ஆறு மாதம் ஊர் சுற்றுவதற்கு என்று தன் நேரத்தைப் பிரித்து வைத்துக்கொள்ளும் அளவுக்கு தீவிரம் பெற்றிருந்தது அவருடைய பயண ஆர்வம். முதல் உலகப் போர் நடைபெற்றுக்கொண்டிருந்த காலத்தில்கூட அவருடைய பயணம் தடைபடவில்லை. மொத்தம் மூன்று முறை உலகை வலம் வந்திருக்கிறார்.

ஜகத்ஜித் சிங்குக்குப் பிடித்த இடமாக ஐரோப்பா இருந்திருக்கிறது. ஐரோப்பா கடந்தும் நிறைய இடங்களைப் பார்த்திருக்கிறார். 'நான்கு கண்டங்களைச் சுற்றி வந்திருக்கிறேன்' என்று பெருமிதத்தோடும் மகிழ்ச்சியோடும் குறிப்பிட்டிருக்கிறார். ஆங்கிலம், பிரெஞ்சு, பாரசீகம், இத்தாலி, உருது, சமஸ்கிருதம் என்று தொடங்கி பல மொழிகள் கற்றுக்கொண்டவர். இவற்றுள் அவரை அதிகம் ஈர்த்த மொழி என்றால் அது பிரெஞ்சு. தனது

நாட்குறிப்புகளை அம்மொழியில்தான் எழுதி வைத்திருக்கிறார். பிரெஞ்சு மக்களின் வாழ்க்கை முறை, பண்பாடு, கலை போன்றவற்றிலும் மிகுந்த ஆர்வம் கொண்டிருந்தார்.

சுயமாகத் தேடியலைந்தவர், சுயமாகக் கற்றுக்கொண்டவர். நவீன கபுர்தலாவை (பஞ்சாப்) உருவாக்கியவர் என்று ஜகத்ஜித் சிங் இன்று வரலாற்றில் நினைவுரப்படுகிறார். வண்ணமயமான அனுபவங்களை மட்டுமல்ல, பரந்துபட்ட அறிவையும் தன் பயணங்களின்மூலம் திரட்டிக்கொண்டவர். சர்வதேச அமைப்புகளில் பொறுப்புகள் வகித்திருக்கிறார்.

ஒரு மன்னராக, ஒரு சுற்றுலாப் பயணியாக, ஒரு எழுத்தாளராக, (தன்னை அவ்வாறு கருதவேண்டாம் என்று அவர் அடக்கமாகக் கேட்டுக்கொண்டிருக்கிறார்) ஜகத்ஜித் சிங்கை நெருங்கிச் சென்று அறிந்துகொள்ள நமக்குக் கிடைத்திருக்கும் ஒரு முக்கியமான பதிவு அவருடைய *'My Travels in China, Japan and Java, 1903'* எனும் பயண நூலாகும். லண்டனிலுள்ள ஹட்சின்ஸன் அண்ட் கோ **1905**ஆம் ஆண்டு இந்நூலை வெளியிட்டது. அதன் தமிழாக்கம்தான் இது.

நான் எழுத்தாளன் அல்ல

தூரக் கிழக்கு நாடுகளில் நான் மேற்கொண்ட சுருக்கமான சுற்றுப்பயணம் குறித்தது இந்நூல். ஒரு பதிவாக இருக்கட்டும் என்றும் நண்பர்களுக்குக் கொடுக்கலாம் என்றும் இதை எழுதினேன். இலக்கிய நயம் எதையும் எதிர்பார்க்கவேண்டாம். தகவல்களையும், சந்தித்த மனிதர்கள், பார்த்த இடங்கள் குறித்த எனது தனிப்பட்ட கருத்துகளையும் பதிவு செய்ய மட்டுமே இது உருவாக்கப்பட்டது. என்னை ஒரு எழுத்தாளனாகப் பார்க்க வேண்டும் என்று நான் கேட்கவில்லை.

ரஷ்யாவுக்கும் ஜப்பானுக்கும் இடையில் இப்போது நடக்கும் *(1903)* யுத்தத்தின் போக்கைப் பின்பற்றுபவர்களுக்கு இந்நூல் ஆர்வமூட்டலாம் என்று நம்புகிறேன். ஏனெனில் ஜப்பான் தேசம் குறித்த சில விஷயங்களை இந்நூல் ஓரளவுக்கு விவரிக்கிறது; மஞ்சூரியாவின் ஆர்வமூட்டும் சில பிரதேசங்கள் மற்றும் வேறு பிரதேசங்கள் பற்றியும் சிறு குறிப்பொன்றை இது கொண்டுள்ளது. யுத்தத்தின் காரணமாகப் பொதுமக்களின் அக்கறை அவற்றின்மீது குவிந்திருக்கிறது. போர்ச் சூழலையொட்டி அமைந்த எனது சுற்றுப் பயணங்கள் அந்தப் பயணத்தை சற்று அசந்தர்ப்பமானதாக ஆக்கியிருந்தது. அதோடு அந்தத் தேசத்து மக்கள் பற்றிய ஆய்வுகளை மிகுந்த சுவாரசியத்துக்கு உரியதாகவும் ஆக்கியிருந்தது.

ஒரு சுற்றுலா பயணியின் பார்வையில், ஜப்பான் உலகிலேயே மிகவும் சுவாரசியமான தேசங்களில் ஒன்று. மகிழ்ச்சியளிக்கும் பலதிறப்பட்ட இயற்கைக்காட்சிகள் நிறைந்ததாக அந்தத் தேசம்

இருக்கிறது. அந்த மக்கள் வசீகரமான தோற்றம் கொண்டவர்கள். வேறெங்கும் இதுபோன்ற மனிதர்களைச் சந்திக்க முடியாது.

சீனாவின் சில பகுதிகளுக்கும் ஜாவாவுக்கும் சென்று வந்தேன்; அந்தத் தேசத்து மனிதர்களைப் புகழ்ந்து சொல்ல ஒன்றுமில்லை. உலகில் நடந்து கொண்டிருக்கும் நிகழ்வுகளுக்குச் சம்பந்தம் இல்லாதவர்கள் போலவே சீனர்கள் தோன்றுகிறார்கள். தேசியம் சார்ந்த சிறந்த கொள்கைகள் ஏதும் அவர்களுக்கு இருப்பதாக தெரியவில்லை; தனிப்பட்ட முறையில் அவர்களிடம் வெளிப்படையாகத் தெரியும் சுயநலத்தைக் கண்டு அதிகம் அதிர்ந்துபோனேன். அவர்களிடம் நாட்டுப்பற்றோ, சமூக உணர்வோ துளியும் இல்லை. ஜாவானியர்கள், முற்றிலும் ஆர்வமோ உற்சாகமோ அற்றவர்கள். அவர்களிடம் சுறுசுறுப்பைப் பார்க்கமுடியாது. எனினும், இரண்டு தேசங்களுமே சுவாரசிய மானவை, சென்று பார்ப்பதற்குத் தகுதியானவையே.

இந்தப் பயணத்தை ஒட்டி எனக்கிருந்த ஒரே வருத்தம், சுற்றிப்பார்க்க எனக்குக் குறைவான நாட்களே இருந்தன என்பதுதான். நான் சந்திக்க நேர்ந்த பல்வேறு மனிதர்களின் பழக்க வழக்கங்களையும் சிந்தனைகளையும் அவதானிக்கக் குறைவான நேரமே ஒதுக்கவேண்டிய கட்டாயம்; நாட்கள் போதவில்லை. இதற்காகவே ஓர் ஆண்டு முழுவதையும் மிக எளிதாகச் செலவிடலாம்.

எனது பயணத்தின்போது அனைவரும் என்னிடம் காட்டிய மாறாத கனிவையும் விருந்தோம்பலையும் உபசரிப்பையும் அங்கீகரித்து இங்கு நான் பதிவு செய்கிறேன். நான் சென்று வந்த பல இடங்கள் குறித்த தகவல்களையும் விவரங்களையும் தேடிச் சேகரிக்க எனக்கு உதவி செய்த அனைவருக்கும் நன்றி.

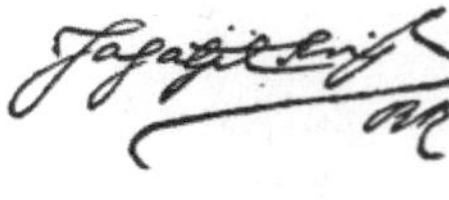

ஜகத்ஜித் சிங்

கபுர்தலா, டிசம்பர் 1, 1904

பாகம் 1

தூரக் கிழக்கு நாடுகளுக்கு ஒரு பயணம்

1

கொழும்பு - சிங்கப்பூர் - சைகோன்

முஸோரியிலிருந்து அக்டோபர் 10ஆம் தேதி புறப்பட்டோம். இறுதிக்கட்ட ஏற்பாடுகள் சிலவற்றைச் செய்ய வேண்டியிருந்தன. அதனால் கபுர்தலாவில் மூன்று நாட்கள் தங்கினோம். 11ஆம் தேதி பம்பாயை அடைந்தோம். 'ஓஷனியன்' என்ற மெஸாகரிஸ் மேரிடைம் நீராவிக் கப்பலில் 18ஆம் தேதி அங்கிருந்து புறப்பட்டோம்.

அதன்பின் கொழும்புவுக்கு நான்கு நாட்கள் பயணம். அது நடுத்தரமான கப்பல்தான்; ஆனால், கப்பல் கேப்டனும் அதிகாரிகளும் மிக்க மரியாதையுடன் நடந்துகொண்டனர். உதவிகரமாக இருந்தனர். அதனால் பயணம் வசதியாக இருந்தது. ஏறத்தாழ பயணத்தில் குறிப்பிடும்படியாக அசம்பாவிதம் ஏதும் நடக்கவில்லை. ஆனால், முதல் இரண்டு நாட்கள் அலை வேகம் அதிகமாக இருந்ததுபோல் தோன்றியது. அதனால் என் உணர்வுகள் வழக்கத்துக்கு மாறாக உற்சாகக் குறைவுடன் இருந்தன. படுக்கைபோன்ற சாய்வு நாற்காலியில் அமைதியாக, ஓய்வாகப் பயணித்தது எனக்குக் கடல் நோய் ஏதும் வராமல் தடுத்தது.

கொழும்புவை அடைந்தபோது கடுங்காற்று வீசியது; மழையும் அதிகமாகப் பெய்தது. அதனால் விரைந்து கரையை அடைந்து, பாதுகாப்பான இடத்தில் தங்கியது மகிழ்ச்சியளித்தது.

தாற்காலிகமாக 'காலி ஃபேஸ்' ஹோட்டலில் தங்கினோம். எனக்கு ஏற்கெனவே பரிச்சயமான தங்குமிடம். சென்ற மார்ச்சில் கொழும்பு வந்தபோது இங்கு தங்கியிருந்தேன். மிகவும் ஆடம்பரமான இடம். அதன் இரு புறங்களிலிருந்தும் கடலின் அழகிய காட்சியைக் காணமுடியும். பெய்த மழை வானிலையை மிகவும் இனிமை நிறைந்ததாக, குளிர்ச்சியானதாக ஆக்கியது. 'கிழக்கின் மரகதத் தீவு' என்று அழைக்கப்படும் இத்தீவில் நாங்கள் மேற்கொண்ட சிற்றுலாக்களும் வழக்கத்தைக் காட்டிலும் இன்பமளித்தன.

23ஆம் தேதி ஏர்னஸ்ட் சைமன் என்ற கப்பலில் சிங்கப்பூர் புறப்பட்டோம். இந்தக் கப்பல் 6000 டன் எடை கொண்டது. பம்பாயிலிருந்து நாங்கள் பயணித்த கப்பலைக் காட்டிலும் மிகவும் பெரியது. மேலான வசதிகள் கொண்டது. அனைத்து வகுப்புப் பயணிகளும் மன நிறைவுடன் பயணிக்கும் வசதிகள் இந்தக் கப்பலில் இருந்தன. எனக்கு முதன்மை மேல் தளத்தில் டீலக்ஸ் கேபின் ஒன்று ஒதுக்கப்பட்டிருந்தது. இத்தகைய கேபின்கள் மிக உயர்வான வசதிகள் கொண்டவை, வசதியானவை. இந்த வசதிகள்தான் P&O (The Peninsular and Oriental Steam Navigation Company) கப்பலை நிராகரித்து மெஸாகரிஸ் நிறுவன கப்பலில் பயணிக்க என்னைத் தூண்டின.

P&O கம்பெனி கப்பல்கள் சிறந்தவைதான். ஆனால், அதன் நிர்வாகம் பயணத்தின்போது வழக்கமான சாதாரண வசதிகளைத்தான் தருகிறது. மெஸாகரிஸ் நிறுவனம்போல், கொஞ்சம் அதிகமான வசதிகளை அளிக்க என்றைக்கும் அவர்கள் விரும்பியதில்லை. ஆகவேதான் என் முன்னுரிமை பிரெஞ்சுக் கப்பலாக இருந்தது. இந்தக் கப்பல் எனக்கு புதியதல்ல. 1898ல் ஐரோப்பா சென்றபோது இதில் ஒருமுறை பயணம் செய்துள்ளேன்.

முதல் வகுப்புப் பயணிகளில் பிரெஞ்சு அதிகாரிகள் அதிகம் இருந்தனர். அவர்கள் பிரெஞ்சு இந்தோ-சீனாவுக்கு (தென்கிழக்கு ஆசியாவிலிருந்த பிரெஞ்சுக் காலனிகள்) சென்று கொண்டிருந்தனர். இரண்டாம் வகுப்பில் அதே இடம் நோக்கி நாடகக்குழு ஒன்று சென்றது. இதுபோல் இரண்டு அல்லது மூன்று குழுக்கள் ஒவ்வொரு ஆண்டும் பிரெஞ்சு ஆளுகையில் இருக்கும் கிழக்காசியப் பிரதேசங்களுக்குச் சென்றுவருகின்றன. அவர்கள் வருவதற்கும் திரும்பச் செல்வதற்குமான செலவை அங்கிருக்கும் மக்கள் அளிக்கின்றனர். அரசாங்கமும் போதுமான அளவு மானியம் அளிக்கிறது. இந்தியாவிலும் இதைப்போன்ற ஒரு ஏற்பாடு

செய்தால் நன்றாக இருக்கும்; பெயர் பெற்ற நாடகக்குழுக்களின் நிகழ்ச்சிகளைப் பார்க்கும் மகிழ்ச்சி அவ்வப்போது நமக்கும் கிடைக்கும்.

கொழும்பிலிருந்து புறப்பட்டபின், முதல் இரண்டு நாட்கள் அவ்வப்போது வீசும் வேகமான காற்றும் மழையுமாக வானிலை இருந்தது. ஆனால், அந்த நேரத்தில் பயணமும் கடல் வானிலையும் எனக்குப் பழகிவிட்டது. நான் சிறிதும் கவலைப்படவில்லை. பயணத்தின் மீதி நாட்களில் சிறந்த வானிலையே நிலவியது. கடல் சலனமற்ற குளம்போல் இருந்தது.

சிங்கப்பூர்

சில தீவுகளைக் கடந்து 27ஆம் தேதி மலாக்கா ஜலசந்திக்குள் நுழைந்தோம். ஒருபுறம் டச்சு சுமத்ரா, அதற்கு மறுபுறம் பிரிட்டிஷ் மலாயா. 28ஆம் தேதி சிங்கப்பூரை அடைந்தோம். நேரத்தை வீணடிக்காமல் கரையிறங்கிச் சுற்றிப்பார்க்கப் புறப்பட்டோம். மிகவும் சுவாரஸ்யமான இடம் அது. கீழ்த்திசையில் வணிகத்தில் ஈடுபட்டிருக்கும் அனைத்து நீராவிக் கப்பல்களும் இந்தத் துறைமுகத்தை தொட்டுவிட்டுத்தான் செல்கின்றன.

கரையிறங்கியதும், நாங்கள் கண்ட காட்சி வியப்பைத் தந்தது. பல இனத்தவர்களும் இணைந்து வாழும் அசாதாரண கலவை. ஐரோப்பியர்களும், அமெரிக்கர்களும், மலேசியர்களும், ஜாவா தேசத்தவர்களும், தமிழர்களும் நல்ல எண்ணிக்கையில் சீக்கியர்களும் அங்கு வசித்தனர். ஆனால், நிச்சயம் சீனர்கள் பெரும் எண்ணிக்கையில் இருந்தனர். சிங்கப்பூரில் அந்த இனத்தவரின் மக்கள் தொகை ஒரு லட்சத்துக்கும் மேல்.

மக்கள் அனைவரும் மகிழ்ச்சியாக வசித்தனர். இந்தியாவில் மில்லியன் கணக்கிலான மக்களைப் பாதுகாத்துவரும் அந்தக் கொடியின் கீழ், அதன் பாதுகாப்பில் நிறைவுடன் இருந்தனர். ஐரோப்பியர் வாழும் பகுதியில் அற்புத அழகு கொண்ட சில கட்டடங்களைப் பார்த்தோம். மதிய உணவுக்குப் பின், தங்கியிருந்த ராஃபேல்ஸ் ஹோட்டலில் சிறிது ஓய்வெடுத்தோம். அதன்பின் ‘வாட்டர் ஒர்க்ஸ்’ நிலையத்தைப் பார்க்கச் சென்றோம்.

அந்த இடம் நல்ல உயரத்தில் அமைந்திருக்கிறது. அங்கிருந்து பார்க்கையில் நகரமும், துறைமுகமும் மிக அழகாகத் தோன்றுகின்றன. அதன்பின் அரசு இல்லம் (கவர்ன்மெண்ட் ஹவுஸ்) சென்றோம். அழகு மிக்க அந்த மாளிகை ஓர் அழகிய

பூங்காவில் அமைந்திருந்தது. நாங்கள் இரண்டு மணிக்கு கப்பலில் இருக்க வேண்டும். அதன்பின் சிறிது நேரத்தில் பயணத்தைத் தொடங்க வேண்டும்.

துறைமுகத்தில் கப்பல்களின் வருகையும் புறப்பாடும் ஆர்வத்தைத் தூண்டியது. உலகின் அனைத்து நாடுகளின் கப்பல்களும் அங்கு நங்கூரமிட்டிருந்தன. நிலவிய வெப்பம் சோர்வைத் தந்தது. அதில் வியப்படைய ஒன்றுமில்லை. ஏனெனில் பூமத்திய ரேகைக்கு ஒரு டிகிரி மேல் இந்நகரம் அமைந்துள்ளது. அத்துடன், வானிலை ஆண்டு முழுவதும் ஏறத்தாழ ஒரே மாதிரியாக இருக்குமாம். வானிலை, ஈரப்பதம் மிகுந்த காணப்படும். அதனால் வெப்பத்தைத் தாங்கிக் கொள்வது மிகவும் கடினமாகிறது.

சைகோன்

28ம் தேதி அதிகாலையிலேயே செயிண்ட் ஜாக்யூஸ் முனை கண்ணில் தென்பட்டுவிட்து. அதன்பின் விரைவாகவே நதிக்குள் நுழைந்துவிட்டோம். நதி 200 அடிக்குமேல் அகலம் கொண்டதாக இருக்காது. நதியின் இருபுறமும் நெற்பயிர் சாகுபடி. அங்கு அதுதான் பிரதான பயிர். பத்து மணிக்கு நங்கூரம் பாய்ச்சினோம். அதன்பின் உடனடியாக சைகோன் (இன்று ஹோசிமின் சிட்டி) நகருக்குள் நுழைந்தோம்.

நான் பார்க்கும் முதல் பிரெஞ்சுக் காலனி இதுதான். விஷயங்களைத் தெரிந்து கொள்வதில் எனக்கிருக்கும் ஆர்வம் உச்சத்துக்குச் சென்றது. ஆங்கிலேயர் மற்றும் பிரெஞ்சு நிர்வாக முறைகளை ஒப்பிட்டுப் பார்க்க மிகவும் விரும்பினேன். ஜின் ரிக்ஷாக்கள் என்ற மனிதர்கள் இழுக்கும் ரிக்ஷாக்களும், பார்க்கப் பரிதாபமாகத் தோன்றும் சிறிய வண்டிகளும் அங்கு தென்பட்டன; பயணிகளை அவர்கள் விரும்பும் இடத்துக்கு அவை அழைத்துச் செல்கின்றன.

நாங்கள் சிறிய வண்டிகளைத் தேர்ந்தெடுத்தோம். ஒரு சிறிய மட்டக்குதிரை அதை இழுத்தது. அதில் ஹோட்டல் காண்டினெண்டலுக்குச் சென்று இறங்கினோம். உள்ளே நுழைந்தவுடன் சாப்பிட எதுவும் இல்லை என்ற தகவல் அறிந்து திகிலடைந்தேன். குளிர்ச்சியான இறைச்சி மட்டுமே இருக்கிறதாம். காரணம் இதுதான். கடைகளும், வியாபாரத் தலங்களும், சந்தையும் காலை பத்து மணியிலிருந்து மதியம் இரண்டு மணி வரை மூடப்படும். அதன்பின் இரவு எட்டு மணிவரை அவை திறந்திருக்கும்.

பெரும் சிரமத்துக்குப்பின், சிறிது வற்புறுத்தலுக்குப்பின் அந்தப் பிரெஞ்சு மேலாளர் மதிய நேரத்தில் ஓரளவுக்கு நல்ல காலை உணவை ஏற்பாடு செய்து தந்தார். உணவு கிடைப்பது மட்டும் அங்கு பிரச்னையாக இருக்கவில்லை. அறைகள் மிகவும் அசுத்தமாக இருந்தன; படுக்கைகள் விரும்பக்கூடியதாக, சுத்தமாக இல்லை. அதனால், வேறு ஹோட்டல் பார்ப்பது கட்டாயமாகிவிட்டது. இறுதியில் ஹோட்டல் ஒலிவியரில் ஓரளவுக்கு நல்ல அறைகள் கிடைத்தன; எங்கள் முயற்சிக்கு வெற்றி கிடைத்தது.

சைகோனின் ஒரே பெரிய வீதி, ரூ டி கேடினட். பிரான்ஸில், மாகாணங்களில் இருக்கும் ஒரு நகரத்தின் வீதி போன்று தோன்றியது. வீதியின் இரு பக்கங்களிலும் மரங்கள் நன்கு வளர்ந்திருந்தன. நியாயமான விலைகளில் பிரெஞ்சுப் பொருட்களை விற்கும் கடைகள் சில அங்கு இருந்தன. கடைகள் நிச்சயமாக பிரெஞ்சுத் தோற்றத்துடன் இருந்தன; ஆனால், வேலை பார்ப்பவர்கள் சீனர்களும் அன்னாமியர்களும் (1945 வரை வியட்நாம் அன்னாம் என்று அழைக்கப்பட்டது). அவர்கள் 'பிட்ஜின்' பிரெஞ்சில் உரையாடியது ஆர்வமூட்டியது. கொஞ்சம் சிரமத்துடன் என்னால் அந்த மொழியைப் புரிந்துகொள்ள முடிந்தது.

சுற்றிப்பார்க்கப் புறப்படும்முன் டிரைவரிடம் எங்கு போக வேண்டும் போன்ற விவரங்களைக் கூறவிடவேண்டும். மிக அழகாகப் போடப்பட்டிருந்த மரங்கள் அடர்ந்த சாலைகளும், நன்கு பராமரிக்கப்பட்டிருந்த சாலைகளும் சதுக்கங்களும் வியப்பையளித்தன. அந்தப் பகுதியில் பிரெஞ்சுக்காரர்கள் அதிகம் வசித்தனர். பெரும்பாலோர் அரசாங்க ஊழியர்கள் போன்றோர். அவர்கள் அதிக எண்ணிக்கையில் இருந்தனர். அரசு இல்லம், அஞ்சலகம், கதீட்ரல் போன்ற பொதுக் கட்டடங்கள் அனைத்தும் பிரெஞ்சுக் கட்டடக் கலைக்குச் சிறந்த எடுத்துக்காட்டுகளாகத் தோன்றின. பெரும்பாலும் அவை சிலைகளால் அலங்கரிக்கப் பட்டிருந்தன. இவையும் வசதியான வகுப்பினர் வசிக்கும் வில்லாக்களும் மிகுந்த கலைநயமிக்க தோற்றத்துடன் இருந்தன.

அதிக எண்ணிக்கையில் கஃபேக்களும் ரெஸ்டாரண்ட்களும் இருந்தன. அவற்றில் மிகவும் பிரபலமானது, கஃபே டி லா மியூசிக். காலையிலும் மாலையிலும் அங்கு அதிக அளவில் கூடும் வாடிக்கை யாளர்கள் சிறப்பாக உபசரிக்கப்படுகின்றனர். குறிப்பிட்ட நேரங்களில் 'ஜிப்ஸி பேண்டு' குழுவினர் இசை நிகழ்ச்சி நடத்தி சூழலை ரம்யமாக்குகிறார்கள். இவையனைத்தும் இந்தியாவில்

ரூ டி கேடினட், சைகோன்

கஃபே டி லா மியூசிக், சைகோன்

நாம் பார்த்துப் பழகிய அத்தனை விஷயங்களிலிருந்தும் பெருமளவுக்கு மாறுபட்டிருந்தன.

அருகிலேயே ஒரு தியேட்டர். மிக அழகிய கட்டடம் அது. ஒரு மில்லியன் ஃப்ராங்க் பெறுமானமுள்ளது என்கிறார்கள். பிரான்ஸிலிருந்து வரும் நாடகக் கம்பெனி ஒன்று ஆண்டில் ஆறு மாதத்துக்கு இந்தத் தியேட்டரில் ஆபரா (இசை நாடகம்) நிகழ்ச்சிகளை நடத்துகிறதாம். அந்தப் பகுதியில் வசிப்பவர்கள் இவற்றை வெகுவாக ரசித்துப் பாராட்டுவார்கள் என்பதைச் சொல்லத் தேவையில்லை.

கவர்னர் ஜெனரல் தொடங்கி பிரெஞ்சுக்காரர்கள் அனைவரும் வெள்ளை வண்ண 'டக்' (கான்வாஸ் போன்ற வெள்ளை நிறத் துணி, மென்மையானது, எடை அதிகமின்றி, அணிய லகுவானது) துணியால் தைக்கப்பட்ட ஆடையை அணிகிறார்கள். பகல் முழுவதும், மாலையிலும் அணிகிறார்கள். பெண்களைக் குறைவான எண்ணிக்கையில்தான் காணமுடிந்தது; ஆனால், அந்த நாட்டுப் பெண்களைப் பாரிஸில் பார்த்திருக்கிறேன்; இங்கு அவர்களின் தோற்றம் ஏமாற்றமளிப்பதாகவே இருந்தது. மென்மையான கடல் காற்று, அந்த மாலை நேரத்தை குளிர்ச்சியாக்கி, மகிழ்வூட்டியது.

அடுத்த நாள், எங்கள் விஜயம் விலங்கியல் பூங்காவுக்கு. அழகாக உருவாக்கப்பட்டிருந்த பூங்காவில் கணிசமான அளவுக்கு விலங்குகளையும் பல்வேறு வகை பறவைகளையும் பார்த்தோம். இந்தப் பூங்காவுக்குச் செல்லும் வழியில் பிரெஞ்சுத் துருப்புகளின் படைமுகாமைப் பார்க்க முடிந்தது; கப்பற்படை வீரர்களும் அங்கு தங்கியிருந்தனர். தாராளமான இடவசதி கொண்ட மூன்று மாடிக் கட்டடங்கள்தான் படைமுகாம்கள். அவை கட்டப்பட்டிருந்த நோக்கத்தை நிறைவேற்றும் வகையிலிருந்தன.

அங்கு அன்னாமிய வீரர்கள் பலரும் தங்கியிருந்தனர். ஆனால், அவர்கள் குறிப்பிட்டுச் சொல்லும்படியான எண்ணிக்கையில் இல்லை; அதனால் நமது இந்தியத் துருப்புகளுடன் அவர்களை ஒப்பிட முடியாது. பிரெஞ்சு இந்தோ-சீனாவிலிருக்கும் பிரெஞ்சு ஐரோப்பிய துருப்புகளின் எண்ணிக்கை சுமார் 15,000. இந்தப் பகுதியின் மருத்துவமனை அசாதாரண இட வசதி கொண்டதாக இருந்தது. ஏறத்தாழ அந்த மருத்துவமனை எப்போதும் நோயாளிகளால் நிறைந்திருக்குமாம். ஏனெனில் இங்கு வசிக்கும் ஐரோப்பியர்களுக்கு இந்த வானிலை அடிக்கடி சுகாதாரக் குறைவை ஏற்படுத்துகிறது.

மதியத்துக்கு மேல், சீனர்கள் வசிக்கும் பகுதிக்குப் பயணம் மேற்கொண்டோம். தங்கியிருந்த இடத்திலிருந்து நான்கு மைல்கள் தொலைவு. சீனர்கள் அந்த இடத்தை மொய்த்துக் கொண்டிருந் தார்கள் என்றுதான் சொல்லவேண்டும். அவர்கள் நல்ல வியாபாரிகள்; செய்யும் வணிகத்தின் அளவும் மிகவும் பெரியது. நல்ல வசதியான சீனரது வீட்டின் உட்புறம் எப்படி இருக்கும், எப்படி அமைக்கப்பட்டிருக்கும் என்று பார்க்க ஆசைப்பட்டேன். ஆகவே ஒரு இல்லத்துக்குச் சென்றோம். மிக்க அன்புடன் எங்களை வரவேற்றார்கள். நான் எதிர்பார்த்ததற்கு மாறாக வீட்டின் உட்புறம் இருந்தது. வீடு நல்ல பராமரிப்பில் இருந்தது; அவர்களுக்கே உரிய, தனித்த பாணியில், வசதியுடன் அமைந்திருந்தது.

அதன்பின் அன்னாமிய பிரபு ஒருவரின் வீட்டுக்கும் நாங்கள் விஜயம் செய்தோம். அவரும் மிகவும் மரியாதையுடன் எங்களை வரவேற்றார். வீட்டைச் சுற்றிக்காட்டத் தனது மகளையே பணித்தார். மகள், எழில் மிக்கவள். அழகிய பொம்மை போன்று தோன்றினாள். பிரெஞ்சு மொழியை எளிதாகப் பேசினாள். வீட்டுக்குள் ஆர்வமூட்டும் அழகிய கலைப்பொருட்களின் சேகரிப்பு! சீனாவிலிருந்தும், அன்னாமிலிருந்தும், ஜப்பானில் இருந்தும் பெறப்பட்டிருக்கும் அந்த பலவகைக் கலைப் பொருட்களின் வேலைப்பாட்டை பிரெஞ்சு மொழியில் அந்தப் பெண் விவரித்தாள். அவளது சகோதரர்கள் பிரான்ஸில் கல்வி கற்றிருக்கிறார்கள். ஒரு சகோதரன் ஃபிரான்ஸின் மிகப்பெருமை மிக்க செயிண்ட் சிர் (St. Cyr) ராணுவப் பள்ளியில் பயின்று தேர்ச்சி பெற்றுள்ளான். இப்போது கவர்னர் ஜெனரலின் தனிப்பட்ட உதவியாளர் பதவியில் இருக்கிறான்.

சைகோனில் தங்கியிருந்த நாட்களில் அவரைப் பார்க்கவும், அவருடன் உணவருந்தவும் கவர்னர் ஜெனரல் மொன்ஸியர் ப்யூ, (M.Beau) என்னை அழைத்திருந்தார். ஆனால், பணி நிமித்தம் செயிண்ட் ஜாக்யூஸ் முனைக்குச் சென்றிருந்தவர் திரும்பி வரும்போது வீசிய சூறாவளிக் காற்றால் அவரது பயணம் தடைப்பட்டு, தாமதமாகிவிட்டது. உரிய நேரத்தில் அவர் திரும்பமுடியவில்லை என்பதால் என்னை அவரால் சந்திக்க இயலவில்லை.

எனது பணியாளர் ஒருவர் உடன்வர அரசு இல்லத்தில் நான் விருந்துண்ண வேண்டிய நிலை. கவர்னர் ஜெனரல் அங்கு இல்லாத சூழல். ஆனால், உதவி கவர்னர் ஜெனரலும் அவரது ஊழியர்களும்

என்னை வரவேற்று உபசரித்தனர். மிகவும் அழகியதொரு மாளிகை அது. வரவேற்பு அறையும் விருந்து உபசரிப்பு ஹாலும் கம்பீரமான அவற்றின் தோற்றத்தால் மனத்தைக் கவர்ந்தன. இரவு உணவு சாப்பிட்டு முடித்ததும், உரையாடல் நிர்வாகம் பக்கம் திரும்பியது. எங்கள் உரையாடலிலிருந்து அந்தச் சுவையான விஷயம் குறித்து, ஏராளமான தகவல்களை என்னால் சேகரிக்க முடிந்தது.

காலனிய ஆட்சி அதிகாரத்துக்கும் அதன் அண்டை ராஜ்ஜியங்களான அன்னாமுக்கும் கம்போடியாவுக்கும் இடையிலான உறவுகள் பற்றி நாங்கள் விவாதித்தோம். தாம் சுயாட்சி அமைப்புகள் இல்லை என்று அவை ஒப்புக்கொண்டுள்ளன, கம்போடிய ஆட்சியாளர்கள் பாரம்பரியமாக இருந்துவரும் பட்டங்களை வைத்துக்கொள்ளலாம் என்பதுடன் பொருத்தமான மானியங்களையும் அந்த ராஜ்ஜியம் பெறுகிறது. அதேநேரத்தில் முழு நிர்வாகமும் வரவு செலவுத் திட்டங்களும் முற்றிலும் அங்கு வசிக்கும் பிரெஞ்சுக்காரர்களின் கைகளில் உள்ளன.

பிரிட்டிஷாரின் ஆட்சியில் இந்தியாவில் இளவரசர்களும் மன்னர்களும் அனுபவிக்கும் சலுகைகள் குறித்து எனக்கு விருந்தோம்பல் செய்தவர்களிடம் கூறினேன். பிரெஞ்சுக் காரர்களின் கீழ் பெயரளவில் மன்னர்களாக இருப்பவர்களுக்கு அவர்களது தேசத்து அரசாங்கங்களில் ஏன் பங்கு அளிக்கப் படுவதில்லை என்று கேட்டேன். எனக்குக் கிடைத்த பதில்: ‘இதைப் போன்ற ஒரு சிந்தனையைப் பிரெஞ்சுக்காரர்களால் ஏற்க முடியாது’.

அடுத்த நாள் காலை, சைகோனின் பெரிய கல்லூரி ஒன்றைப் பார்வையிடச் சென்றேன். கவர்னரின் அன்னாமிய தனி உதவியாளர் என்னை வரவேற்றார். சிரமம் எடுத்துக்கொண்டு வகுப்புகளைச் சுற்றிக் காட்டினார்; அங்கு பார்க்க வேண்டிய அனைத்தையும் காட்டி, விளக்கினார். நாற்கோண வடிவில் அமைந்திருந்த கட்டடத்தின் ஒரு பகுதி பிரெஞ்சு மற்றும் யூரேசிய மாணவர்களுக்கு ஒதுக்கப்பட்டிருந்தது. மற்றொரு பகுதி அந்த நாட்டு மாணவர்களுக்கு.

ஆசிரியர்கள் அனைவரும் பிரெஞ்சுக்காரர்கள். நான் அங்கு கழித்த குறுகிய நேரத்தில் அவதானித்த வகையில், அந்தத் தேசத்து மாணவர்கள் பெருமளவுக்கு நல்ல திறமை அடைந்தவர்களாகத் தோன்றினர். பள்ளிக்கூடத்தில் அந்தத் தேசத்து மாணவர்களுக்கு எழுத்தர்களுக்குத் தேவையான பாடங்களே சொல்லித்தரப் படுகின்றன. கீழ்நிலைப் பணிகளில் மட்டுமே அவர்கள்

வேலைவாய்ப்புப் பெறமுடியும். உயர் கல்வி பெறவேண்டுமானால், அவர்கள் பிரான்ஸ் நகருக்குத்தான் செல்லவேண்டும்.

ஸ்டீமருக்குச் செல்லும் வழியில் கவர்னர் ஜெனரலைச் சிறிது நேரம் சந்திக்கும் நல்ல வாய்ப்பு கிடைத்தது. அவர் அப்போதுதான் திரும்பியிருந்தார். மொன்ஸியர் ப்யூ மிகச் சிறந்த பிரெஞ்சு நிர்வாகிகளில் ஒருவர் என்று சொல்லப்படுகிறது. ஆனால் பிரெஞ்சுக்காரர்களோடு ஒப்பிட்டால் மிகவும் மாறுபட்ட வகையில் உள்ளொடுங்கியவர்.

பிரெஞ்சு இந்தோ-சீனாவில் கவர்னர் ஜெனரலின் பதவிக்காலம் எவ்வளவு என்று நிர்ணயிக்கப்படவில்லை. எப்போது வேண்டுமானாலும் பிரான்ஸுக்கு அவர் திருப்பி அழைக்கப்படலாம்; தேவையும் சூழ்நிலையும்தான் அதை முடிவுசெய்கின்றன.

எங்கள் ஸ்டீமர் காலை பத்து மணிக்குத் துறைமுகத்திலிருந்து புறப்பட்டது. பல விஷயங்களை கற்றுத் தந்த இனிமையான குறுகிய கால தங்கல், சைகோனில் இவ்வாறு முடிவுக்கு வந்தது.

ஹாங்காங்

மூன்று நாள் கப்பல் பயணத்துக்குப்பின், முக்கியமான இடமான ஹாங்காங்குக்கு அக்டோபர் 5ஆம் தேதி வந்து சேர்ந்தோம். துறைமுகத்தில் நுழையும்போது நாங்கள் பார்த்த காட்சி கண்ணைக் கவர்ந்தது. இந்த நகரம் உலகின் மிகச் சிறந்த இடங்களில் ஒன்று என்று சரியாகத்தான் கூறியிருக்கிறார்கள். மூன்று பக்கங்களிலும் சூழ்ந்திருக்கும் உயரமான குன்றுகள், அரைவட்ட வடிவிலமைந்த நல்லதொரு திறந்தவெளி அரங்கத்தின் தோற்றத்தைத் துறைமுகத்துக்குத் தந்தன. அந்தக் குன்றுகள் கப்பல் போக்குவரத்துக்கும் பாதுகாப்பாக இருந்தன; மட்டுமின்றி கற்பனையில் மட்டுமே காணமுடிகிற அழகிய பின்னணியையும் தந்தன.

நங்கூரம் பாய்ச்சியவுடன், கரையிறங்கி, தங்குவதற்கு அறைகள் தேடினோம்; கிங் எட்வர்ட் ஹோட்டலுக்குச் சென்றோம். அந்த இடத்துக்குச் சொந்தக்காரர் பார்ஸி இனத்தவர். நல்ல முறையிலான பராமரிப்பு என்று நிச்சயம் சொல்லவேண்டும். காலை உணவு முடிந்ததும், அந்த இடத்தின் முக்கிய வணிகப்பகுதியான குயின்ஸ் வீதியின் வழியாகப் பயணித்தோம். அதன்பின் அங்கிருந்து ‘ஹேப்பி வாலி’ என்ற இடம். அங்கு குதிரைப் பந்தயங்கள் நடக்கின்றன. போலோ விளையாட்டுக்கான மைதானமும் இருக்கிறது. இதைப் போன்ற விஷயங்களுக்கு மிகவும் உகந்த

குயின்ஸ் சாலையின் மூலையில் அமைந்துள்ள ஹாங்காங் கிளப் கட்டடம்

ஸ்டீம் ட்ராம்வே

இடம். சுற்றியிருக்கும் பகுதியும் அதற்குப் பொருத்தமாக நேர்த்தியாக இருந்தது.

இந்தியாவிலிருந்து இவ்வளவு தொலைவில் ஏராளமான இந்தியர்களைப் பார்ப்பது திகைப்பைத் தந்தது. பார்த்த போலிஸ்காரர்கள் அனைவரும் சீக்கியர்களாக இருந்தனர்; அந்த ஊரின் திருடர்களுக்கு இவர்களைக் கண்டால் மிகுந்த பயம் என்றார்கள். சீன இனத்தவர் பத்து நபர்களுக்கு ஒரு சீக்கியர் சமமாக இருப்பார்.

காவல் படையில் மூன்று ஆங்கில ரெஜிமெண்டுகளும் மூன்று இந்திய ரெஜிமெண்டுகளும் இருக்கின்றன. வேறு காரணங் களுடன், பிரதான சீனா அருகில் இருப்பது அவ்வளவு பெரிய காவல் படையின் தேவைக்குக் காரணமாக இருக்கிறது.

ஹாங்காங் மக்கள் தொகையில் பெரும்பான்மை சீனர்களே. சீன 'மெயின் லேண்டில்' இருக்கும் அவர்களது இனத்தவர்களைக் காட்டிலும் கணிசமான அளவுக்கு இந்தச் சீனர்கள் நல்ல நிலைமையில் இருக்கிறார்கள் என்பது முற்றிலும் வெளிப்படை. சீனர்கள் நல்ல உழைப்பாளிகள்; எனினும் கற்பனை செய்ய முடியாத அளவுக்கு அவர்கள் முட்டாள்கள் என்று சொல்ல விழைகிறேன்.

நமக்கு என்ன வேண்டும் என்பதை அவர்களுக்கு புரியவைப்பது நிச்சயம் சாத்தியமற்ற ஒன்று எனத் தோன்றுகிறது. நகரைச் சுற்றும்போது ஓரிடத்தில் ராணி விக்டோரியாவின் சிலையைக் கடந்துசென்றோம்; எங்களது கோச் வண்டியை ஓட்டியவரின் அறிவு எந்த அளவுக்கு இருக்கிறது என்று சோதிக்க நினைத்தேன். அந்தச் சிலை யாருடையது என்று அவரிடம் விசாரித்தேன். அவர் கூறிய பதில் எனக்கு வேடிக்கையாகவும் திகைப்பாகவும் இருந்தது: 'ஆங்கிலேயர்!'

வேறொரு சமயம், ஹோட்டல் ஒன்றில் டின்னருக்காக மெனு கார்டைப் பார்த்து சில பதார்த்தங்களைத் தேர்வு செய்தேன். எனக்கு என்ன தேவை என்பதைத் தலைமை வெயிட்டருக்குப் புரிய வைப்பதற்குள் பெரும் சிரமப்பட்டுவிட்டேன். நாங்கள் அங்குதான் சாப்பிடப்போகிறோமா என்ற அவரது கேள்வியில் விஷயம் முடிவுக்கு வந்தது.

எங்கள் ஸ்டீமர் அங்கிருந்து ஐந்து மணிக்குப் புறப்படுவதற்குப் பதிவாகியிருந்தது. ஆனால், சூறாவளி ஒன்று இருநூறு

மைல்களுக்கு அப்பாலிருந்து வேகமாக கரைநோக்கி வந்து கொண்டிருப்பதால், அன்றைக்கு புறப்பட இயலாது என்று தகவல் கிடைத்தது. இந்தச் செய்தி வருத்தத்தைத் தரவில்லை. ஏனெனில் ஹாங்காங்கை இன்னும் முழுமையாக நாங்கள் பார்த்து முடிக்கவில்லை; ஆர்வமூட்டும் வேறு சில இடங்களைப் பார்க்கும் வாய்ப்பை எங்களுக்கு இது அளித்தது.

ஸ்டீம் ட்ராம்வே ஒன்றில் ஏறி ஒரு குன்றின் உச்சிக்குச் சென்றோம். நிச்சயம் அது 2000 அடி உயரம் இருக்கும். உச்சியை அடைந்ததும் ஹோட்டல் ஒன்றைப் பார்த்தோம். அதன் பெயர் 'பீக்'. நல்ல இடத்தில் அமைந்திருந்த அந்த ஹோட்டலிலிருந்து துறைமுகமும் கப்பல்களின் இயக்கமும் அழகிய காட்சிபோல் விரிந்தது. இருள் அதிகரிக்க, எங்கள் கால்களின் கீழ் என்பதுபோல், தெரிந்த காட்சி மேலும் மேலும் மனத்தை மயக்குவதாக இருந்தது. நூற்றுக் கணக்கான விளக்குகள், கற்பனையில் தோன்றும் விளக்குகளாய் புள்ளி வைத்ததுபோல் தோன்றின. அந்தி வேளையில் பளிச்சென்று மின்னிய அவை துறைமுகத்தில் நின்றிருந்த கப்பல்களின் விளக்குகள். அந்தக் காட்சி மிகவும் வசீகரமாக இருந்தது; நிச்சயம் எந்நாளும் ஒருவரால் மறக்கமுடியாதது.

நாங்கள் பார்த்த பீக் ஹோட்டலும் (நான்கு மாடிக் கட்டடம்) மிகவும் வசதியாக இருந்தது. அந்தக் குன்றில் சில தனிப்பட்ட நபர்களின் வீடுகளும் இருந்தன. கவர்னருக்கும் மாளிகை ஒன்று இருந்தது. உடல் நலனுக்கு உகந்த வானிலை அங்கு நிலவுவது ஒரு காரணமாக இருக்கலாம். பீக் ஹோட்டலில் உணவருந்தியபின் அங்கிருந்து உடனடியாகப் புறப்பட்டோம்.

நாங்கள் ஸ்டீமரில் ஏறவேண்டிய வருத்தமான சூழல். அனைவரும் ஏறியவுடன் சிறிது நேரத்தில் ஸ்டீமர் புறப்பட்டுவிட்டது. துறைமுகத்தை விட்டு வெளியில் வந்தபிறகு, எங்களுக்குக் கூறப்பட்டதுபோல் சூறாவளியின் எந்த அறிகுறியையும் நாங்கள் சந்திக்கவில்லை. உண்மையில் கடல் ஒரு ஏரியைப்போல் அமைதியாக இருந்தது. அடுத்த இரு நாட்களும் அந்த வானிலைதான் நிலவியது. சீனக் கடற்கரையிலிருந்து விலகித்தான் எங்கள் ஸ்டீமர் பயணித்தது. அவ்வப்போது கரையைப் பார்க்கமுடிந்தது. எங்களைக் கடந்து சென்ற சில ஸ்டீமர்களையும் பார்த்தோம்.

பாகம் 2

சீன தேசத்துப் பயணம்

2

சீனா- ஷாங்காய் நகரம்

எட்டாம் தேதி மதியம் இரண்டு மணியளவில் வூசங் என்ற இடத்தை அடைந்தோம்; விரைவில் அனைத்துப் பயணிகளும் நீராவிப் படகு ஒன்றுக்கு மாறினோம். அந்த நதியின் கரையில்தான் ஷாங்காய் நகர் அமைந்துள்ளது. அந்நகரம் நோக்கிப் புறப்பட்டோம். அந்த நதியில் பல தேசங்களின் கப்பல்கள் நங்கூரமிட்டிருந்தன. அங்கு நின்றிருந்த சில அமெரிக்கப் போர்க்கப்பல்கள் கவனத்தை ஈர்த்தன.

மாலை ஆறு மணிக்கு ஷாங்காய் நகரை அடைந்தோம். நேராக அஸ்டோர் ஹவுஸ் ஹோட்டலுக்குச் சென்றோம். அந்த இடத்தில் மிகப் பெரிய ஹோட்டல் அதுதான். ஆனால், கெடுவாய்ப்பாக எங்களுக்கு அங்கு அறைகள் கிடைக்கவில்லை. அதனால், நகரின் உள்பகுதிக்குச் சென்றோம்; இறுதியில், 'பிரெஞ்சு கன்செஷன்' என்று சொல்லப்படும் நகரின் பிரெஞ்சுக் குடியிருப்புப் பகுதியில் 'ஹோட்டல் டெஸ் காலனி'யில் ஓரளவு நல்ல அறைகள் கிடைத்தன. அடுத்த நாள், அந்த இடத்தை பற்றிப் பொதுவாகத் தெரிந்துகொள்ள வேண்டும் என்பதற்காகச் சுற்றிப் பார்க்கச் சென்றேன்.

ஷாங்காய் பெரிய வணிக மாநகரம் என்பது அனைவருக்கும் தெரியும். அதன் மக்கள் தொகை 700,000 (1900களில்). அதில் பெரும்பாலோர் சீனர்கள். ஐரோப்பியர்களும் அமெரிக்கர்களும்

சேர்ந்து சுமார் 8000 பேர் இருப்பார்கள். கிட்டத்தட்ட ஐரோப்பாவின் அனைத்துத் தேசத்தினரும் அங்கு வசித்தனர்; ஆனால், ஆதிக்கம் செலுத்துபவர்கள் ஆங்கிலோ-சாக்ஸன் இனத்தவர் என்பது கவனிக்கத்தக்கது. அதன் அரசாங்கம் அநேகமாக உலகிலேயே மிகவும் ஆர்வமூட்டுவது. அந்த இடத்துக்கு வரும் அந்நியர் எவரும் முதலில் யாருடைய நாட்டில், எந்த நாட்டின் சட்டத்தின் கீழ் வாழ்கிறோம் என்பது தெரியாமல் திகைத்து நிற்பார்கள். உண்மையில், ஷாங்காய் சீன மண்ணில்தான் இருக்கிறது. அதேநேரத்தில், அதன் நகராட்சி சர்வதேசத் தன்மையுடன் இருக்கிறது.

அங்கு வசிக்கும் பல்வேறு தேசத்தவரையும் அவர்கள் நாட்டின் நீதிமன்றங்களே விசாரிக்கின்றன; நீதி வழங்குகிறன. இத்தகைய கலவையான ஆங்கிலேய நீதிமன்றம் (ட்ரிப்யூனல்) ஒன்றின் நடவடிக்கைகளைப் பார்க்கச் சென்றிருந்தேன். இருக்கையில் ஆங்கிலேய மாஜிஸ்ட்ரேட் ஒருவரும் சீன மாஜிஸ்ட்ரேட் ஒருவரும் ஒன்றாக அமர்ந்திருந்தனர்; இருவரும் சேர்ந்தே அவர்களுக்கு முன் நிறுத்தப்பட்டிருந்த குற்றவாளிகளை விசாரித்தனர். நடவடிக்கைகள் சுழற்சி முறையில் நடைபெற்றன.

எடுத்துக்காட்டாக, ஒரு சந்தர்ப்பத்தில் சீன மாஜிஸ்ட்ரேட் ஜெர்மானியருடன் அமர்ந்தார். மற்றொரு சந்தர்ப்பத்தில் அவரது சக நீதிபதியாகப் பிரெஞ்சுக்காரர் ஒருவர் இருப்பார்; இப்படி அது போகும். இருப்பினும் பிற நாடுகளுடன் ஒப்பிடுகையில் ஆங்கிலேய இனத்தின் மீதிருக்கும் பிரதான அக்கறை காரணமாக அவர் ஆங்கிலேய நீதிபதியுடன் அடிக்கடி அமர்கிறார்.

ஷாங்காய் மாநகரத்தின் அயல்நாட்டவர் குடியிருப்பு என்று சொல்லப்படும் பகுதியில் மட்டுமே இந்தக் கலவையான நீதிமன்ற நடைமுறைகள் வழக்கத்தில் உள்ளன; கட்டுப்படுத்தவும் செய்கின்றன. ஷாங்காய் மாநகரத்தின் பிரதான பகுதி சீன அதிகாரிகளின் அதிகார வரம்பில்தான் இருக்கிறது.

நான் அங்கு சென்றிருந்தபோது ஆங்கிலேய மாஜிஸ்ட்ரேட், அவரது சகாவான சீன நீதிபதிக்கு என்னை அறிமுகம் செய்துவைத்தார். மயிற்பீலியும் பெரிய மணிகளால் கோக்கப்பட்ட கழுத்தணியும் அவர் அணிந்திருந்தார். மாண்டரின் மொழி பேசும் மேற்குடி மனிதராக இருக்கலாம். நீதிமன்றத்துக்குள் நான் மரியாதையுடன் அழைத்துச் செல்லப்பட்டேன். நீதிபதியின் இருக்கையருகில் கௌரவமாக நானும் அமர வைக்கப்பட்டேன்.

நடந்தவை அனைத்தையும் எளிதாக என்னால் பார்க்க முடிந்த வசதியான இடம். உரையாடல்களையும் கேட்க முடிந்தது. விசாரணைக்கான ஏற்பாடுகளும், நடந்த விதமும் மிகவும் சுவாரஸ்யமாக இருந்தன.

நீதிமன்றத்துக்குள் கொண்டுவரப்படும் குற்றவாளிகள் சீக்கிய போலிஸ்காரர் ஒருவரது பொறுப்பில் இருக்கின்றனர். வழக்கறிஞர்களும் வக்கீல்களும் ஆங்கிலேயராகவோ சீனராகவோ இருக்கின்றனர். அவர்களது தேசத்தின் மொழியிலேயே கட்சிக்காரர்களுக்கு அவர்கள் வாதிடுகின்றனர்; வழக்குகள் பற்றிய குறிப்புகளை மாஜிஸ்ட்ரேட்டுகள் அவரவர் மொழியிலேயே எழுதுகின்றனர்; இறுதியாக முடிவு எடுக்கின்றனர்; பரஸ்பரம் நீதிபதிகள் இருவரும் ஏற்றுக்கொண்ட பின்னரே முடிவு மன்றத்தில் அறிவிக்கப்படுகிறது. நான் அங்கிருந்தபோது விசாரிக்கப்பட்ட வழக்கு சற்று நீளமானது; ஆகவே அதன் முடிவு தெரியும்வரை என்னால் காத்திருக்க முடியவில்லை. சிறையையும் வேறு இடங்களையும் பார்க்க வேண்டியிருந்தது.

பிரெஞ்சுக்காரர்களுக்கு நகராட்சியில் தனிப்பகுதி இருக்கிறது. அந்த நகரப் பகுதி, பிரெஞ்சு சட்டங்களால், அவர்களது கான்சல் ஜெனரலால் நிர்வகிக்கப்படுகிறது. அந்தப் பகுதி 'பிரெஞ்சு கன்செஷன்' என்று அழைக்கப்படுகிறது. உத்தேசமாக, அங்கு நானூறு பிரெஞ்சு மக்கள் வசிக்கிறார்கள்.

நதியை நோக்கிய சாலையொன்றில் சுமார் மூன்று மைல் தூரம் பயணித்தோம். செல்லும் வழியில் சில மிக அழகான அரசாங்கக் கட்டடங்களைப் பார்த்தோம். அதன்பின் நான்கின் சாலை; அந்த வீதியிலிருந்த ஐரோப்பியர்களின் கடைகள் எங்கள் கவனத்தை ஈர்த்தன. ஒருவர் விரும்பக்கூடிய அனைத்து வகையான பொருட்களையும் அங்கு பார்க்க முடிந்தது. அடுத்ததாக மேற்கொண்ட ஒரு நல்ல பயணத்துக்குப்பின், பபுள் வெல் சாலையை அடைந்தோம். ஐந்து மைல் நீளம் கொண்ட அந்தச் சாலை பெரிய குதிரைப்பந்தய மைதானம் ஒன்றையும் கேளிக்கை விடுதிகளையும் சுற்றியபடி சென்றது. செல்வம் மிகுந்த ஐரோப்பிய, சீன வியாபாரிகளுக்கு சொந்தமான அசாதாரண அழகுடன் விளங்கும் இரண்டு மாடி குடியிருப்புகள் இந்தச் சாலையின் ஓரம் அமைந்திருந்தன.

ஷாங்காயில் தங்கியிருந்தபோது, ஓர் இசை நிகழ்ச்சிக்கும் சென்றேன். பிரபலமான பிரெஞ்சு பாடகர். அவரது இசை நிகழ்வு

ஷாங்காய் நகரம்

‘பிரெஞ்சு கன்செஷன்’

நான்கின் சாலை

தேநீர்- இல்லம், ஷாங்காய் நகரம்

சபையினரை மகிழ்வித்தது. பிறிதொரு சந்தர்ப்பத்தில் குத்துச் சண்டை ஒன்றையும் பார்த்தேன். துறைமுகத்தில் நின்றிருந்த ஆங்கிலேய மற்றும் அமெரிக்கப் போர்க் கப்பல்களின் மாலுமிகளுக்கு இடையில் நடந்தது. போட்டியிட்ட இருவரையும் மிகவும் உற்சாகத்துடன் அனைவரும் ஆதரித்தனர். ஆனால், கூட்டம் மிகவும் வெறித்தனத்துடன் நடந்துகொண்டது. என் ரசனைக்கு உகந்ததாக இல்லை.

ஷாங்காய் நகரத்தின் 'ஃபாரின் கன்செஷன்' பகுதியை ஒட்டியிருந்த சீன நகரப்பகுதிக்கு 16ஆம் தேதி சென்றேன். ஆர்வத்துடன் சென்று பார்க்கத் தகுதியான இடம்தான்; எனினும், இதுவரையில் எனது சுற்றுப் பயணத்தில் கிடைத்த மகிழ்ச்சி அனைத்தும் வடிந்துபோகும் அளவுக்கு மிகவும் அருவருப்பான இடமாகத் தோன்றியது. எதிர்கொண்ட பலவகை துர்நாற்றத்தையும் தீவிரமான வீச்சத்தையும் சொற்களால் விவரிக்கமுடியாது. வேறுவழியின்றி கைக்குட்டைகளால் மூக்கைத் தொடர்ச்சியாக மூடிக்கொள்ள வேண்டிய கட்டாயத்துக்கு ஆளானோம். ஒரு ரிக்ஷாகூட செல்லமுடியாத அளவுக்கு மிகவும் குறுகலான தெருக்கள்; நாங்கள் நடந்தே சென்றோம்.

அங்கிருந்த கடைகளில் காணப்பட்ட அரிதான பொருட்கள், ஆர்வமூட்டின; கவனத்தை ஈர்த்தன. பெரும் எண்ணிக்கையிலும் எண்ணற்ற வகைகளிலும் அவை இருந்தன. அவற்றில் சிலவற்றை வாங்கினேன். ஒரே விலை என்ற சூழல் அங்கே நிலவவில்லை. அந்த வகையில் உலகெங்கும் இருக்கும் கீழ்த்திசை மனிதர்களைப் போலவே சீனர்களும் இருந்தனர். விற்பனை செய்ய ஆர்வம் இல்லாததுபோல் கடைக்காரர்கள் தோன்றினர். வாடிக்கையாளர்களை நடத்துவதில் ஒருவிதத்தில் சுதந்திரமான அணுகுமுறை அவர்களிடம் இருந்தது. நடந்து செல்லும் பாதையில் தேநீர்-இல்லங்கள் சிலவற்றைக் கவனித்தோம். மக்கள் சிறிய கோப்பைகளில் தேநீர் அருந்திக் கொண்டிருந்தனர். நம்மிடம் காணப்படும் வழக்கம்போல் பாலும் சர்க்கரையும் அவர்கள் சேர்த்துக் கொள்வதில்லை. அகலம் குறைவான பெஞ்சுகளில் அமர்ந்திருந்த அவர்களுக்கு முன்னால் இருந்த மேஜைகளில் தேநீர்க் கோப்பைகள் வைக்கப்பட்டிருந்தன.

நான் கேள்விப்பட்ட அளவில் சீன சமையற்கலையில் பரிந்துரைப்பதற்கு இங்கு ஏதுமில்லை. அவர்களது பதார்த்தங்கள் சில ரசனை மற்றும் வாசனை உணர்வுகளுக்கு எதிரானவை. எடுத்துக்காட்டாக, அவர்களது கோழிக்கறி தயாரிப்பு முறை;

மிகவும் புகழப்படும் அந்த முறையைப்பற்றி என்னிடம் கூறினார்கள்; சமைக்கப்பட்டு உணவு மேஜைக்குக் கொண்டு வரப்படுவதற்குமுன் அந்தக் கோழி ஆறு மாதங்கள் புதைத்து வைக்கப்படுமாம்!

நாங்கள் பார்த்த மற்றொரு மிகவும் சுவாரஸ்யமான இடம் ஓபியம் சுவைக்கும் தனியிடம்; போதையின் பல்வேறு நிலைகளிலிருந்த மனிதர்களை அங்கு பார்க்க முடிந்தது. ஒருவகையான இன்ப நிலைக்காக சில நேரங்களில் சீனர்கள் தெரிந்தே கணிசமான அளவு ஓபியம் எடுக்கிறார்கள். ஒரே நேரத்தில் தொடர்ச்சியாக சில நாட்களுக்கு ஆழ்ந்த உறக்க நிலையில் தன்னிலை மறந்த மயக்க நிலையில் அவர்களை அது வைக்கிறது. இதைப் பயன்படுத்துவதை வழக்கமாக்கிக் கொண்டால் இழிநிலைக்கு ஆளாவோம் என்பதை நம்பாதவர்களும் இருக்கிறார்கள். அவர்களை ஏற்க வைப்பதற்குப் போதை மருந்தின் தாக்கத்தில் இப்படி வீழ்ந்து கிடப்போரைக் காட்டலாம்.

மதியத்துக்கு மேல், பிரிட்டிஷ் கான்சல் ஜெனரல் திரு. மான்ஸ்ஃபீல்ட் என்னைச் சந்திக்க வந்தார். கண்ட்ரி க்ளப்புக்கு அழைத்துச் சென்றார். ஓர் அழகிய பூங்காவின் நடுவில் அந்த க்ளப் அமைந்திருக்கிறது. பரந்தும் விரிந்தும் காணப்பட்ட அந்த இடத்தில் விருந்தினர்கள் அமர்ந்து பேச வசதியான நேர்த்தியான அறைகள் இருக்கின்றன.

ஷாங்காய் நகரில் தினமும் பல செய்தித்தாள்கள் வெளியாகின்றன: சில ஆங்கிலேயர்கள் நடத்துபவை; ஒன்று அமெரிக்க நாட்டைச் சேர்ந்தது; ஒன்று பிரெஞ்சு மற்றொன்று ஜெர்மன். இந்தியாவில் காணப்படுவதைக் காட்டிலும் அமெரிக்காவில் இன்று நடை முறையிலிருக்கும் இதழியல் பாணியைத்தான் அவை பின்பற்று கின்றன. உலகத்தின் பல்வேறு பகுதிகளின், ஆர்வமூட்டும் அனைத்து வகைச் செய்திகளும் அந்த நாளேடுகளில் நிரம்பியுள்ளன. அவை பெயர் பெற்றிருக்கும் அனைத்துவித புது முயற்சிகளும் நிரம்பியவையாக அமெரிக்கச் செய்தித்தாள்கள் நடத்தப்படுகின்றன.

இந்தியாவில் சம்பந்தப்பட்டவர்களுக்கு மட்டுமே செய்தித்தாள்கள் ஆர்வமூட்டும். ஓரிடத்திலிருந்து மற்றொரு இடத்துக்கு அதிகாரிகள் மாற்றப்பட்டார்கள் என்ற வறட்சியான செய்திகளையும், இந்திய நகரங்கள் குறித்த ஆர்வமூட்டாச் செய்திகளையும் படித்தபின், இந்த நகரத்தில் நன்கு நடத்தப்படக்கூடியதும் உற்சாகம் தரக்கூடியதுமான

அவ்வப்போதான புதிய செய்திகளுடன் வெளிவரும் நாளேடுகளைப் பார்க்கையில் மனத்துக்குப் புத்துணர்ச்சியாக இருந்தது.

சீன நாடக அரங்குக்கு ஓரிரவு சென்றேன். அது சுவாரஸ்யம் மிகுந்த இடம். நாடக அரங்குகளில் வழக்கமாகப் பார்க்கக்கூடிய 'பாக்ஸ்' மற்றும் 'பிட்' ஆகியன இங்கும் இருந்தன. நிகழ்ச்சியின் இடையில் பார்வையாளர்கள் தேநீர் அருந்தினர்; சிலர் திருப்தியாகப் புகைபிடித்தனர். ரசிகர்களுக்கு வசதி ஏற்படுத்தித் தருவதில் அவர்கள் பின்பற்றிய வழக்கம் ஒன்று ஆர்வம் ஏற்படுத்தியது. 'வெயிட்டர்கள்' ஈரமான துண்டுகளுடன் ஆங்காங்கே நகர்ந்து கொண்டிருந்தனர். பார்வையாளர்கள் தம் கைகளையும் முகத்தையும் துடைத்து கொள்வதற்கு அவற்றைப் பயன் படுத்துகின்றனர்.

அன்று நான் பார்த்த நாடகம், சீன வரலாற்றை அடிப்படையாகக் கொண்டது. சில நடிகர்களின் நடன அசைவுகளும் பாடிய முறையும் ஓரளவுக்கு இந்தியாவில் நமக்குப் பழக்கமான பாணியைப் போலவே இருந்தன. நடித்தவர்களின் தலையலங்காரங்கள் கோரமான வடிவத்திலிருந்தன; நகைச்சுவைக் காட்சிகள் வட இந்தியாவின் 'ராம் லீலா'வை நினைவுபடுத்தின. பார்வை யாளர்களில் சீனப் பெண்கள் அதிகம் இருந்தனர்; நேர்த்தியாக, பல வண்ணங்களில் உடையணிந்திருந்தனர். அழகிய நிறம் கொண்டவர்கள்; ஆனால், இயற்கையான அந்த அழகு போதாதென்று, முகத்தில் அடர்த்தியாகச் செஞ்சாயமும் பவுடரும் பூசியிருந்தனர்.

சிறுமிகளின் பாதத்தை இறுகக் கட்டி செயற்கையாக வளைத்து சிறியதாகவே வைக்க முயலும் வழக்கம் பெருமளவுக்கு இன்னமும் நிலவுகிறது. இதன் விளைவு, நன்கு வளர்ச்சியடைந்த பெண்ணின் பாதங்களும் ஐந்து அல்லது ஆறு வயதுக் குழந்தையின் அளவே இருக்கும். அவ்வாறு வளைக்கப்படும் பாதம் அழகாகத் தோன்றாது; அத்துடன் அவர்கள் மிகுந்த சிரமத்துடன் நடப்பதும் கவனத்தை ஈர்ப்பதாக இருக்கும்.

தெருக்கள் இரவு நேரத்தில் மிகவும் உயிர்த்துடிப்புடன் இயங்குகின்றன; விளக்குகள் அவற்றைப் பிரகாசமாக அலங்கரிக் கின்றன. ஏறத்தாழ இரண்டு கட்டடங்களில் ஒன்று மேல் தளம் கொண்டதாக இருக்கிறது; தேநீர்- இல்லமாக அல்லது சிற்றுண்டி நிலையமாக அவை செயல்படுகின்றன. அங்கு இளம் பாடகிகள் பாடுகிறார்கள்; ஆடுகிறார்கள். பார்வையாளர்கள், ஹுக்கா

புகைத்துக்கொண்டே தேநீர் அருந்துவார்கள். சீனாவின் தேநீர்-இல்லங்களின் பொதுப் பயன்பாடு ஐரோப்பியர்களிடம் காணப்படும் வழக்கமான கஃபேக்கள் அல்லது ரெஸ்டாரண்ட்களுக்கு அவர்கள் செல்வதைப் போலிருக்கிறது. இதைப்போன்ற மக்களுக்கான பொழுதுபோக்கு அம்சம் தோராயமாக என்று சொல்லும் அளவுக்குக்கூட நம்மிடம் வழக்கத்தில் இல்லை.

அநேகமாகச் சீனர்கள்தான் உலகிலேயே மிகவும் பழமைவாதிகளாக இருப்பார்கள் என்று நம்புகிறேன். அவர்கள் தொன்மையான வழக்கங்களைக் கடைப்பிடிக்கின்றனர்; பாரம்பரிய ஆடைகளை விரும்பி அணிகின்றனர். மக்கள் இங்கு ஐரோப்பியர்களின் பாதுகாப்பிலும் தாக்கத்திலும்தான் வாழ்கின்றனர். எனினும் இந்தப் பழமையான வழக்கங்களிலிருந்து அவர்கள் விடுபடும் அளவுக்கு அவை தாக்கத்தை ஏற்படுத்தியதாகத் தெரியவில்லை. ஐரோப்பிய ஆடையை முழுமையாகவோ பாதியளவோ அணிந்த ஒரு சீனனைக்கூட என்னால் பார்க்க இயலவில்லை; கிறிஸ்தவ மதத்துக்கு மாறியவர்களும், தங்களுக்குப் பிரியமான பின்னல் போட்ட நீண்ட ஜடை வைத்திருக்கிறார்கள்; அவர்களது இனத்துக்குரிய ஆடையைத்தான் அணிகிறார்கள். சுற்றுப் புறங்களில் விரைந்து ஊடுருவிக் கொண்டிருக்கும் ஐரோப்பியர்களின் செல்வாக்கையும் தாக்கத்தையும் மீறி, இன்னும் எவ்வளவு காலத்துக்கு இந்த மனிதர்கள் பழைய வழக்கங்களையும் முறைகளையும் கைவிடாமல் இருப்பார்கள் என்பதைக் காலம் மட்டுமே சொல்லமுடியும்.

சீன மொழி மாறுபட்ட பல வடிவங்களில் பேசப்படுகிறது; சீனாவின் ஒரு பகுதியில் இருப்பவர் பிறிதொரு பிரதேசத்தைச் சேர்ந்தவர் பேசும் மொழியைப் புரிந்துகொள்ள முடியாமல் சிரமப்படுகிறார்கள்; அல்லது அவர்களால் முடியவில்லை என்ற அளவுக்கு பேச்சு மொழியில் வேறுபாடு காணப்படுகிறது. எடுத்துக்காட்டாக, காண்டன், ஷாங்காய், பீகிங்கில் பேசப்படும் வழக்குகளுக்கு இடையில் பெரும் வேறுபாட்டை உணர முடியும். சீனர்கள் சிலர் பேசும் 'பிட்ஜின்' ஓட்டை ஆங்கிலம் மிகவும் வேடிக்கையானது. சீனர்களுக்குப் புரியவைப்பதற்காக சில நேரங்களில் வேறுவழியின்றி ஐரோப்பியர்களும் அதைப் பின்பற்றுகின்றனர். பொதுவாக எல்லோரும் பயன்படுத்தும் சொலவடை, 'ஏய் புத்திசாலி' என்பது. பொதுவாக சீக்கிய போலிஸ்காரர்களிடம் இப்படி அழைக்கும் வழக்கம் அதிகம். ஒரு மாகாணத்திலிருந்து மற்றொரு இடத்துக்குச் செல்லும்

ஐரோப்பியர்களின் வேலைக்காரர்கள், பரஸ்பரப் புரிதலுக்காக அவர்களுக்குள் பிட்ஜின் ஆங்கிலத்தில் உரையாடுவார்களாம். ஏனெனில் பேச்சு வழக்கில் அந்த அளவுக்குச் சிக்கல் இருக்கிறது.

ஆங்கிலம், ரஷ்யன், பிரெஞ்சு, ஜெர்மன், அமெரிக்கன், சீனம், ஜப்பான் என ஏழு வேறுபட்ட அஞ்சல் நிலையங்கள் ஷாங்காய் நகரில் பரபரப்புடன் செயல்படுகின்றன. குறிப்பிட்ட தேசத்தவர் அவர் நாட்டின் அஞ்சல் நிலையத்தின் வழியாகக் கடிதங்கள் போன்றவற்றை அனுப்புகிறார்கள், பெறுகிறார்கள். ஒவ்வொரு நிலையமும் அவரவர் தேசத்து 'மெயில்' விஷயங்களை மட்டுமே கையாளுகின்றன. இவ்வளவு சிக்கல்களுக்கும் காரணம், இம்பீரியல் சீன அஞ்சல் துறையின் திறமை மீதான அவநம்பிக்கைதான். நாங்கள் இங்கு இரண்டு அல்லது மூன்று நாட்கள்தான் தங்குவதாக எண்ணம். அதன்பின் வடக்கு சீனாவுக்கும் பீகிங்குக்கும் செல்வதாகத் திட்டம். ஆனால் அப்போது சிறிய சரக்குப் படகுகள்தான் கிடைக்கும் போலிருந்தன. அதுவும் அவை புறப்படும் தேதிகளும் நிச்சயமற்ற நிலை; ஆகவே நாங்கள் ஆறு நாட்கள் தங்க வேண்டியதாயிற்று.

சீனர் பகுதியில் ஷாங்காயிலிருந்து சுமார் ஐந்து மைல் தொலைவில் ஸிக்காவேய் என்ற இடத்தில் அமைந்திருந்த இயேசு சபையின் அநாதை இல்லத்துக்கும் கான்வெண்டுக்கும் சென்றோம்.; மிகவும் சுவாரஸ்யமான நாள் அது. இருநூறு ஆண்டுகளுக்குமுன் ஏதோ மிஷனரிகளால் தொடங்கப்பட்டவை; இப்போது மிகவும் சிறப்பாக வளர்ந்துள்ள நிறுவனங்கள். சீன உடைகள் அணிந்திருந்த பாதிரியார்கள், அந்த இடத்தைச் சுற்றிக் காண்பித்தனர்; மாணவர்கள் அனைவரும் சீன கத்தோலிக்கர்கள். சீன மொழியுடன், மரத்தில் சிற்பங்கள் செதுக்குதல், வண்ணம் பூசுதல், சிற்பங்கள் வடித்தல் போன்றவை அவர்களுக்குக் கற்றுத் தரப்படுகின்றன.

சில மாணவர்கள் இரண்டு தளங்கள் கொண்ட வீடு ஒன்றை உருவாக்கிக் கொண்டிருந்தனர். உள்ளும் புறமும் ஆடம்பரமான மரவேலைப்பாடுகளும் அலங்காரங்களும் நிறைந்ததாக அந்த வீடு அமையக்கூடும். பெல்ஜியம் அரசருக்காக அது உருவாகிறது. பகுதி பகுதியாக பிரித்து அனுப்பப்படும் இந்த வீடு பிரஸ்ஸல்ஸுக்கு அருகில் லேக்கென் என்ற இடத்திலிருக்கும் ராயல் பார்க்கில் நிர்மாணிக்கப்பட உள்ளது. மாணவிகளுக்கு லேஸ் தைத்தல், எம்ப்ராய்டரி வேலை ஆகியன சொல்லித் தரப்படுகின்றன. தெருக்களிலிருந்து மீட்கப்பட்ட பல பச்சிளம் குழந்தைகளை ஓர்

அறையில் பார்த்தோம். குழந்தைகளைப் பேணி வளர்க்க முடியாத ஏழைச் சீனர்கள் இப்படி விட்டுவிட்டு சென்றுவிடுவார்களாம்.

அந்தக் கான்வெண்டில் பெரிய நூலகம் ஒன்று இருக்கிறது. ஐரோப்பிய, சீன மொழிகளில் பல ஆயிரக்கணக்கான புத்தகங்கள் அங்கு உள்ளன. கீழ்த்திசை நாடுகளின் சமயம் மற்றும் இலக்கியம் குறித்த புத்தகங்கள். அருகிலிருந்த புகழ்பெற்ற விண்வெளி ஆய்வுக்கூடம் ஒன்றையும் பார்த்தேன். ரோமன் கத்தோலிக்கப் பாதிரியார்கள் அதைப் பராமரித்து வருகிறார்கள். அறிவியல் சாதனங்களின் முழுமையான தொகுதி அங்கு இருக்கிறது. வசிப்பவர்களுக்கு உதவும் வகையில் வானிலை அவதானிக்கப் படுகிறது. சில மைல்களுக்கு அப்பால் மோசமான வானிலையால் அலைக்கழிக்கப்படும் கப்பல்களுக்குத் தேவையான சமிக்ஞைகள் அனுப்புகிறார்கள்.

திரும்பி வருகையில் இம்பீரியல் சீனக் கல்லூரியின் வெளிப் புறத்தைப் பார்க்க முடிந்தது. பொலிவு மிக்க கட்டடங்களின் தொகுப்பு. அந்தக் கல்லூரி சில ஆண்டுகளுக்கு முன்னர்தான் தொடங்கப்பட்டுள்ளது. ஆசிரியர் குழுவில் மூன்று ஐரோப்பியப் பேராசிரியர்களும் இருக்கிறார்கள். வழக்கமான கல்வியுடன் மாணவர்கள் ஆங்கிலமும் பிரெஞ்சும் கற்கிறார்கள். சீன மாணவர்கள் சிலரிடம் பேசினோம். எங்களுக்கு அவ்வளவு திருப்தியாக இல்லை. அவர்களது அறிவுத்திறன் என்னை ஈர்க்க வில்லை. எங்களது கேள்விகள் அனைத்துக்கும் வெற்றுப்பார்வை தான் பதிலாகக் கிடைத்தது. ஆங்கிலேயரது விளையாட்டுகளை ஆடுவதற்கு ஏற்ற ஆடைகள் அணியாமல் அந்த மாணவர்கள் பாரம்பரியமான, நீண்ட ஆடைகளை அணிந்திருந்தனர். அவர்கள் அந்த உடைகளுடன் விளையாடுவதைப் பார்க்க வேடிக்கையாக இருந்தது.

அங்கிருந்து புறப்படும் நாள் வந்தது. பெரிய கிரிக்கெட் போட்டி ஒன்றைப் பார்த்தோம். ஹாங்காங் அணிக்கும் உள்ளூர் அணிக்கும் இடையில் நடந்த அந்த மேட்ச் மூன்று நாட்கள் நீடித்தது என்று என்னிடம் சொன்னார்கள். மேட்சில் அதிக ஆர்வம் காட்டிய ஐரோப்பியர்களின் பெரும் கூட்டம் மைதானத்தில் குழுமியிருந்தது. டின்னருக்குப் பின் ஷாங்காய் நகரின் அமெச்சூர் குழு ஒன்று நடத்திய பல்வகை கேளிக்கை நிகழ்வு ஒன்றைப் பார்த்தோம். நிகழ்ச்சி நடந்த 'லைசியம்' ஓர் அழகான சிறிய அரங்கம். அதன்பின் 'கிங்-சிங்' என்ற சிறிய ஸ்டீமரில் டீன்-ட்ஸின் நோக்கிப் புறப்பட்டோம்.

சிஃபூ மற்றும் டீன் -ட்ஸின்[1]

அந்த ஸ்டீமர் சுமார் இரண்டாயிரம் டன் எடை கொண்டது. அடுத்த நாள் அதிகாலையில் பயணத்தைத் தொடங்கியது. எங்களைத் தவிர்த்து ஆறு பயணிகளுக்கு மேல் ஸ்டீமரில் இல்லை. படகு சிறியது என்பதால் அதிகமானவர்களுக்கு அதில் இடமில்லை. டைனிங் பகுதியில் பத்து அல்லது 12 பேர் மட்டுமே அமரமுடியும். ஓர் ஆங்கிலேயன், ஓர் அமெரிக்கன், ஒரு ரஷ்யன், ஒரு ஜப்பானியன் என சில நாடுகளின் பிரதிநிதிகள் அந்தக் கப்பலில் பயணித்தனர்.

முதல் இரண்டு நாட்கள் பயணம் அமைதியாக, இனிமையானதாக இருந்தது; ஆனால், சிஃபூவை (வடக்கு சீனாவில் இருக்கும் ஒப்பந்தத் துறைமுகங்களில் ஒன்று) நெருங்கும்போது கடலில் அலைகளின் வேகம் அதிகரித்துவிட்டது. வேகமாகக் காற்று வீசத் தொடங்கியது. எங்களால் இதைத் தாங்கிக்கொள்ள முடிய வில்லை. மிகவும் அசௌகரியமாக இருந்தது. படகு ஆட்டம் போட்டது; அலைகளால் தூக்கி விசிறப்பட்டது. எங்களால் துளியும் தூங்க முடியாத நிலை. அடுத்த நாள் அதிகாலையில் சிஃபூ துறைமுகத்தில் நங்கூரம் பாய்ச்சினோம். தாங்க முடியாத குளிர். வேகமான காற்று இன்னமும் வீசிக்கொண்டுதான் இருந்தது. கடல் மிகவும் சீற்றத்துடன் இருந்ததால் வழக்கமான முறையில் பயணிகள் இறங்கமுடியவில்லை; இது சரக்கு மட்டுமே ஏற்றும் படகு என்பதால், பயணிகள் இறங்குவதற்கான சிறப்புச் சாதனங்கள் எதுவும் இதில் பொருத்தப்பட்டிருக்கவில்லை. அதனால் சிறிய படகுகளில் ஏறி கரையை நோக்கி நகர்ந்தோம்.

அன்றைய இரவை சமுத்திரத்தைப் பார்த்திருந்த, சுத்தமான மற்றும் வசதியற்றது என்று சொல்லமுடியாத ஹோட்டல் ஒன்றில் கழித்தோம். பார்க்க ஆர்வமூட்டும் எதுவும் சிஃபூவில் இல்லை. அந்த இடம், வடக்குச் சீனாவில் வசிக்கும் ஐரோப்பியர்களின் முதன்மையான கோடைவாசத்தலமாகப் பயன்படுகிறது.

---

[1] சிஃபூ : கிழக்குச் சீனக் கடல் துறைமுகம், தற்போதைய யாண்டாய் (Yantai). டீன்-ட்ஸின் : போஹாய் கடல் பகுதியில், யாண்டாய்க்கு வடபகுதியில் அமைந்திருக்கும் இன்றைய டியான்ஜின் துறைமுகம் (Tianjin). இவை ஒப்பந்தத் துறைமுகங்கள் (Treaty ports). வலிமைமிக்க மேற்கத்திய நாடுகளால், சமத்துவமற்ற ஒப்பந்தங்கள் அடிப்படையில் வெளிநாட்டு வணிகத்துக்குத் திறந்துவிடப்பட்டிருக்கும் சீன மற்றும் ஜப்பான் துறைமுகங்கள்.

அந்த நகரத்து ஐரோப்பியர்களின் மக்கட்தொகை சுமார் ஐநூறைத் தாண்டாது. அடுத்த நாள், மிகவும் அமைதியாக இருந்தது. காலை பத்து மணிக்கு நாங்கள் சிஃபூவை விட்டுப் புறப்பட்டோம். பல் கிடுகிடுக்கும் அளவுக்குக் குளிர்ச்சியான காற்று; மேல் தளத்துக்கே எங்களால் வர முடியவில்லை; காஃபின்களுக்கு உள்ளேயே அடைந்து குளிரிலிருந்து தப்பிக்க முயன்றோம். அடுத்த நாள் காலையில் டாங்கு பார் என்ற சிறிய துறைமுக நகரை அடைந்தோம். கரைக்குத் திரும்பும் வழி எதுவும் எங்கள் முன் தோன்றவில்லை. மதியத்தில் மருத்துவ சோதனை முடிந்தது; பெரும் சிரமத்துக்குப்பின் ஸ்டீம் படகு ஒன்று கிடைத்தது. அதில் கரைக்குச் சென்றுவிடலாம் என்று நம்பினோம்.

பயணிகள் படகில் ஏறியபின் படகு நடத்துவோர் மேலும் பயணிகளை ஏற்றிக் கொள்வதற்காக துறைமுகத்தைச் சுற்றிச் செல்வதை (பல மணி நேரம் அதற்கு ஆகிறது) வழக்கமாக்கிக் கொண்டுள்ளது எங்களுக்குத் தெரியவந்தது. அந்த அனுபவத்தைப் பெற எனக்கு ஆசையில்லை என்பதால், அந்தப் படகு முழுவதையும் நானே வாடகைக்கு எடுத்துவிட்டேன்; அதனால் அடுத்த இரண்டு மணி நேரத்துக்குள் கரையை அடைந்து விட்டோம். இறங்கியவுடன் எங்களுக்குப் பெரும் ஏமாற்றம்; டீன்-ட்ஸின் செல்லும் கடைசி ரயில் புறப்பட்டுப் போய்விட்டது. ஹோட்டல் அறைகள் மிகச் சாதாரணமாக இருந்தன. அதனால், சிறப்பு ரயில் ஒன்றை ஏற்பாடு செய்ய முடிவு செய்தேன். அது ஒருமணி நேரத்தில் பயணத்தை முடித்தது. நாங்கள் ஆஸ்டார் ஹவுஸ் ஹோட்டலில் தங்கினோம். அந்த ஹோட்டல் பெருமளவுக்கு வசதியுடனும் நல்ல முறையில் பராமரிக்கப் பட்டதாகவும் இருந்தது.

அடுத்த நாள் அந்த இடத்தைச் சுற்றிப்பார்க்கச் சென்றேன். டீன் - ட்ஸீன் நகரில் சில நல்ல சாலைகள் இருந்தன. ஷாங்காயைத் தவிர்த்துப் பார்த்தால், வெளிநாட்டவர்களின் மிகப் பெரிய குடியிருப்புகள் இங்குதான் உள்ளன. எட்டு வெளிநாட்டவர் குடியிருப்புகள் இருக்கின்றன: ஆங்கிலேயர், ரஷ்யர், ஜெர்மானியர், பிரெஞ்சுக்காரர், ஆஸ்திரியர், இத்தாலியர், அமெரிக்கர் மற்றும் ஜப்பானியர்களின் குடியிருப்புகள். குறிப்பிடப்பட்ட இந்தத் தேசங்களில், ஆறு நாடுகளின் துருப்புகள் இங்கு பராமரிக்கப் படுகின்றன: எண்ணிக்கை ஐநூறிலிருந்து இரண்டாயிரம் வீரர்கள் வரை இருக்கலாம். அநேகமாக ஜெர்மானியர்களின் படைப்பிரிவு பெரியது. மேலே குறிப்பிட்ட தேசங்களின் வீரர்கள் ஒன்றாக நடந்து

செல்வதைப் பார்ப்பது ஆர்வமாகவும், தனித்துவமானதாகவும் இருந்தது; அவர்களுக்கிடையில் ஒப்பீட்டு அளவிலான வேறுபாடு குறிப்பிடத்தக்கது. கவர்ச்சியாக இல்லாத காக்கிச் சீருடையில் ஜெர்மானியர்களையும், அவர்களுக்குப் பக்கத்திலேயே நடந்து செல்லும் நம் ஊர் கூர்க்காக்களை ஒத்திருக்கும் கட்டை, குட்டையான ஜப்பானியர்களையும் அங்கே நீங்கள் பார்க்கமுடியும்; ஏதோ அந்த இடம் அவர்களுக்குச் சொந்தம் என்பதுபோல் நடந்து செல்லும் சீக்கியர்களையும் பார்க்கலாம்.

எங்கள் பயணத்தின்போது ஜெர்மானிய படைமுகாம் ஒன்றின் முன் நின்றோம். ஜெர்மன் மொழி பேசும் எனது இந்திய மருத்துவரின் உதவியுடன் அங்கு சுற்றிப்பார்க்க அனுமதி பெற்றேன். சார்ஜெண்ட் ஒருவர் எங்களை அழைத்துச் சென்று, குதிரை லாயங்களையும் குதிரைப்படை வீரர்கள் தங்குமிடங்களையும் சுற்றிக் காட்டினார். அதன்பின் காலாட்படை முகாமையும் காட்டினார். இந்த இடம் முன்னர் இம்பீரியல் சீனக் கல்லூரியாக இருந்தது. ஆண்களின் 'டார்மிடரி'களும் உணவருந்தும் அறைகளும், படிக்கும் அறைகளும் நன்றாகப் பராமரிக்கப்பட்டும் சுத்தமாகவும் இருந்தன.

வீரர்கள் எவ்வளவு ஊதியம் பெறுகிறார்கள் என்று கேட்டோம். வெளிநாட்டுச் சேவையில் இருப்போருக்கு ஒரு மாதத்துக்கு அறுபது மார்க்குகள் ஊதியமாம். உலகின் அந்தப் பகுதியில் பணிபுரியும் ஜெர்மானியத் துருப்புகளின் சீருடை பசுமை கலந்த காக்கி நிறத்தில் இருக்கிறது. சுறுசுறுப்பான தோற்றத்தையும் திறமையையும் வெளிப்படுத்துவதாகத் தோன்றியது. டீன்-ட்ஸீன் நகரிலிருக்கும் ஜெர்மன் படைமுகாமில் ஒரு காலாட்படைப்பிரிவும் ஒரு குதிரைப்படைப்பிரிவும் பீரங்கிப் பிரிவும் இருக்கின்றன.

டீன்-ட்ஸீன் நகரை விட்டு இரண்டு மணி மெயிலில் புறப்பட்டோம். அந்த ரயில் பயணத்தின்போது நாங்கள் பார்த்த நிலப்பரப்பு வறட்சியாகவும் அழகற்றும் காணப்பட்டது; பெருமளவுக்கு வட இந்திய நிலப்பரப்பை ஒத்திருந்தது. அந்த ரயில் விரைவாகச் சென்றதுடன், வசதியாகவும் இருந்தது. பீக்கிங்கை *06:30* மணிக்கு அடைந்தது.

3

பீகிங்கில் புத்தர்

சீன அரசாங்கம் வடக்கு சீனாவில் இப்போது ரயில் போக்குவரத்தைத் தொடங்கியுள்ளது. ஆனால், சீன அரசுப் பணியிலிருக்கும் ஆங்கிலேயர்கள்தான் அதை நிர்வகிக்கிறார்கள். பீகிங்கிலிருந்து ஹாங்கோவ் (இன்றைய வூஹான் மாநகரத்தின் ஒருபகுதி) வரை பிரெஞ்சுக்காரர்கள் ரயில் பாதை போட்டிருக்கிறார்கள்; அவர்களே நிர்வாகமும் செய்கிறார்கள். சீன மக்களின், அரசாங்கத்தின் விருப்பத்துக்கு எதிராகத்தான் ரயில்பாதை போடப்பட்டுள்ளது. ரயில் துரதிருஷ்டத்தைக் கொண்டு வரக்கூடும் என்று அவர்கள் அஞ்சினார்கள். இருப்பினும், பழமைவாதியான டோவேஜர் பேரரசியும்[1] அவரது அரசவை உறுப்பினர்களும் தேவையானபோது ரயில் சேவையை இப்போது பயன்படுத்துகிறார்கள். அந்த நேரங்களில் ரயில்பாதையும் நிலையங்களும் வேறு போக்குவரத்தோ அல்லது தனியாரின் பயன்பாடோ இல்லாமல் 'கிளியர்' செய்யப்படுகின்றன.

---

1. பேரரசி டோவேஜர் சிக்சி, ஆசை நாயகியாக இருந்து அரசி ஆனவர். 1861 முதல் 1908இல் இறக்கும் வரை 47 ஆண்டுகள் பேரரசரும் பேரரசும் அவர் கட்டுப்பாட்டில் இருந்தனர்.

தலைநகரை அடைந்தபின், ரிக்ஷாக்களில் சுற்றிப்பார்க்கச் சென்றோம். கூச்சலிட்டு, தமக்குள் சண்டை போட்டுக்கொண்ட கூலிகளின் கூட்டம் எங்களைச் சூழ்ந்துகொண்டது. தனது ரிக்ஷாவில் செல்லவேண்டும் என்று ஒவ்வொருவரும் வேகமான ஆர்வத்துடன் வேண்டினர். அவர்களிடமிருந்து நாங்கள் தங்கியிருந்த ஹோட்டல்-டு-நோர்டின் ஜெர்மானிய மேலாளர் எங்களைக் காப்பாற்றினார். நாங்கள் செல்லும் பாதையை 'கிளியர்' செய்து தர அவர் சாட்டையைச் சுதந்தரமாகப் பயன்படுத்தினார்.

அந்த ஹோட்டல் ஒரு சாதாரண சீன வீடு. அவ்வளவுதான். அந்த டார்ட்டர் மாநகரத்தின் மையப்பகுதியில் மோசமான இடமொன்றில் ஹோட்டல் அமைந்திருந்தது. அதைச் சுற்றியிருந்த சந்துகளிலிருந்து தீங்கு விளைவிக்கும் துர்நாற்றம் வீசியது. ஆனால், அறைகள் அவ்வளவு மோசமாக இல்லை.

பீகிங் வந்து சேர்ந்த மறுநாள் காலையில், மாநகரத்தில் ஒரு பகுதியைப் பார்க்கலாம் என்று ரிக்ஷாக்களில் புறப்பட்டோம். பீகிங்கை 'அலங்கோலமான, கொடிய துர்நாற்றம் வீசும் நகரம்' என்று கூறலாம். இந்த மாநகரத்துக்குள், வேறு நான்கு மாநகரங்களும் அடங்கியுள்ளன: சீன மாநகரம், டார்ட்டர் மாநகரம், இம்பீரியல் மாநகரம் மற்றும் தடைசெய்யப்பட்ட மாநகரம். இறுதியாகக் குறிப்பிடப்பட்ட நகரத்தில்தான் அரசவை இருக்கிறது.

இந்த நகரங்களைச் சுற்றி தனித்தனியாக உயரமான சுவர்கள் இருக்கின்றன. இந்த நான்கு மாநகரங்களையும் சூழ்ந்ததுபோல், அதாவது அந்தச் சுவர்களுக்கும் வெளியில், மற்றொரு உயரமான சுவர், ஏறத்தாழ பதினைந்து மைல்கள் சுற்றளவுக்கு அமைந்திருக்கிறது. அந்தச் சுவரின் மேல் சுமார் அரை மைலுக்கு ஒரு கண்காணிப்புக் கோபுரம் அமைந்திருக்கிறது. பிரம்மாண்டமான சுவர்; சுவரின் மேல்பகுதி மிகவும் அகலமாகக் கட்டமைக்கப்பட்டுள்ளது.

நன்கு பராமரிக்கப்படும் சாலையாக, லெகேஷன் வீதி (தூதரக வீதி) இருக்கிறது. பல்வேறு நாட்டுத் தூதரகங்களும் இங்கு அமைந் துள்ளன. அனைத்துத் தூதரகங்களும் தமக்கென்று காவல் படை ஒன்றை வைத்துள்ளன. பொதுவாக, படையில் வீரர்களின் எண்ணிக்கை 200லிருந்து 300 வரை இருக்கிறது. சமீபத்தில் நடந்த பிரச்சனைக்குப்பின் சீனர்கள் அவர்களைப் பாதுகாப்பார்கள் என்ற நம்பிக்கை தூதரகங்களுக்கு இல்லை.[2] இதனால்தான் இந்தத் தனிக் காவல் படை ஏற்பாடு.

நான்கு நகரங்களையும் சுற்றி அமைக்கப்பட்ட உயரமான சுவர்

லெகேஷன் வீதி

செடன் நாற்காலிகள்

ஒவ்வொரு தூதரகத்தைச் சுற்றியும் பெரும் சுவர்கள் எழுப்பப்பட்டுள்ளன. சிலவற்றில் சுவர்களின் மேல், சுடுவதற்குத் தயார் நிலையில் துப்பாக்கிகள் வைக்கப்பட்டுள்ளன. பிரிட்டிஷ் தூதரகம், சீன இளவரசர் ஒருவருக்குச் சொந்தமான இடமொன்றில் இருக்கிறது. அங்கு சர் ஏர்னஸ்ட் சடோவைச் சந்திக்கச் சென்றிருந்தேன். அது மிக அழகிய வளாகம். சீன பாணியில் அமைந்த இரண்டு பொலிவான ஓய்வு இல்லங்கள் அங்கு இருக்கின்றன. தூதுவர் அவற்றில்தான் வசிக்கிறார். ரஷ்யா, ஆஸ்திரியா, இத்தாலி மற்றும் பிரெஞ்சுக்காரர்கள் கருங்கற்கள் கொண்டு ஐரோப்பியப் பாணியில் தமக்குப் பெரிய கட்டடங்களைக் கட்டிக்கொண்டிருக்கிறார்கள். தாற்காலிகமாக அவர்களுக்கு சீனர்கள் இல்லங்களில் இடம் தரப்பட்டுள்ளது.

முதல் நாள் காலையில் டார்ட்டர் நகரத்தின் ஊடாகச் சுற்றிப் பார்த்தேன். தெருக்கள் அதிர்ச்சியூட்டும் நிலையில் இருந்தன. வாகன வசதிகளே இல்லை என்றுதான் சொல்லவேண்டும். வசதியானவர்கள், செடன் நாற்காலிகளில்[3] பயணிக்கிறார்கள். நன்கு உடையணிந்த ஆறுபேர் அதைத் தூக்கிச் செல்கின்றனர். அருவருப்பூட்டிய துர்நாற்றம் வீசிய தெருக்கள் அழுக்கு நிரம்பி காணப்பட்டன. அங்கிருந்த நேரம் முழுவதும் நறுமணத் தைலம் தெளித்தக் கைக்குட்டையை மூக்கருகில் வைத்திருந்தேன்.

பிரிட்டிஷ் தூதர், அவர் பயன்பாட்டுக்கு வைத்திருந்த இரு செடன் நாற்காலிகளை நாங்கள் பயன்படுத்திக்கொள்ள அனுமதி

---

2. 1900இல் அந்நியர்களின் ஆதிக்கம்/ செல்வாக்குப் பெறுகிறது என்று சொல்லி 'பாக்ஸர்ஸ் கிளர்ச்சி' நடைபெற்றது. தூதரகங்கள் தாக்கப்பட்டன. வெளிநாட்டவர் கொலை செய்யப்பட்டனர். ஒரு கட்டத்தில் தலைநகரைவிட்டு வேறொரு பாதுகாப்பான இடத்துக்கு அரசவையினர் சென்றுவிட்டனர்; ஒரு நிலையில் டோவேஜர் பேரரசி இந்தக் கிளர்ச்சியை ஆதரித்தார் என்று கூறப்படுகிறது. ஒன்பது நாடுகளின் கூட்டணிப்படை தலைநகருக்குள் நுழைந்து போராட்டக்காரர்களை ஒடுக்கியது (வட சீனாவைச் சேர்ந்த அந்தக் கிளர்ச்சிக்காரர்களில் பெரும்பான்மையோர் சீன பாரம்பரியப் போர்க் கலையில் பயிற்சி பெற்றவர்கள். இதனை சீன பாக்ஸிங் என்று ஆங்கிலேயர்கள் குறிப்பிட்டனர். இதனால் இது பாக்ஸர்ஸ் கிளர்ச்சி என்று பெயர் பெற்றது).

3. ஒரு நபர் அமர்ந்து செல்லும் வகையில் வடிவமைக்கப்பட்ட, மூடப்பட்ட நாற்காலி. ஏறத்தாழ பல்லக்குப் போன்ற இதை உயர் குலத்தவர் பயன்படுத்துகிறார்கள்; நான்கு முதல் பல நபர்கள் தூக்கிச் செல்லும் அமைப்பைக் கொண்டது.

அளித்தார். தெருக் காட்சிகள் ஆர்வமூட்டின. ஆங்காங்கே, வரிசையாக கடைகளும் வீடுகளும் தென்பட்டன. கண்ணுக்கு இனிமை தந்தன. அவற்றின் முன்பக்கங்கள் பொன் வண்ணத்தில் முலாம் பூசியதுபோல் தோன்றின. ஓரிடத்திலிருந்து மற்றோர் இடத்துக்குச் செல்ல கழுதைகளில் சவாரி செய்யலாம்; அல்லது வண்டிகளைப் பயன்படுத்தலாம். வண்டிப் பயணம் மிகவும் அசௌகரியமானது. சரியாகப் போடப்படாத அல்லது கல்பாவிய பாதைகளில் அவை செல்லும்போது, பயணிகளுக்கு நிச்சயம் சிரமமும் சோர்வும் உண்டாகும்.

திருமண ஊர்வலம் ஒன்றைத் தற்செயலாக எதிர்கொண்டோம். பட்டுத் துணிகள், 'ஃபர்னிச்சர்கள்', மலர்க்கொத்துக் குவளைகள், வீட்டு உபயோகத்துக்குத் தேவையானவை என்று அனைத்து அன்பளிப்புகளையும் மணமகளுக்கு முன்னால், பெரிய தாம்பாளங்களில் எடுத்துச் சென்றார்கள். வேறொரு நேரத்தில் இறுதி ஊர்வலம் ஒன்றையும் பார்க்கமுடிந்தது. மிக விரிவாக, அழகாக அலங்கரிக்கப்பட்ட பல்லக்கில் இறந்தவரின் உடல் எடுத்துச் செல்லப்பட்டது. பல்லக்கைச் சுற்றியும், அதன் பின்னாலும் இறந்தவரின் உறவினர்களும் நண்பர்களும் அதிக எண்ணிக்கையில் சென்றனர். அந்தச் சடங்கின் புனிதத்தைப் பெருமளவுக்குக் கெடுக்கும் செயல் ஒன்றையும் பார்க்க நேர்ந்தது. உடலைச் சுமந்து சென்றவர்கள் ஆப்பிளைச் சாப்பிட்டப்படி நடந்தது வேடிக்கையாக இருந்தது. ஊர்வலத்தில் பெண்களும் கலந்துகொண்டிருந்தனர். விசித்திரமான குரலில் அவர்கள் கதறியதும் புலம்பியதும் மனத்துக்குத் துயரத்தை அளித்தன.

அன்று மதியம் மிகவும் பிரபலமான 'சொர்க்கக் கோவிலுக்குச்' சென்றேன். சீனாவின் முக்கியமான கட்டடங்கள் அனைத்தைச் சுற்றியும் காணப்படும் உயரமான சுவர், இந்தக் கோவிலைச் சுற்றியும் அமைந்திருந்தது. கோவிலின் உட்புறமும் வெளிப்புறமும் வண்ணமயமாக இழைக்கப்பட்ட மரங்களினால் அழகுற அலங்கரிக்கப்பட்டிருந்தன.

பிரார்த்தனை செய்வதற்காக இந்தக் கோவிலுக்குக் குறிப்பிட்ட சில நாட்கள் பேரரசர் வருகை தருவார். பேராபத்துகள் ஏதும் நிகழாமல் காப்பாற்றும்படி சொர்க்கத்திடம் மன்றாடுவார். அப்படிப்பட்ட சந்தர்ப்பங்களில் முதல்நாள் இரவு அவர் பட்டினி இருப்பாராம். காலையில் பிரார்த்தனையின் போது பலிபீடத்தில் ஆடு ஒன்றும் காளையொன்றும் பலிகொடுக்கப்படும். கோவில் பொறுப்பாளரைச் சந்தித்தேன்; 1900ல் 'பிரச்சனை' எழுந்தபோதும்,

சொர்க்கக் கோவில்

லாமா கோவிலின் வாயில்

கூட்டணிப் படைகளின் துருப்புகள்[4] பீகிங்கைத் தாக்கியபோதும் பேரரசர் இங்கு வந்து பிரார்த்தனை செய்தாரா என்று கேட்டேன். எனக்கு அவர் சொன்ன பதில், 'அருகில் கூட்டணிப் படையின் துருப்புகள் தென்படுகின்றனர் என்ற தகவல் வந்த உடனேயே, அவர் அடைக்கலம் தேடிக் கொண்டார்' என்பதுதான்.

இந்தக் கோவிலைச் சுற்றி வேறு பல கோவில்களும் இருந்தன. பளிங்குக் கற்களால் அமைந்த பெரிய அரங்கம் ஒன்றையும் பார்த்தோம். அந்த இடம் பலியிடல்களுக்குப் பயன்படுகிறதாம். அந்த அரங்கத்துக்குக் கூரை கிடையாது. அந்தக் கோவில் புறக்கணிக்கப்படுவதை ஒவ்வொரு இடத்திலும் காணமுடிந்தது. படிக்கட்டுகளிலும் புற்கள் முளைத்திருந்தன. சுற்றிலும் புதர்கள் மண்டிக்கிடந்தன.

ஆர்வமூட்டும் மற்றொரு விசித்திரமான விஷயம் எனக்குள் தோன்றியது. மக்கள் புத்தரை வழிபடுகிறார்கள். ஆனால், பேரரசரோ சொர்க்கத்தை மட்டும் வழிபடுகிறார்; எந்தக் குறிப்பிட்ட நம்பிக்கையையும் அவர் பின்பற்றுவதில்லை. சீனர்கள் புத்தரின்மீது நம்பிக்கை கொண்டவர்கள்; அவர்கள் பின்பற்றும் அறநெறிக் கோட்பாடு பெரும் சீர்திருத்தவாதியான கன்ஃபூஷியஸிடம் இருந்து பெற்றது. அவர்களது மதத்தின் ஒரு தீவிரமான சிந்தனையாக, முன்னோர்கள் வழிபாடு இருக்கிறது.

பீகிங் நகரில் ஒரு இடத்துக்கும் மற்றொரு இடத்துக்கும் இடையிலான தூரம் மிக அதிகம். மிகவும் மெதுவான பயண வசதிகள். நேரமில்லாத காரணத்தால் இந்தக் கோவில்களைப் பார்த்த பின், தங்கியிருந்த இடத்துக்குத் திரும்பிவிட்டோம்.

ஹோட்டல்-டு-நோர்டுவைச் சுற்றி எழுந்த துர்நாற்றத்தை தாங்கிக்கொள்ள முடியவில்லை. ஆகவே, இடத்தை மாற்றி விடலாம் என்று முடிவு செய்தேன். கிராண்ட் ஹோட்டலுக்கு மாறினேன். அவ்வளவு வெறுக்கத்தக்க துர்நாற்றம் இங்கு இல்லை. அடுத்த நாள் காலையில் எனது விஜயம் லாமா கோவில். பீகிங்கில் பார்க்கவேண்டிய பயனுள்ள இடம். இந்தப் பெரும் மடாலயத்துடன் தொடர்புடைய வேறு பல ஆலயங்களும்

---

4. வெளிநாட்டு தூதரங்களின் மீது நடத்தப்பட்ட தாக்குதலும் 55 நாட்கள் முற்றுகையும், பிரிட்டன், பிரான்ஸ், ஜெர்மனி, இத்தாலி, ருஷ்யா, அமெரிக்கா, ஆஸ்திரியா-ஹங்கேரி, ஜப்பான் நாடுகளின் கூட்டணிப் படையால் முறியடிக்கப்பட்டது.

இருந்தன. சில மடாலயங்களில் புத்தரின் பெரும் உருவங்கள் பல வடிவங்களில், பல அவதாரங்களில் நிர்மாணம் செய்யப் பட்டிருந்தன. சுவர்களும் உட்கூரைகளும் மிக விரிவாக, நுட்பமாக, அழகுற அலங்கரிக்கப்பட்டிருந்தன. அறுபது அடி உயரமுள்ள புத்தர் சிலை ஒன்று இருந்தது. வியப்பூட்டும் இந்தச் சிலையை நன்கு பார்ப்பதற்காக மேடை ஒன்றும் அமைத்திருக்கிறார்கள். அதன் மேல் ஏறிப்பார்த்தோம்; புத்தரது தலையின் சிறந்த காட்சி கிடைத்தது. ஒற்றை மரத்தைப் பயன்படுத்தி இந்தப் பிரம்மாண்டமான சிலை செய்யப்பட்டது என்று ஒரு மரபு வழிக் கதை கூறுகிறது.

மடாலயத்தின் சுற்றுச் சுவர்களில் சம்ஸ்கிருதச் சொற்களும் புராண நிகழ்வுகளும் பொறிக்கப்பட்டுள்ளன. ஆலயத்தில் நான் பார்த்த வெண்கலத்தில் செய்யப்பட்ட பொருட்களும், பச்சைக் கற்கள் பதிக்கப்பட்ட ஆபரணங்களும் அற்புதமாக இருந்தன. பௌத்தத் துறவிகள், பேராசைப்பிடித்த கூட்டம் என்றுதான் சொல்ல வேண்டும். சென்ற இடங்களில் எல்லாம் அன்பளிப்புக் கேட்டு என்னை மொய்த்துக் கொண்டனர்.

துறவிகள் மஞ்சள் நிற ஆடைகளை அணிகிறார்கள். காலை நேரப் பிரார்த்தனை நேரத்தில் அங்கிருக்க முடிந்தது நல்வாய்ப்பு என்றுதான் சொல்லவேண்டும். பிரார்த்தனையின் குறிப்பிட்ட சில கட்டங்களில் துறவிகள் தம் கைகளைக் கோத்துக்கொள்கின்றனர். இறைவனை இரந்து வேண்டுவதுபோல் இருந்தது. இடையில் அவ்வப்போது கைகளால் தாளம் போடுவதுபோல் தட்டுகிறார்கள். தரையில் குழுவாக அமர்ந்துகொண்டு துதிப்பாடல்களை ஒருமித்தக் குரலில் உரக்கப் பாடுகிறார்கள். இந்தியாவில் இந்து மதகுருமார்கள் செய்யும் தோத்திரத் தொனியை இச்செயல் நினைவூட்டியது. நடந்த சம்பிரதாயச் செயல்முறை முழுவதும், நமது இந்து சமயச் சடங்குகளின் நிகழ்வுகளைப் போலிருந்தன.

அடுத்து எங்கள் கவனத்தை ஈர்த்தது கன்ஃபூசியஸ் ஆலயம். அசாதாரண ஆர்வத்தை ஊட்டும் அளவுக்கு கோவிலில் எதுவும் இல்லை. உண்மையில் அந்தப் பெரும் துறவிக்கு, சீர்திருத்த வாதிக்கு, எழுப்பப்பட்ட நினைவகமே அது. வழிபாட்டிடம் அல்ல.

4

பீகிங் : பிடித்ததும் பிடிக்காததும்

ஹோட்டலில் மதிய உணவு சாப்பிட்டபின் சுற்றிப்பார்க்கப் புறப்பட்டேன். பிரிட்டிஷ் தூதரத்தின் மிகச் சிறந்த சீன அறிஞர் திரு.ஜோன்ஸ் எனக்குத் துணையாக வந்தார். இம்பீரியல் நகரம் முழுவதையும் எனக்குச் சுற்றிக் காட்டினார். நகரத்துக்கு மிகக் கம்பீரமான பெயர் இருந்தாலும், முதல் நாள் காலையில் நாங்கள் பார்த்த நகரத்தைவிட 'இம்பீரியல் சிட்டி' எந்த வகையிலும் சிறந்ததாகத் தோன்றவில்லை.

மாபெரும் 'ட்ரம்' (Drum) கோபுரத்தில் ஏறினோம். பீகிங் மாநகரத்தின் அழகிய காட்சியை அங்கிருந்து காண முடிந்தது. அந்த நகரத்தின் அமைப்பு குறித்த ஒரு பொதுவான அபிப்பிராயம் கிடைத்தது. இது வேறு வழிமுறைகளில் சாத்தியமாயிருக்காது. 'தடைசெய்யப்பட்ட நகர'த்தின் அல்லது அரண்மனை வளாகத்தின் இரண்டு வாயில்கள் அங்கிருந்து தெரிந்தன. இயற்கையான நிலப்பரப்பைப்போல் அமைந்திருந்த இம்பீரியல் சிட்டி பூங்காவின் ஒரு பகுதி தெரிந்தது; பெரிய விதானங்களுடன் சில மண்டபங்களும் தென்பட்டன.

கோபுரத்தை விட்டுக் கீழிறங்கி நடந்தோம். கடந்து செல்கையில் பேரரசின் அலுவலகங்கள் சிலவற்றின் முன்பகுதியைப் பார்க்க முடிந்தது. நான் கவனித்தவை நிதி வாரியம், உரிமைகள் வாரியம்,

நீதித்துறை அலுவலகம் ஆகியன. இந்த இடங்கள் அனைத்தும் உயிர்க் களை இழந்து, ஒழுங்கற்ற நிலையில் காணப்பட்டன. இலக்கற்றுத் திரியும் அழுக்கான நபர்களையும் தெரு நாய்களையும் மிகுதியாகக் கண்டேன். வெறுப்பூட்டும் காட்சியாக அது இருந்தது. பீகிங்கில் நாய்களுக்குப் பஞ்சமில்லை. போகுமிடமெல்லாம் அதிக எண்ணிக்கையில் அவற்றைப் பார்க்க முடிந்தது. அன்றிரவு எனக்குப் பிரிட்டிஷ் தூதரகத்தில் விருந்து. அங்கிருக்கையில் பேரரசின் அரசவை விஷயங்களையும், பொதுவாக சீனர்கள் பற்றியும் விவரங்களைக் கேட்க முடிந்தது. அவை பெருமளவுக்கு சுவாரஸ்யம் தந்தன. எனது நண்பர் கர்னல் போவர், பிரிட்டிஷ் தூதரகப் பாதுகாப்புப்படையின் கமாண்டராக இருந்தார். அவரைச் சந்திக்க முடிந்ததில் எனக்கு மகிழ்ச்சி.

சீனாவில் சரியான இடத்தில் சரியான பதவியில் நியமிக்கப் பட்டுள்ள மனிதர் சர் எர்னஸ்ட் சடோவ். முதல் நிலை அரசப் பிரதிநிதியான அவரது அதிகாரங்கள், அனைவரும் அறிந்தவை, அங்கீகரிக்கப்பட்டவை. சர்வதேச அளவிலான பகைமையை வளர்த்தெடுக்கும் நாற்றங்காலாக சீனாவின் அரசியல் சூழ்நிலை இருக்கிறது; அதைச் சமாளிக்கவும், சர்வதேச அளவில் தொடர்ச்சியாக நிகழ்ந்து கொண்டிருக்கும் ‘சம்பவங்களை’ எதிர்கொள்ளவும் மிக உயர்ந்த திறமையும் சாதுரியமும் தேவை; இவை அனைத்தும் சர் எர்னஸ்டிடம் இணைந்திருப்பதாகத் தெரிகிறது. அவரைப் பார்க்கும் எவருக்கும் இவர் ‘ஆற்றல் மிக்கவர், உலக விவகாரங்களை முழுமையாக உள்வாங்கிக் கொண்டிருப்பவர்’ என்ற எண்ணம் உடனடியாகத் தோன்றும்.

அங்கு சில நாட்கள் மட்டுமே தங்கினேன். அந்தக் குறுகிய காலத்தில் பெற முடிந்த சிறிய அளவிலான புரிதலை வைத்துப் பார்க்கும்போது, அந்தச் சூழலில் ருஷ்யர்கள் ஆதிக்கம்தான் அதிகம் இருக்கிறது என்று எனக்குத் தோன்றியது. இருப்பினும், பிரிட்டிஷாரும் ஜப்பானியரும் வலிமையான கூட்டணியாக இருக்கிறார்கள்; ‘வடதிசைப் பெரும் கரடியை’ கட்டுக்குள் வைக்கும் செயலைத் திறனுடன் செய்கிறார்கள். அத்துடன், ருஷ்யர்கள், சீனர்களுக்கு மிக அருகிலிருக்கும் அண்டை நாட்டவர்; அதனால், ஏனைய ஐரோப்பியர்களைக் காட்டிலும் இவர்களைப் பார்த்து சீனர்கள் மிகவும் அஞ்சுகிறார்கள் என்பதும் மிகத் தெளிவாகப் புரிந்தது. என் மனத்தில் மற்றொரு விசித்திரமான எண்ணமும் தோன்றியது. பல்வேறு அந்நிய தேசத்து வீரர்களின் இருப்பை எந்நேரமும் பார்க்க முடிகிறது; ஆனால், சீன தேசத்து

இம்பீரியல் அரண்மனை (Forbidden city)

'ட்ரம்' (Drum) கோபுரம்

வீரர்களை எங்கும் பார்க்கமுடியவில்லை; அந்தத் தேசம் ஏற்கெனவே ஏறத்தாழ அந்நியர்கள் கையில் என்பதுபோல் தோன்றியது. ஆங்கங்கே தென்பட்ட மிகச் சில சீன வீரர்கள் என்னை ஈர்க்கவில்லை; வீரர்கள் என்ற அளவில் அவர்களது திறமை மீது எனக்கு உயர்ந்த அபிப்பிராயம் எதுவுமில்லை.

வெளிப்படையாக இப்படிப்பட்ட குறைகள் கண்ணுக்குத் தெரிந்தாலும், அந்த சீனத்தலைநகர் நம்மை ஈர்க்கக்கூடிய ஏதோ ஒன்றை பெற்றிருக்கிறது. எங்கு நோக்கினும் பழமையின் கம்பீரம் வெளிப்படையாய் தெரிந்தது. தொன்மையான பழக்கவழக்கங்களுக்கும் பண்பாட்டுக்கும் சாட்சியமாகப் பார்க்க முடிந்தவை ஒருபுறம்; மறுபுறம் வலிமை மிக்க வெவ்வேறு நாடுகளின் வீரர்கள் தினசரிப் பயிற்சியில் ஈடுபடும் காட்சி. நினைத்து, அசை போடுவதற்கு ஏராளமான விஷயங்கள் இவை. இந்த விஷயம் அவ்வளவு தீவிரமானது இல்லை எனும்போது, பார்த்த காட்சிகளில் தென்பட்ட பொருத்தமின்மை சிரிப்பை வரவழைக்கலாம். ஆனால், தவிர்க்கமுடியாமல் போர் என்ற ஒன்று வந்துவிட்டால், சீனர்களுக்கோ சம்பந்தப்பட்ட மற்றவர்களுக்கோ அது விளையாட்டாக இருக்காது என்பதை என்னால் எளிதாகப் புரிந்துகொள்ள முடிந்தது.

ஆனால் அந்த இடத்துக்குச் சென்ற நேரத்தில் நான் நினைத்திருந்ததைக் காட்டிலும் விஷயங்கள் பெருமளவுக்கு மோசமாக இருந்தன; ஒரு நகைச்சுவை ஆபராவின் காட்சிகளாய்த் தோன்றின. பல்வேறு அந்நிய தேசத்து வீரர்கள் அவர்களது ராணுவ உடைகளில் ஆயுதமேந்தி, ஏதோ எதிரில் யுத்தம் என்பதுபோல் தீவிரமாகப் பயிற்சி செய்து கொண்டிருந்தனர். முகத்தில் முட்டாள்தனமும் அசட்டுச் சிரிப்புமாக சீனர்கள் கூட்டமாக நின்று அவர்களை வேடிக்கைப் பார்த்தனர். இயலாமையும் அக்கறை இன்மையும் அவர்களைச் சூழ்ந்திருந்தது. வெளிநாட்டவர் கடும் உழைப்பைச் செலுத்தி பயிற்சிகள் மேற்கொண்டனர். அவர்களது அந்த முயற்சிகள், மிகக் கடுமையான நேரத்தை வீணடிக்கும் செயலென சீனர்கள் கருதினர்!

சீனாவில் என் கடைசி நாள். அன்று காலையில் பல்வேறு தூதரக மைதானங்களில் சுற்றித் திரிந்தேன். பார்த்தவை அனைத்தையும் கவனமாகக் குறித்துக் கொண்டேன். முதலில் சென்றது, இத்தாலியக் கடற்படையின் படைமுகாம். வயர்லஸ் டெலிகிராப் தொலைத்தொடர்பை அவர்கள் நிர்மாணம் செய்திருந்தனர்.

டோங்கு துறைமுகத்தில் நிறுத்தப்பட்டிருக்கும் அவர்களது போர்க்கப்பல்களுடன் தொடர்புகொள்வதற்கு இந்த வசதியைப் பயன்படுத்தினர். பெருமளவுக்கு எனக்கு ஆர்வமூட்டிய சாதனம்.

முதல் வயர்லஸ் கருவியை நிறுவியது இத்தாலியர்கள் என்பது மிகச் சரியான ஒரு செயல். ஏனெனில், இப்போது மிகவும் பிரபலமாகியிருக்கும் இத்தாலியர் மார்கோனிதான் இந்தச் சாதனம் தற்போது பெற்றிருக்கும் முழுநிறைவான நிலைக்கு அதை வடிவமைத்தவர்.

அடுத்ததாக, அமெரிக்க வீரர்களின் முகாமை எட்டிப்பார்த்தேன். அங்கு சந்தித்த அனைவரும் மிகவும் நட்புடன் என்னை நடத்தினர். நான் அங்கு அனுமதிக்கப்படுவதற்கு முகாம் கமாண்டிங் ஆபிஸருடைய அனுமதியின் தேவை இருக்கவில்லை. மாறாக, அந்த இடத்தைச் சுற்றிப்பார்க்க விரும்புகிறேன் என்று தெரிவித்தவுடன் வாயிலில் நின்றிருந்த பாதுகாப்பு அதிகாரி, ‘உள்ளே செல்லுங்கள். விரும்பிய இடத்தைச் சுற்றிப்பாருங்கள்’ என்றார். இந்த அன்பான அழைப்பை மிகச் சரியாக நாங்கள் பயன்படுத்திக் கொண்டோம்.

காவல் மாற்றம் நடைபெறும் சரியான நேரத்தில் தற்செயலாக அங்கு சென்றோம் என்பது ஒரு நல்வாய்ப்பு. வழக்கமாக உரத்து எழுப்பப்படும் வாய்வழி ‘ஆணைகளுக்குப்’ பதிலாக, பியூகிள் ஒலி கொண்டு அந்த நிகழ்ச்சி நடந்தது வித்தியாசமாக இருந்தது. நேர்த்தியான தோற்றத்தில் இருந்த வீரர்களின் அசைவுகள் கச்சிதமாக இருந்தன. அவர்களது திறன் அதில் வெளிப்பட்டது. களிப்புடன் காணப்பட்ட அந்த வீரர்கள், பணி முடிந்த நேரங்களில் தொடர்ந்து நகைச்சுவையாக பேசிக்கொண்டும் பரஸ்பரம் குறும்புத்தனமாக விளையாடியபடியும் இருந்தனர். கட்டுப்பாடு குறித்த அமெரிக்கச் சிந்தனை மற்றவரிடமிருந்து வேறுபட்டது என்று நினைக்கிறேன். அந்த அமெரிக்கர்களைப் பார்க்கையில், இந்த வீரர்கள் சீருடை அணிந்த பொதுமக்களோ என்ற சந்தேகம் எனக்குத் தோன்றியது.

காலை உணவை ஹோட்டலில் முடித்துக்கொண்டோம். பீக்கிங்கிலிருந்து இரண்டு மணி ரயிலில் மீண்டும் டீன்-ட்ஸின் நோக்கிப் புறப்பட்டோம். எனக்குப் பெருமளவு ஆர்வத்தைத் தந்த நகரமாக பீகிங் இருந்தது. எனினும் அங்கிருந்து புறப்படுவதில் எனக்கு வருத்தமில்லை. பேரரசரையும் டோவேஜர் பேரரசியையும் என்னால் சந்திக்க முடியவில்லை என்பது ஏமாற்றமே. பேரரசரது

திறமையின் மீது எனக்கிருந்த தவறான எண்ணம் ஒரு பொருட்டல்ல. ஐரோப்பாவுக்குச் சென்றபோதெல்லாம் பல நாடுகளும் என்னை நல்ல முறையில் வரவேற்றன; கௌரவம் செய்திருக்கின்றன. ஆனால், இங்கு பார்த்த இந்த ஆட்சியாளரின் அரசவையும் சுற்றுப்புறங்களும் அந்த நாடுகளைக்காட்டிலும் எல்லாவிதத்திலும் வித்தியாசமாக இருந்ததால் அந்தச் சந்திப்பை மிகவும் ஆர்வமுடன் எதிர்பார்த்தேன்.

பேரரசரைச் சந்திப்பதற்கு நேரம் பெறுவது அவ்வளவு எளிதான காரியமல்ல என்று சர் எர்னஸ்ட் சடோவ் என்னிடம் கூறினார். சற்று தூரத்திலிருந்த கோடைக்கால அரண்மனையில் அரசவையினர் அப்போது வசித்துக் கொண்டிருந்தனர். எனினும், இந்தக் கீழ்த்திசைப் பேரரசின் அரசவை நடைமுறைகள் மிகவும் விசித்திரமானவை. அத்துடன், தானோ தனது அரசாங்கமோ சீன அரசாங்கத்திடம் ஏதோ ஒரு சலுகைக்காக பணிந்துபோகும் நிலையை ஏற்படுத்த பிரிட்டிஷ் தூதர் விரும்பவில்லை என்ற நிலையும் சாத்தியமானதே. ஒருவேளை பேரரசர் என்னை வரவேற்கிறார் என்று வைத்துக்கொள்வோம்; பெரும் மதிப்பை அளிப்பதாக நினைத்துக் கொள்ளலாம்; அந்தச் செயலுக்குப் மாற்றாக, கணிசமான அரசியல் சலுகை ஒன்றை பிரிட்டானியர்களிடம் அவர்கள் எதிர்பார்த்திருக்கக் கூடும்.

பார்வைக்கு, ஆட்சி செய்பவர் பேரரசர்தான். பெயரில் மட்டும்தான் அவர் பேரரசர். ஆனால், உண்மையில் அந்தத் தேசத்தில் சீனப் பேரரசிக்குத்தான் உச்ச அதிகாரம். சில ஆண்டுகளுக்குமுன், முற்போக்கான ஆலோசகர்கள் சிலரின் உதவியுடன் பேரரசின் நிர்வாகத்தில் சில முக்கிய சீர்திருத்தங்களைச் செய்ய அவர் விரும்பினார், முயன்றார். ஆனால், டோவேஜர் பேரரசியின் ஆதரவு பெற்ற பழமைவாதக் கட்சியினர் அதை விரும்பவில்லை. அதனால், பலவீனமான, முடிவெடுக்கத் தடுமாறிய பேரரசர், பேரரசிக்கு அடிபணிந்து, அவளது ஆதரவை நம்பியிருக்க வேண்டியதாயிற்று. அன்றிலிருந்து டோவேஜர் பேரரசி கேள்வி கேட்க முடியாத அளவுக்கு அதிகாரம் பெற்றவரானார். அந்நிய நாட்டவர்க்கு எதிராக 1900இல் எழுந்த கிளர்ச்சியும் பேரரசியின் தூண்டுதலால் ஏற்பட்டது என்பதில் சந்தேகமில்லை.

டீன்-ட்ஸின் நகரில் ஓர் இரவைக் கழித்தோம், மறுநாள், சி லி மாகாணத்தினுடைய வைஸ்ராய் இல்லத்தைப் பார்ப்பதற்குச் சென்றேன். அவரது பெயர், யுவான் ஷிகாய். எனக்குத் தெரிந்தவரையில் அந்தத் தேசத்தின் மிக மோசமான நிலையை

உணர்ந்த ஒரே ராஜ தந்திரி அவர் மட்டுமே. பொருளாதார, அரசியல் அம்சங்களில், விவகாரங்களில் முன்னேற்றம் தேவை என்ற உண்மையான விருப்பம் அவருக்கு இருக்கிறது. அதேநேரத்தில், டோவேஜர் பேரரசிக்கு ஆதரவான பழமைவாத சந்தேகப் பிராணிகளிடம் மோதாமல் தனது நிலையை பத்திரப்படுத்திக் கொண்டுள்ளார். அதிக அதிகாரம் பெற்றவராக இருக்கிறார், இந்த வைஸ்ராய். அவர் வகிக்கும் பதவியும் அந்தஸ்தும் அவரது ராஜவிசுவாசத்துடன் நெருக்கமானவை.

சீனாவில் பதினெட்டு மாகாணங்களுக்குக் குறைவில்லாமல் இருக்கின்றன; ஒவ்வொன்றுக்கும் ஒரு வைஸ்ராய் நியமிக்கப்படுகிறார். அவர் ஊதியம் பெறும் அதிகாரியல்ல. வருவாயின் ஒரு பகுதியைத் தனக்கான ஊதியமாக வைத்துக் கொள்கிறார். குறிப்பிட்ட எண்ணிக்கையில் படையொன்றைப் பராமரிக்க வேண்டிய கடமையும் அவருக்கு இருக்கிறது. தேவைப்படும் நேரங்களில் பேரரசியின் சேவைக்கு அவர்களை அனுப்பவேண்டும். பராமரிக்கும் ஆட்களின் எண்ணிக்கையை அடிப்படையாக வைத்து, அந்த வைஸ்ராயின் வருமானத்தை மிகக் கச்சிதமாகக் கணித்துவிடலாம். எடுத்துக்காட்டாக வைஸ்ராய் யுவான் ஷிகாய், 50,000 வீரர்கள் கொண்ட படையை நிர்வகிக்கிறார். இவர்கள், சீனப் பேரரசின் மிகச் சிறந்த வீரர்கள் என்று சொல்லப்படுகிறது. ஜெர்மானிய அதிகாரிகள் இவர்களுக்குப் பயிற்சி அளிக்கிறார்கள். தற்போது கேப்டன் மென்ஸீஸ் எனப்படும் ஆங்கிலேயர்தான் வைஸ்ராயின் ராணுவ ஆலோசகர்.

இந்த அதிகாரிதான் 'யாமென்' எனப்படும் வைஸ்ராயின் அதிகாரப்பூர்வ வசிப்பிடத்தை/அலுவலகத்தை எனக்குச் சுற்றிக்காட்டினார். பெரிய அளவிலான நாற்கர முற்றம் போன்ற இரண்டு பகுதிகளைக் கடந்துசென்றோம். முதல் முற்றத்தின் வாயிலுக்கு வெளியில் அதிக எண்ணிக்கையில் 'செடன்' நாற்காலிகள், 'மாண்டரின்கள்' (உயர் பதவிகளை வகிப்பவர்கள்) பயணம் செய்வதற்காகக் காத்திருந்தன. மட்டக்குதிரைகள் பல, அவற்றின் சொந்தக்காரர்கள் உடனடியாக ஏறிச்செல்ல ஏதுவாக சேணத்துடன் காத்திருந்தன. அனைத்து வாயில்களிலும் வீரர்கள் பாதுகாப்புக்காக நின்றிருந்தனர். உயர் அதிகாரிகள் உள்ளே வருவதும் போவதுமாக அந்த இடம் பரபரப்பாக இருந்தது. அவர்கள் அணிந்திருந்த பட்டாடைகள், அந்த மனிதர்களை மிகவும் பகட்டாகக் காட்டின. தலைத் தொப்பிகளை அலங்கரித்த மயிற்பீலிகளும் அதற்கு மேலும் அழகு சேர்த்தன.

அந்தக் காட்சி, தனித்த, கீழ்த்திசை பண்பாட்டை வெளிப்படுத்தியது. இந்தியாவின் சில பழமையான அரண்மனைகளில் பார்ப்பதுபோல் இருந்தது. எனினும், குறிப்பிடத்தக்க சிறப்பியல்புகளுடன் இருந்தன. வேறு எங்கும் வழக்கத்தில் இருக்க வாய்ப்புள்ள இதைப்போன்ற ஒன்றுடன் நிச்சயம் ஒப்பிட்டுப் பார்க்க முடியாது.

சாண்ட்லியர்களால் அலங்கரிக்கப்பட்டிருந்த பெரிய, உயரமான வரவேற்பறைக்குள் அழைத்துச் செல்லப்பட்டோம். அங்கு பல உயர் அதிகாரிகள் காத்திருந்தனர்; ஒருவரையொருவர் சந்தித்துக் கொண்ட அந்தக் கணத்தில் சீன பாணியில் நன்கு குணிந்து வணங்கி கைகளை குலுக்கிக்கொள்கிறார்கள்; நடைபெற இருந்த பெரும் கவுன்சில் கூட்டத்தில் கலந்துகொள்ள அவர்கள் வந்திருந்தனர்; அந்தக் கவுன்சிலுக்கு வைஸ்ராய் தலைமை ஏற்கவிருந்தார். இதைப்போன்ற நிகழ்ச்சிகளில் அந்நியர்கள் வரவேற்கப்படுவ தில்லை என்று என்னுடன் வந்த ஆங்கில அதிகாரி குறிப்பால் உணர்த்தினார். சுவாராஸ்யம் நிறைந்த அந்த வரவேற்பறையில் தொடர்ந்து இருக்கமுடியாமல் அந்தக் குறிப்பு என்னைத் தடுத்தது.

அடுத்து வைஸ்ராயின் மகனைப் பார்த்தேன்; பதினெட்டு வயதுள்ள இளைஞர். ஆங்கில மொழியை நன்றாகப் பேசினார். ஐரோப்பிய பாணியில் அமைந்திருந்த சிறிய வரவேற்பறையில் என்னை வரவேற்றார். அங்கே சென்றதில் மகிழ்ச்சியடைந்தேன்.

ரயில் நிலையம் வந்தபோது, சீக்கியர்களின் குழு ஒன்று என்னைச் சந்தித்தது. உரை நிகழ்த்துவதுபோல் அவர்கள் சில விஷயங்களைக் கூறினர். இந்தியக் காவற்படை ஒன்று அங்கிருக்கிறதாம்; அது தொடர்பான பணிகளுக்காக, ஏதோ ஓர் அந்தஸ்தில், சீனாவுக்கு வந்தவர்கள் அவர்கள். வழிபட இடம் இல்லையாம். அதனால் சீக்கிய கோவில் ஒன்றைக் கட்டுவதற்கு ஆர்வத்துடன் ஏற்பாடு செய்துகொண்டிருந்தனர். அதற்கு நன்கொடை அளிக்குமாறு என்னிடமும் கேட்டனர். அந்த வேண்டுகோளுக்கு நானும் இசைந்தேன்.

எங்களது அடுத்த நிறுத்தம் ஷான்ஹாய்க்வான் (இன்று ஷான்ஹாய்குவான்).

5

சீனப் பெருஞ்சுவரும் ருஷ்யர்களும்

காலை பத்து மணிக்கு டீன்-ட்ஸின் நகரைவிட்டுப் புறப்பட்டோம். கடுங்குளிரான வானிலை. ஓரளவு மாறும் போலத்தான் இருந்தது. சாதாரணமாக, சிறிது நேரம் மழை பெய்தாலும், அதைத் தொடர்ந்து வானிலை திடீரென்று மாறுவது நிச்சயமானதாக இருக்கிறது. அதற்குக் காரணம் சைபீரியாவிலிருந்து வீசும் குளிர்காற்று.

மாலையில் ஷான்ஹாய்க்வான் நகரை அடைந்தோம். கண்ணியமான ஹோட்டலின் வடிவில் இன்ப அதிர்ச்சி எங்களுக்காகக் காத்திருந்தது. அந்த ஹோட்டலை ஓர் ஆங்கிலேயர் நடத்துகிறார், அருமையான உணவுடன் மற்ற வசதிகளும் செய்து தந்தார்.

அடுத்த நாள் காலையும் கடுங்குளிரான வானிலை தொடர்ந்தது. சுற்றிப்பார்ப்பது முற்றிலும் சாத்தியமாக இருக்கவில்லை. அதனால் வெளியில் செல்லும் சாகசத்தை நிகழ்த்த நான் தயாராகவில்லை.

ஷான்ஹாய்க்வானிலும் சில வெளிநாட்டவர்களின் படை முகாம்கள் இருந்தன: ஜெர்மனி, பிரான்ஸ், ஜப்பான், ருஷ்யா ஆகிய நாடுகள் தலா இரண்டு படைப் பிரிவுகளைப் பராமரித்துக் கொண்டிருந்தன. இந்தியாவிலிருந்து வந்திருந்த பஞ்சாப் காலாட்படையின் முப்பதாவது அணியும் கண்ணில் பட்டது. இந்த

ரெஜிமெண்டின் இந்திய அதிகாரிகள் சிலர் என்னைப் பார்க்க வந்திருந்தனர். அதில் ஓர் அதிகாரி எனது ராஜ்ஜியத்தின் குடிமகன். தில்வான் என்ற கிராமத்தை சேர்ந்தவராம்.

அவர்களுக்கு அருகில் முகாமிட்டிருக்கும் பிற நாட்டுத் துருப்புகளின் திறமை குறித்து இந்தியர்கள் கூறியவை மிகவும் மகிழ்ச்சி அளித்தன. சீனாவின் வெவ்வேறு பகுதிகளிலும் பார்க்க முடிகிற வெளிநாட்டுப் படைகளின் எண்ணிக்கையும் வலிமையும் இந்திய அதிகாரிகளுக்கு திகைப்பாக இருக்கிறதாம். விஷயம் என்னவென்றால் அவர்கள் இங்கு வந்துசேர்ந்த அந்த நேரம் வரையிலும், பெரிய நாடுகளின் படைகள் சீனாவில் இருப்பது குறித்து அவர்களுக்கு எதுவும் தெரியாது. இந்திய அதிகாரிகளுக்கு ருஷ்யர்கள் குறித்துத் தாழ்வான அபிப்பிராயமே இருக்கிறது. ஆனால், ஜப்பானியர்களைப் பற்றி அவர்கள் உயர்வாகப் பேசுகிறார்கள். அவர்களுடன் இவர்களுக்கு நல்லுறவு இருப்பதாகத் தோன்றுகிறது.

அந்த நாளின் பிற்பகுதியில் ரஷ்ய அதிகாரி ஒருவர் என்னைப் பார்க்க வந்திருந்தார். புத்திசாலியான மனிதர்; ஏறத்தாழ ஐரோப்பிய மொழிகள் அனைத்தையும், ஏன் பாரசீக மொழியையும் சரளமாகப் பேசினார். அவர் உடன் வர, அப்பகுதியிலிருந்த சீனப் பெருஞ்சுவரின் ஒரு பகுதியைப் பார்க்கச் சென்றேன். இரண்டாயிரம் ஆண்டுகளுக்குமுன் தார்த்தாரிய ஆக்கிரமிப்பாளர்களிடமிருந்து பாதுகாத்துக்கொள்ள இந்தச் சுவர் கட்டப்பட்டதாம். இரண்டாயிரம் மைல் நீளம் என்கிறார்கள். ஐம்பது அடி உயரம் இருக்கும்போல் தோன்றுகிறது. சுவரின் மேற்புறம் சில இடங்களில் வண்டி ஒன்று செல்லுமளவுக்கு மிகவும் அகலமாக இருக்கிறது.

சீனாவில் முகமதியர்கள் அதிகம் வசிக்கிறார்கள். அவர்களது மசூதி ஒன்றைப் பார்க்க ஆவலாக இருந்தது. பெருஞ்சுவரைப் பார்த்துவிட்டுத் திரும்பியதும், அப்படி ஒரு மசூதியைப் பார்க்கும் வாய்ப்புக் கிடைத்தது. ஆனால், அது ஒரு சாதாரண சீனரின் வீடு போலத்தான் இருந்தது; நான் பெரிதும் ஏமாற்றம் அடைந்தேன்.

மசூதியின் உள்பக்கச் சுவர்களில் சில அரேபிய வாசகங்கள் எழுதப்பட்டிருந்தன. மசூதியின் பொறுப்பாளராக இருந்த முல்லாவிடம் குரானிலிருந்து சில பத்திகளைப் படித்துக் காட்டும்படி வேண்டினேன். ஆனால், அவரால் படிக்க முடிய வில்லை. அங்கே பார்க்க முடிந்த பொதுவான முகமதியர்கள் போலத்தான் அவரும் இருந்தார். அவர்களிடமிருந்து முல்லாவை

சீனப் பெருஞ்சுவர்

வேறுபடுத்திக் காட்டும் தனித்த அம்சம் எதுவும் தென்படவில்லை. பேரரசின் அரசாங்கம் அளித்திருக்கும் 'பர்மிட்' ஒன்றை முல்லா என்னிடம் காட்டினார். அந்த அனுமதிச் சீட்டு வைத்திருக்கும் முகமதியர்கள்தான் அவர்கள் பாணியில் வழிபாடு செய்ய முடியும்.

ஏனைய சீனர்களைப்போல் சீனாவின் முகமதியர்களும் ஏன் நீண்ட ஜடை வைத்துக் கொள்கிறீர்கள் என்று கேட்டேன். அரசாங்கத்தின் மதத்துக்கும், தேசத்தின் மக்களது பழக்கத்துக்கும் மரியாதை கொடுக்கும் விதமாக அவர்கள் அப்படிச் செய்கிறார்களாம்.

மசூதியிலிருந்து புறப்பட்டு ஒரு கோட்டைக்குச் சென்றோம். கொசாக் இனத்தவர் சிலர் அதை ஆக்கிரமித்திருந்தனர். அங்கிருந்த ருஷ்ய அதிகாரிகள் என்னை நன்கு வரவேற்றனர். இந்த நற்பண்புக்கு ருஷ்யர்கள் மிகவும் பெயர்பெற்றவர்கள். சில மாதங்களுக்கு இருங்கள் என்று சொல்லித்தான் முதலில் அவர்கள் அந்த இடத்துக்கு அனுப்பப்பட்டார்களாம். இங்கு வந்து சேர்ந்து மூன்று ஆண்டுகள் ஆகிவிட்டன; ஆனால், அவர்கள் திரும்பிச் செல்வதற்கான மாற்று ஏற்பாடுகள் ஏதும் இதுவரை நடக்க வில்லை.

அடுத்த நாள் அதிகாலையில் ஷான்ஹாய்க்வானிலிருந்து புறப்பட்டோம். ரயிலில் தனியாக உணவுக்கென்று கோச் ஏதும் இல்லை; அதனால் எனக்கென்று ஒதுக்கப்பட்ட சிறப்பு கோச்சிலேயே, கிடைத்த பொருட்களைக் கொண்டு காலைச் சிற்றுண்டிக்குப் பதிலாக, துரித உணவைத் தயாரித்து, சமாளித்துக் கொண்டோம். தூரத்தில் தெரிந்த சில குன்றுகளைத் தவிர்த்து ரயிலில் நாங்கள் கடந்துசென்ற நிலப்பரப்பு முற்றிலும் சமதள நிலப்பரப்பாகவே இருந்தது. அந்தப் பிரதேசத்தில் மக்கட் தொகை அடர்த்தியாக இருப்பதுபோல் தோன்றியது; கிராமங்கள் ஒன்றையொன்று தொடுவதுபோல் நெருக்கமாகக் காணப்பட்டன. வீடுகள், பெரும்பாலும் கருங்கற்கள் அல்லது செங்கற்கள் கொண்டு கட்டப்பட்டிருந்தன. ஆனால், சில ஏழைகளின் வீடுகள் மண்ணால் கட்டப்பட்டிருந்தன.

தென்பகுதி சீனர்களைக் காட்டிலும் இந்தப் பிரதேசத்து விவசாயிகளின் உடற்கட்டு நன்றாக இருந்தது. நல்ல உடை உடுத்தியிருந்தனர். நல்ல உணவு சாப்பிடுபவர்கள் போல் தெரிந்தனர். வண்டிகளைக் கழுதைகள் இழுக்கின்றன. சில இடங்களில் ஏர் உழுவதற்கும் அவை பயன்படுகின்றன. அங்கு வசிப்பவர்களின் பிரதானமான இறைச்சி உணவு பன்றி

இறைச்சிதான். ஆனாலும், நோயாலோ வேறு காரணங்களாலோ காளை ஒன்று இறந்துவிட்டால் அவர்கள் அதைச் சாப்பிடுவதற்கு எடுத்துக் கொள்கின்றனர். மற்றபடி சீனர்கள் வழக்கமாக மாட்டிறைச்சி சாப்பிடுவதில்லை. ஏனெனில், உணவுக்காக அந்த விலங்கை வெட்டி, சாப்பிடுவதைக் காட்டிலும் மதிப்பு மிக்கதாக அதை அவர்கள் பார்க்கிறார்கள்.

நியூச்வாங் - மஞ்சூரியா

மாலை ஏழு மணிக்கு நியூச்வாங் (இன்று, யிங்கோவ் - Yingkou) நகரை அடைந்தோம். ரயிலிலிருந்து இறங்கியதும் ஆறொன்றைக் கடந்து அக்கரை செல்வதற்கு ஸ்டீமர் ஒன்றில் ஏறினோம். இதற்கு இருபது நிமிடங்கள் ஆயிற்று. தங்குவதற்கு வித்தியாசமான ஹோட்டல் ஒன்று கிடைத்தது. அந்தப் பிரதேசத்துச் சீனர்கள், மஞ்சு இனத்தவர் என்று அறியப்படுகின்றனர். இந்த இனத்திலிருந்துதான் தற்போதைய இம்பீரியல் வம்சம் தோன்றியிருக்கிறது.

மஞ்சூரியா என்ற இந்தப் பிரதேசம், ருஷ்யர்களின் ஆக்கிரமிப்பில் உள்ளது. வலிமை மிக்க சில ஐரோப்பிய நாடுகளின் தீவிர கவனத்தையும் கூடவே ஜப்பானின் கவனத்தையும் இது ஈர்த்துள்ளது. அதற்கொரு காரணம் உள்ளது. அந்தப் பிரதேசத்தில் இருந்து வெளியேறி விடுவதாக ருஷ்யர்கள் அவ்வப்போது எண்ணற்ற உறுதிமொழி அளித்திருக்கிறார்கள்; ஆனால், ஏதோவொரு காரணத்தைச் சொல்லி, வாக்குறுதியை நிறை வேற்றாமலே, ருஷ்யா ஆக்கிரமிப்பைத் தொடர்கிறது.

ருஷ்யர்கள் முதலில் ‘பாக்ஸர்’ கிளர்ச்சியை அடக்க வேண்டும் என்பதற்காகத் தம் துருப்புகளை உள்ளே கொண்டுவந்தனர்; அதன்பின் அவர்கள் உருவாக்கி நிர்வகித்துவரும் மஞ்சூரியன் ரயில்வேயைப் பாதுகாக்கும் காரணத்தை சொல்லித் தங்கினார்கள்; அதன்பின், மேலும் எதிர்ப்புகள் வலுத்தபின், ஆக்கிரமிப்பைத் தொடர்வதற்கு வேறு காரணங்களை முன்வைத்தார்கள். சுய விருப்பத்துடன் ருஷ்யர்கள் மஞ்சூரியாவை விட்டு வெளியேற மாட்டார்கள் என்றுதான் தோன்றுகிறது; சீனாவின் மீது அவர்களுக்கு பெரும் ஆர்வமிருக்கிறது. அத்துடன் பெரும் பொருட்செலவைத் தாங்கிக் கொண்டுதான் ருஷ்யா அந்த ரயில் போக்குவரத்தையும் கட்டமைத்துள்ளது. லட்சம் பேர் கொண்ட படையை ருஷ்யா அப்போது வைத்திருந்தது; பின்னர், அதனுடன் அவ்வப்போது துருப்புகளைச் சேர்ந்துகொண்டுதான் இருக்கிறதாம்.

அந்தப் பிரதேசத்தின் அரசாங்கம் பொதுவாக சீன வைஸ்ராயின் கைகளில் இருக்கிறது. ஆனால் நடைமுறையில், ஜாரின் கட்டுப் பாட்டிலும் அவரது வைஸ்ராய் அலெக்ஸீவின் கட்டைவிரல் அசைவிலும்தான் அந்த வைஸ்ராய் இருக்கிறார்: அலெக்ஸீவ் இரும்புத் தடிகொண்டு ஆட்சி செய்கிறார் என்கிறார்கள். சமீபத்திய வதந்தி ஒன்றை அதற்கு ஆதாரமாகச் சொல்கிறார்கள். மஞ்சூரிய தலைநகர் முக்தெனில் இருக்கும் ருஷ்ய ஜெனரலின் விருப்பத்துக்கு மாறாக சீன வைஸ்ராய் துணிந்து ஒரு காரியத்தைச் செய்தார் என்பதற்காக ஜெனரல் அவரை சிறையில் அடைத்தாராம்!

மஞ்சூரியா கனிம வளங்கள் நிறைந்த பிரதேசம்; தங்கச் சுரங்கங்களும், வேறு சில கனிமச் சுரங்கங்களும் அங்கு இருக்கின்றன. சீனாவின் வளங்கொழிக்கும் பிரதேசங்களில் ஒன்று. ருஷ்யா அல்லது ஜப்பானியரின் கைகளில் இருந்தால், சந்தேகமின்றி பெருமளவுக்கு முன்னேற்றமடையும்.

நியூச்வாங் நகரைவிட்டு மதியம் புறப்பட்டோம். லாஞ்ச் ஒன்றில் மீண்டும் ஆற்றைக் கடந்தோம். முதன் முறையாக ருஷ்ய-கிழக்குச் சீன ரயில்வேயில் பயணம். ஒரு மணி நேரப் பயணத்துக்குப்பின் ரயிலை விட்டு இறங்கினோம். சுவாரஸ்யமான அனுபவம் ஒன்றும் எங்களுக்குக் கிடைத்தது.

அந்த நேரத்தில் ஐரோப்பாவிலிருந்து வந்த ட்ரான்ஸ்-சைபீரியா ரயில், நிலையத்துக்குள் நுழைந்தது. இந்த ரயில்பாதை முழுமையும் பயன்பாட்டுக்குத் திறக்கப்பட்டிருந்தது. ஐரோப்பாவில் இந்தப் பாதை, மாஸ்கோவின் பழைய பாதைகள் மூலமாக, அந்த நகரை பாரிஸ், பெர்லின், வியன்னா மற்றும் செயின்ட் பீட்டர்ஸ்பர்க் நிலையங்களுடன் இணைக்கிறது. உலகத்திலேயே நீளமான ரயில் பாதை என்று சொல்லப்படுகிறது. முற்றிலும் ருஷ்ய மூலதனத் தாலும் உழைப்பாலும் கட்டமைக்கப்பட்டிருக்கிறது. அற்புதமான, செயலூக்கம் மிக்கவர்களின் படைப்பு. ருஷ்யர்கள் பெருமிதம் கொள்ளத்தக்க உருவாக்கம்.

இந்த ரயில் பாதை ருஷ்யர்களின் கௌரவத்தையும் வலிமையையும் கீழ்த்திசைப் பிரதேசங்களில் அதிகரிக்கச் செய்கிறது. இதனைப் பயன்படுத்தி மிகக் குறைந்தகால அவகாசத்தில் பெரும் எண்ணிக்கையில் துருப்புகளை அதனால் குவித்துக்கொள்ள முடியும். இதற்குமுன் லண்டன் அல்லது பாரீஸிலிருந்து சீனா அல்லது ஜப்பானுக்குச் செல்ல ஸ்டீமர் மூலமாக முப்பத்தைந்தில் இருந்து நாற்பது நாட்கள் ஆகும். இப்போது இந்த அற்புதமான

மஞ்சூரியா

டால்னி - போர்ட் ஆர்தர்

ரயில் பாதையின் வழியாகப் பயணிகளும் தபால்களும் பதினெட்டிலிருந்து இருபது நாட்களில் வந்து சேர்கின்றன. போர்த் தந்திர அடிப்படையிலும், பொருளாதார அடிப்படையிலும் பயணிகளையும் சரக்குகளையும், தபால்களையும் கொண்டு சேர்ப்பதில் ருஷ்யாவுக்கு இந்த ரயில் பாதை பிரும்மாண்டமான மதிப்பைப் பெற்றுத் தருகிறது என்பதை இந்த ஒப்பிடு மிகத் தெளிவாக விளக்குகிறது.

கற்பனையில் பார்க்கக்கூடிய அருமையான சொகுசு வசதிகளுடன் ரயில்பெட்டி இருந்தது. ஏன், பியானோ கருவி ஒன்றும் அதில் இருந்தது. வசதியாகத் தூங்கியபடி செல்வதற்காக நன்கு அமைக்கப்பட்ட பெட்டிகள்; உணவு வசதிகள் நிறைந்த பெட்டி ஒன்றும் இணைக்கப்பட்டிருந்தது. இவை மட்டுமின்றி, பரிமாறப்பட்ட இரவு உணவு, ஐரோப்பாவில் ஒரு முதல்தர உணவகத்தில் கிடைக்கக்கூடிய உணவை எனக்கு நினைவூட்டியது.

டால்னி - போர்ட் ஆர்தர்

அடுத்த நாள் அதிகாலையில் நாங்கள் டால்னி (Dalny - ருஷ்ய மொழி உச்சரிப்பு) நிலையத்திலிருந்தோம். இந்த மாபெரும் ரயில் பாதையின் ஒருபக்க முனையம். இதோ, இப்போது நாங்கள் இறுதியாக ருஷ்ய ஆக்கிரமிப்பு சீனாவிலிருந்தோம். டால்னி ஆளுநரின் செயலர் ரயில் நிலையத்துக்கே வந்திருந்து என்னை வரவேற்றார்.

ருஷ்யாவில் பயன்பாட்டிலிருக்கும் 'ட்ரோஷ்கி' என்ற உயரம் குறைவான நான்கு சக்கர வண்டியில் ஹோட்டலுக்குச் சென்றோம். டால்னியில், ட்ரோஷ்கிகள் அதிகம் பொதுப் பயன்பாட்டில் உள்ளன. அந்தக் 'கோச்மேன்கள்' அனைவரும் ருஷ்யர்களாக இருக்கின்றனர். மோசமான அல்லது கரடுமுரடான சாலைகளிலும் அல்லது முறையாக அமைக்கப்படாத பாதையிலும் ட்ரோஷ்கியின் மூலம் எளிதாகப் பயணிக்க முடியும். அதன் திறனை அனுபவத்தின் மூலமாகத்தான் நாம் மெச்ச முடியும்.

எங்களுக்கு ஏற்பாடு செய்யப்பட்டிருந்த ஹோட்டல் போதுமான அளவு நன்றாகவே இருந்தது. பரிமாறப்பட்ட உணவு, அடிப்படையில் ருஷ்ய உணவாக இருந்தாலும் மோசமானதாக இல்லை. ஆனால், ருஷ்யாவின் ஆக்கிரமிப்பில் இருக்கும் அனைத்துப் பிரதேசங்களையும்போல், இங்கும் சாதாரண நீருக்கு மதிப்பு மிகவும் அதிகம். குளிப்பது என்றால் என்ன என்று

அவர்களால் தெளிவாகப் புரிந்துகொள்ள முடியவில்லை. அங்கு நான் தங்கிய மூன்று நாட்களில் பெரும் சிரமத்துக்குப்பின் என்னால் ஒருமுறை மட்டுமே குளிக்க முடிந்தது. 'ஜக்' போன்ற ஒரு பாத்திரத்தில் தரப்படும் சுடுநீர் ஒரு சொகுசு வசதியாகத்தான் பார்க்கப்படுகிறது; அதற்கு பில்லில் விலை தனியாகப் போடப்படுகிறது.

நாங்கள் இருந்த பிரதேசத்தை மூன்று ஆண்டுகளுக்கு முன்னர்தான் சீனாவிடம் இருந்து ருஷ்யர்கள் பெற்றிருக்கிறார்கள். இந்த மூன்று ஆண்டுகளில் அங்கு நடந்திருக்கும் முன்னேற்றம் உண்மையில் அபரிமிதமானது, அற்புதமானது. எங்கு பார்த்தாலும் பிரம்மாண்டமாக பணிகள் நடந்துகொண்டிருந்தன. அழகான கற்கட்டடங்கள் நிறைந்த வீதிகள் வரிசையாகத் தோன்றியிருந்தன. அந்த இடத்தைச் சுற்றிலும் மைல் கணக்கில் சாலைகள் போடப்பட்டுக் கொண்டிருந்தன; பொதுக் கட்டடங்களும் எழும்பிக் கொண்டிருந்தன. அரசு பணியாளர்களின் வீடுகள் பெரிதாகவும், வில்லாக்கள் போல் பார்ப்பதற்கு அழகாகவும் தோன்றின; ஆங்கிலோ-இந்திய அதிகாரிகளின் பயன்பாட்டுக்கு இந்தியாவில் அளிக்கப்பட்டிருக்கும் வீடுகளைக் காட்டிலும் குறிப்பிட்டுச் சொல்லும்படியான வேறுபாடுகளுடன் இருந்தன.

ஆளுநர் சக்கரோவ் என்னைப் பார்க்க வந்திருந்தார். ஒரு மணி மதிய உணவுக்கோ அல்லது டின்னருக்கோ தன்னுடன் உணவருந்த வரும்படி என்னை அழைத்தார். அங்கு பிரபலமாக இருக்கும் ருஷ்ய சாராயமான வோட்காவை ருசித்துப் பார்த்து ஆபத்தில் இறங்க நான் தயாராக இல்லை. ஆனால், எனக்கு முன் பரிமாறப்பட்ட ருஷ்ய பாணியில் சமைக்கப்பட்ட பதார்த்தங்கள் அனைத்தையும் ஆனந்தமாகச் சாப்பிட்டேன். நல்லவேளையாக ஆளுநர் பிரெஞ்சு மொழியை நன்கு பேசினார். அதனால் நாங்கள் நன்கு பேசிக்கொள்ள முடிந்தது. கண்ணியமானவராகவும் உபசரிப்பில் சிறந்தவராகவும் தோன்றினார். உண்மையில் நான் சந்திக்க முடிந்த ருஷ்யர்கள் அனைவரும் அப்படித்தான் நடந்துகொண்டனர். எனினும், எனக்கு வேறொரு தகவல் கிடைத்தது; அவர்களிடம் அதிகாரப்பூர்வ விஷயம் குறித்த பரிவர்த்தனைகளில் ஈடுபடும்போது, இவ்வளவு இனிமையாக நடந்து கொள்வார்களா என்பது சந்தேகமாம்.

ஆளுநரின் மாளிகை புதிது. சமீபத்தில் கட்டப்பட்டது. உயர்தரமான பொருட்களால் நிரம்பியிருந்தது. மதிய உணவுக்குப்பின், சுற்றிக் காட்டுவதற்காக என்னை வெளியில் அழைத்துச்செல்லும்

அளவுக்கு நல்ல மனநிலையில் அவர் இருந்தார். கரையிலிருந்து சில மைல் தூரத்தில் நின்றிருந்த ருஷ்ய போர்க்கப்பல்களை எனக்குக் காட்டினார். (உலகத்திலேயே பெரிய கப்பல்களில் சில). அவற்றுடன், மிக விரைவாகச் செல்லும் 'க்ரூய்சர்'களும் சேர்த்து இருபது இருக்கலாம்.

இவை தவிர்த்து அதிக எண்ணிக்கையில் சிறிய கப்பல்களும் டார்பிடோ படகுகளும் வேறு சில கலங்களும் நின்றிருந்தன. இந்தக் கப்பல்களுடன் இரண்டு லட்சம் வீரர்களும் அட்மிரல் அலெக்ஸீவ் கட்டுப்பாட்டில் இருக்கின்றனர். தூரக்கிழக்கின் வைஸ்ராயாக சமீபத்தில் ஜார் மன்னர் அவரை நியமித்தார். ருஷ்யாவின் முதன்மையான ராஜதந்திரி இவர் என்று சொல்கிறார்கள். நான் அங்கு சென்றிருந்தபோது கடற்படையின் போர்ப்பயிற்சிகளுக்கு வழிகாட்டி, மேற்பார்வையிட்டு கொண்டிருந்தார்; அதனால் அவரைச் சந்திக்கும் வாய்ப்பு கிடைக்கவில்லை.

இந்தப் போர்க்கப்பல்களும், துருப்புகளும் நிச்சயமாக ஜப்பானிடம் யுத்தம் செய்யத்தான் குவிக்கப்பட்டுள்ளன என்பது மிகவும் தெளிவு. தூரக்கிழக்கில் ஆதிக்கம் செய்யப்போவது ஜப்பானா அல்லது ருஷ்யாவா என்பதை அந்த யுத்தம் முடிவு செய்யக்கூடும்.

அக்டோபர் 28ந் தேதி ஜப்பானுக்குப் புறப்படுவது என்பது என் திட்டம்; ஆனால், ஸ்டீமர் என்றைக்குப் புறப்படப்போகிறது என்பதில் பெருங்குழப்பம். உறுதியான தகவலைப் பெறமுடிய வில்லை. எனினும், இறுதியில் அந்த ஸ்டீமர் சனிக்கிழமைகளில் மட்டும்தான் புறப்படுகிறது என்பதைத் தெரிந்துகொண்டேன். இதனால் எனக்குப் பெரும் ஏமாற்றமே. ஜப்பான் பேரரசரின் பிறந்த நாள் கொண்டாட்டங்களின் போது நான் அங்கிருப்பதை இந்தத் தாமதம் கெடுத்துவிடலாம் என்று பயந்தேன். டோக்கியோவில் நவம்பர் 3ந் தேதி கொண்டாட்டத்தை நான் மிகவும் ஆவலுடன் எதிர்நோக்கியிருந்தேன். சீனாவில் எந்த விஷயம் குறித்தும் நம்பத்தகுந்த, உறுதியான தகவலை எப்போதும் பெறமுடியாது என்பது ஒரு விநோதம் தான்.

எனக்கு மேலும் இரண்டு நாட்கள் கையிலிருந்தன; இந்த வாய்ப்பைப் பயன்படுத்தி போர்ட் ஆர்தரைப் பார்க்கச் சென்றிருந்தேன். (போர்ட் ஆர்தர், லூஷன் போர்ட் என்று முன்பு அழைக்கப்பட்ட துறைமுக நகரம். இப்பொழுது டாலியன் என்று அழைக்கப்படுகிறது). ஆளுநரின் முகாம் உதவியாளர் எனக்குத்

துணையாக வந்தார். அந்த இடத்தை நாங்கள் மூன்று மணி நேரத்தில் அடைந்தோம். நாங்கள் அங்கு சென்றபோது, புதிதாக கட்டப்பட்டுக் கொண்டிருந்த ஹோட்டல் முடிவடையாமல் இருந்தது. ஆனால், போலிஸ் கமிஷனர் தனது இல்லத்தை எங்களது குறுகியகாலத் தங்கலுக்கு ஒதுக்கிக் கொடுத்தார். போலிஸ் அதிகாரிகளும் போலிஸ்காரார்களும். உத்தரவுக்காகக் காத்திருந்தனர்; எங்களுக்கு எந்தக் குறையும் இல்லை.

போர்ட் ஆர்தரில் ராணுவ சம்பந்தமான அம்சங்களே முதன்மையாக இருந்தன. நேர்த்தியான சீருடையில் அதிகாரிகளைப் பார்க்க முடிந்தது. அவர்கள் எல்லா சந்தர்ப்பங்களிலும் அதை அணிகிறார்கள்; கொசாக் வீரர்கள், அஸ்ட்ராக்கான் தொப்பிகளை அணிந்திருந்தனர்; துருப்புகள் அணிவகுத்துச் சென்று கொண்டிருந்தனர். குதிரைப்படையினர் துள்ளல் நடையில் சென்றனர்; கோட்டை சந்தடிகளாலும், ராணுவ நடவடிக்கை களாலும் நிரம்பி இருந்தது.

கோட்டையின் படைமுகாமில் சுமார் 50,000 வீரர்கள் இருந்தனர்; வலிமையும், திறனும் மிக்கவர்களாகத் தோன்றினர்; எனினும், அவர்கள் சுத்தமாக இல்லை. கரையிறங்கும் பயிற்சிகளிலும், போலியான கப்பல் படை தாக்குதல்கள், அவற்றை எதிர்த்து நிற்பது போன்ற பயிற்சிகளிலும் அவர்கள் தொடர்ச்சியாக ஈடுபட்டிருந்தனர்.

நாங்கள் இங்கு வருவதற்கு பதினைந்து நாட்களுக்கு முன்புதான், பெரும் போலித் தாக்குதல் பயிற்சி ஒன்று நடைபெற்றதாம். 75,000 வீரர்களும் அனைத்து போர்க் கப்பல்களும் அதில் கலந்து கொண்டனவாம்.

அந்த இடத்தைச் சூழ்ந்திருந்த அனைத்துக் குன்றுகளும் வலிமையாகப் பலப்படுத்தப்பட்டிருந்தன. பலமான பீரங்கிகளும், நீண்ட தூரம் சுடக்கூடிய, நவீன பாணி துப்பாக்கிகளும் சரியான நிலைகளில் நிலைநிறுத்தப்பட்டிருந்தன. அந்நியர்கள், நெருங்கிச் சென்று அந்தப் பாதுகாப்பு ஏற்பாடுகளை ஆராயமுடியாது. என்னுடன் வந்த ருஷ்ய அதிகாரி குன்றின் மேல் என்னை அழைத்துச்சென்றார். அதனால், பாதுகாப்பு ஏற்பாடுகள் எப்படிச் செய்திருக்கிறார்கள் என்று நன்கு தெரிந்துகொள்ள முடிந்தது.

இவையனைத்தும் ருஷ்யர்கள் 99 ஆண்டுகளுக்குக் குத்தகை எடுத்திருந்த நீளமான அந்தச் சிறிய நிலப்பகுதியில் நடந்துகொண்டிருந்தன; அவர்களது கப்பல்களை நிறுத்த சிறிய

இடமும், எரிபொருளான கரியை நிரப்ப ஒரு இடமும் வேண்டும் என்பதற்காக இந்த இடத்தை வாங்கியுள்ளனர்! கோட்டைச் சுவர்களுக்கு அருகில் அதிக நேரம் நிற்க வேண்டாம் என்று என்னிடம் கூறினார்கள்; அதுபோல், நான் பார்க்கும் எதையும் புகைப்படங்களும் எடுக்க வேண்டாம் என்றும் கூறினர்.

வைஸ்ராய் மாளிகையின் வெளிப்புறத்தைப் பார்க்க வாய்ப்புக் கிடைத்தது. மாளிகைக்கு அடுத்தாற் போலிருந்த பூங்காவுக்கும் சென்றேன். அங்கு மிலிட்டரி பேண்டு குழுவினர் இசைத்துக் கொண்டிருந்தார்கள். சிறிது நேரம் அதைக் கேட்டுக்கொண்டு இருந்தேன். போர்ட் ஆர்தரின் நாகரிகமும் அழகும் நிறைந்த பெண்மணிகள் அந்தப் பூங்காவில் பரபரப்பின்றி உலவிக்கொண்டு இருந்தனர். ருஷ்ய உணவகம் ஒன்றில் அற்புதமான டின்னர். அதன்பின் ருஷ்யக் குழுவினரின் சர்க்கஸ் நிகழ்ச்சி ஒன்று. இந்தியாவில் நான் பார்த்திருக்கும் இதைப் போன்ற நிகழ்ச்சிகளைக் காட்டிலும் இந்த சர்க்கஸ் சிறந்ததாக எனக்குத் தோன்றியது.

அடுத்ததாக நான் சென்றது கஃபே சாந்தனி. முழுமையான சீருடையில், இடையில் வாட்களுடன் ருஷ்ய அதிகாரிகள் அங்கு குழுமியிருந்தனர். ஐரோப்பிய-ருஷ்யாவிலிருந்தே அவர்களுடன் வந்திருந்த, குறிப்பிட்ட வகுப்பைச் சேர்ந்த பெண்கள் ஏறத்தாழ அனைத்து அதிகாரிகளுடனும் இருந்தனர். சீருடை அணிந்த ஓர் ஆங்கிலேய அதிகாரி இதுபோல் பெண் துணையுடன் பொது இடத்தில் பார்க்கப்பட்டால் அவர் உடனடியாகப் பதவிநீக்கம் செய்யப்படுவார். எனினும், பொது இடத்தில் ருஷ்யர்களுக்கான விதிகள் வித்தியாசமாகத்தான் இருக்கின்றன!

அனைத்து ருஷ்ய நகரங்களைப் போல் போர்ட் ஆர்தரிலும் பின்னிரவு கொண்டாட்டங்கள் புது நாகரிகமாகக் களைகட்டின. அனைவரும் இரவு முழுவதும் கண்விழித்து உற்சாகமாகவும் இன்பமாகவும் பொழுதைக் கழிக்கின்றனர். அதற்கு ஏற்றாற்போல் மறுநாள் தாமதமாகவே கண்விழிக்கின்றனர். அதனால் அடுத்த நாள் மதியத்துக்குமுன் பணிகள் எதுவும் அங்கு முடியாது; எவரையும் சந்திக்கவும் முடியாது. நான் டால்னிக்குத் திரும்பிய மறுநாள், அந்த நாள் முழுவதும் வெளியில் செல்லவே இல்லை. போர்ட் ஆர்தர் என்னை அயர்ச்சியடையச் செய்துவிட்டது.

சந்தித்த மொழிப்பிரச்னை நிஜமானது. நாங்கள் என்ன சொல்கிறோம் என்பதைப் புரியவைக்க முடியவில்லை; அதுவும் குறிப்பாக வேலைக்காரர்களிடம் நாங்கள் மிக்வும்

சிரமப்பட்டோம். சில அதிகாரிகள் மட்டுமே அதுவும் உயர் பொறுப்புகளில் உள்ளவர்கள் மட்டுமே எப்போதாவது பிரெஞ்சு, ஜெர்மன் அல்லது ஆங்கிலம் பேசினர்.

அக்டோபர் 31 அன்று மதியம் எஸ்.எஸ். அர்ஜயான் என்ற ருஷ்யக் கப்பலில் ஏறினோம். இரண்டாயிரம் டன் எடையுள்ள இந்தக் கலம் வசதியாக இருந்தது; உயர்தரமான பொருட்களால் அலங்கரிக்கப் பட்டிருந்தது. உணவருந்தும் பகுதியும், புகை பிடிப்போருக்கான தனியிடமும் பெரிதாகவும் வசதியாகவும் இருந்தன. அதிகாரிகள் அனைவரும் ருஷ்யர்கள் தான். ஆனால், பயணிகள் பல தேசத்தையும் சேர்ந்தவர்களாக தோன்றினர். நல்வாய்ப்பாக இதமான, ரசிக்கும்படியான வானிலை நிலவியது. இரண்டு நாள் பயணத்தில் கொரியாவுக்குச் சொந்தமான, பாறைகள் நிறைந்த தாழ்வான நிலப்பரப்பு கொண்ட தீவுகளைப் பார்த்தோம்.

பாகம் 3

ஜப்பான் பயணம்

6

ஜப்பான்

நவம்பர் 2 ஜப்பான் நிலப்பரப்பு கண்ணில் தெரிந்தது. அழகிய துறைமுகம் நாகசாகியில் மதியம் நங்கூரமிட்டோம். ஜப்பான் குறித்து எனக்கிருந்த அபிப்பிராயங்கள் சாதகமாகத்தான் இருந்தன. நான் பார்த்த துறைமுகங்களில் இது மிகவும் அழகியது. மூன்று புறங்களிலும் குன்றுகள்; அவற்றில் அடர்த்தியாக வளர்ந்திருந்த மரங்கள், பசுமையாக, கண்ணுக்குக் குளிர்ச்சியாகத் தென்பட்டன.

வானிலை மகிழ்ச்சியளிப்பதாக இருந்தது; நவம்பரில் பஞ்சாபில் நிலவும் சூழலை நினைவூட்டியது. பல நாடுகளின் கப்பல்களைத் துறைமுகத்தில் பார்க்க முடிந்தது. கடந்த சில வாரங்கள் வடக்கு சீனாவிலிருந்த நாங்கள் பார்த்து, பழகியிருந்த காட்சிகளிலிருந்து இங்கு நாங்கள் கண்ட ஒட்டுமொத்த காட்சிகளும் சுற்றுப்புறச் சூழலும், வானிலையும் முற்றிலும் தெளிவாக மாறுபட்டிருந்தன. ஆனால், இந்த மாற்றம் மிகவும் ஏற்கத்தக்கதாக இருந்தது.

மருத்துவப் பரிசோதனை சம்பிரதாயங்கள் முடிந்தன. விரைவாகக் கரையை அடைந்து நாகசாகி என்ற ஹோட்டலில் தங்கினோம். தங்குவதற்கு அனைத்து விதத்திலும் ஏற்றதாக, மிகவும் விரும்பத்தக்க அந்த இடம் இருந்தது. நாங்கள் அங்கு சென்று சேர்ந்த மறுநாள் ஜப்பானியப் பேரரசரின் பிறந்தநாள். அதைக் கௌரவிக்கும் விதமாகத் துறைமுகத்தில் நின்றிருந்த அனைத்துக்

கப்பல்களும் கொடிகளாலும் வேறு வகையிலும் அழகாக அலங்கரிக்கப்பட்டிருந்தன; போர்க்கப்பல்கள் அனைத்தும் பீரங்கிக் குண்டுகளை வெடித்து அவருக்கு மரியாதை செலுத்தின. கவர்னரின் அதிகாரப்பூர்வ இருப்பிடத்துக்குச் சென்று அவரைச் சந்தித்தேன். பேரரசரின் பிறந்த நாளையொட்டி எனது நல்வாழ்த்துகளை அவரிடம் தெரிவித்தேன்.

அந்த அதிகாரி என்னை எந்த முறையில் வரவேற்பது என்று தெரியாமல் மிகவும் குழம்பிப் போனார்; நான் தங்கியிருக்கும் இடத்துக்கே வந்து முதலில் என்னைச் சந்திக்காததற்கு தனது ஆழ்ந்த வருத்தங்களைத் தெரிவித்தார். பேரரசரின் பிறந்தநாள் கொண்டாட்டங்கள் தொடர்பான ஏற்பாடுகளால் அவருக்கு இந்தத் தடங்கல் ஏற்பட்டதாம். ஆனால், இதைப்போன்ற சந்தர்ப்பங்களில் கடைப்பிடிக்க வேண்டிய வழக்கமான சம்பிரதாயம் கட்டாயம் அனுசரிக்கப்பட வேண்டும் என்று வலியுறுத்தினார். ஒரு புதுமையான முறையில், சிரமமான அந்தக் காரியத்தை அவர் செயல்படுத்தி முடித்தார்.

அதன்படி, கவர்னரின் செயலர் அவரது அறைகளில் ஒன்றில் என்னை அமரச் சொன்னார்; அதை என்னுடைய இருப்பிடமாகக் கருதிக்கொள்ளக் கூறினார்; சம்பிரதாயப்படி என்னை 'எனது இருப்பிடத்தில்' கவர்னர் சந்திப்பார். ஆக, அவர் கூறியபடியே அந்த விஷயம் திருப்திகரமாக முடிந்தது.

அறைக்கு வந்த கவர்னர் பகட்டான சீருடையில் இருந்தார். சீருடையின் மார்புப் பகுதி பதக்கங்கள் போன்றவற்றால் நன்கு அலங்கரிக்கப்பட்டிருந்தது. அவர் பதற்றமாக இருப்பது வெளிப்படையாகத் தெரிந்தது. சாதாரணமாக நன்கு ஆங்கிலம் பேசக்கூடிய அவரால் அந்த மொழி மறந்துபோனதுபோல் சரியாகப் பேச முடியவில்லை. ஆகவே அருகிலிருந்து பிரிட்டிஷ் கான்சலை துவிபாஷியாக இருக்கும்படி வேண்டிக்கொண்டார். சம்பிரதாயமாக முகமன் கூறுதலும் பாராட்டுச் சொற்களும் பரிமாறிக் கொள்ளப்பட்டதும் சந்திப்பு முடிந்தது; கவர்னர் விடைபெற்றார்.

கவர்னர் என்னை வந்து 'சந்தித்த' அந்த நிகழ்வில் பேரரசரின் பிறந்தநாள் குறித்து எதுவும் உரையாட வேண்டாம் என்று பிரிட்டிஷ் கான்சல் என்னை எச்சரித்திருந்தார். மீண்டும் சில நிமிடங்கள் கழித்து கவர்னரை நான் சந்திக்கச் செல்லும்போது அதைப்பற்றிப் பேசுவதற்கு, அந்தக் குறிப்பையோ சொற்களையோ

பத்திரப்படுத்திக்கொள்ளச் சொன்னார். அவரது ஆலோசனையை நான் சரியாகப் பின்பற்றினேன். சிறிது நேரம் சென்றபின், பேரரசரின் நலனுக்காக நாங்கள் அனைவரும் மேலதிக இனிப்புடன் ஷாம்பெய்ன் அருந்தினோம்.

மெய்ஜி, ஷிமோனோசேகி, கோபே வழியாக பயணம்

ஹோட்டலில் மதிய உணவு முடிந்தது. உடனடியாக ரயில் பயணமாக, ஷிமோனோசேகி வழியாக, கோபே மற்றும் யோகோஹாமா நோக்கிப் புறப்பட்டோம். கவர்னரும் வேறு சில அதிகாரிகளும் வழியனுப்புவதற்காக நிலையத்துக்கு வந்திருந்தனர். நாங்கள் பயணித்தது குறுகிய ரயில் தடம் (நேரோ கேஜ்). ஜப்பானின் அனைத்து ரயில் பாதைகளும் இப்படித்தான் இருக்கின்றன. பெட்டிகளில் இருக்கைகள், அந்தப் பெட்டியின் முழு நீளத்துக்கும் இணையாக அமைக்கப்பட்டுள்ளன; ரயில் போதுமான வசதியுடன் இருந்தது. ஜப்பான் பற்றி அதிகம் கேள்விப்பட்டிருந்தேன்; அதனால், பார்த்த அனைத்தும் இயல்பாகவே ஆர்வமூட்டுவதாக இருந்தன. நேரம் முழுவதையும் அந்த விவரங்களை மனத்தில் குறித்துக் கொள்வதிலும், ஒப்பீடு செய்வதிலும் ஈடுபட்டிருந்தேன்.

பயணத்தில் கடந்த அந்த நாட்டின் நிலப்பரப்பு இத்தாலியிலும் பிரான்ஸிலும் நான் பார்த்திருந்ததை ஓரளவுக்கு ஒத்திருந்தன. அவ்வப்போது, சிறிது நேரம் எங்கள் ரயில் கடற்கரையோரம் பயணிக்கும்; திரும்பவும் கிராமங்கள், வீடுகள். கிராமங்கள் அனைத்தும் ஓவியம் போன்று மிகவும் அழகாகக் காட்சியளித்தன. இடையில் இடைவெளியே இல்லை என்பதுபோல் நெருக்கமாக அமைந்திருந்தன. தேசத்தின் மக்கட்தொகை அடர்த்தியாக இருப்பதை அவை எடுத்துக்காட்டின.

கிராமத்தின் அனைத்து வீடுகளும் ரயில் நிலையக் கட்டடங்களும் மரங்களால் கட்டப்பட்டிருந்ததைக் கவனித்தேன். பெரிய நிலையங்களில்தான் அந்த ரயில் நின்று சென்றது. மக்கள் வந்து போகும் அழகை வேடிக்கை பார்ப்பதே ஆர்வம் தருவதாக இருந்தது. அவர்கள் அணியும் காலணிகளின் அடிப்பகுதி மரத்தால் ஆனது. அதையணிந்து மக்கள் கூட்டம் நடக்கையில் எழும் வித்தியாசமான சப்தம் மிகவும் சுவாரஸ்யமான அனுபவத்தைத் தந்தது. ரயில்வே அதிகாரிகளையும் தனிமனிதர்கள் சிலரையும் தவிர்த்து, அனைவரும் ஜப்பானிய ஆடைகளையே அணிகின்றனர். அதனுடன் ஐரோப்பியப் பாணி தலைத்தொப்பி.

நாகசாகி துறைமுகம்

ரயில் பயணம்

ஓரியண்டல் பேலஸ் ஹோட்டல்

இரவு பத்து மணிக்கு மெய்ஜி என்ற நிலையத்தை அடைந்தோம். பிரிட்டிஷ் கான்சலும் அந்த நகரத்தின் மேயரும் சில போலிஸ் அதிகாரிகளும் எங்களை நிலையத்தில் சந்தித்தனர். தென் பகுதித் தீவிலிருக்கும் அந்த ரயில் பாதையின் இறுதி முனையத்தை அடைந்துவிட்டோம்.

மெய்ஜி, நன்கு பராமரிக்கப்படும் ஒரு சிறிய மாகாண நகரம் என்பதைத் தவிர்த்து ஆர்வமூட்டக்கூடியது என்று சொல்வதற்கு ஏதுமில்லை. படகு ஒன்றில் ஏறி ஜலசந்தியைக் கடந்தால் ஷிமோனோசேகி. அன்று இரவை ரயில்வே ஹோட்டலில் கழித்தோம். அங்கு தங்கியது எங்களுக்கு மிகவும் திருப்திகரமாக இருந்தது. ஹோட்டலை ஜப்பானியர்கள்தான் நிர்வகிக்கிறார்கள். ஹோட்டலில் கிடைத்த வசதியும் சுத்தமும் நல்ல சேவையும் வேறு எங்கும் பார்க்க முடியாதவை.

மறுநாள் நகரத்தின் ஒரு பகுதியைப் பார்த்துவிட்டு, ரயிலில் எங்கள் பயணத்தைத் தொடர்ந்தோம். அந்தப் பயணத்தின் போதுதான் ஜப்பானின் பிரசித்தி பெற்ற உள்நாட்டுக் கடல் எனும் அற்புதமான காட்சியைப் பார்க்க முடிந்தது. (ஜப்பானின் பிரதான நான்கு தீவுகளில் மூன்றான ஹோன்ஷு, ஷிகோகு, க்யூஷூ ஆகிய தீவுகளை இந்த உள் நாட்டுக் கடல் பிரிக்கிறது. ஜப்பானியக் கடலை பசிஃபிக் பெருங்கடலுடன் இணைக்கிறது.)

இந்த இயற்கை அமைப்பைப்பற்றி நான் அதிகம் கேள்விப் பட்டிருந்தேன். இயற்கை முதலில் ஜப்பான் தீவுகளை உருவாக்கியிருக்க வேண்டும்; அதன்பின் உள்நாட்டுக் கடலை உண்டாக்கி, அதற்குப்பிறகு அங்கொன்றும் இங்கொன்றுமாக ஆயிரக்கணக்கான தீவுகளை ஏற்படுத்தியிருக்க வேண்டும். இந்தச் சிந்தனை விநோதமாகத் தோன்றியது. ஆனால், இயற்கை உலகத்தின் எப்பகுதியிலும் செய்யாததை ஜப்பானில் உருவாக்கியிருக்கிறது என்றுதான் சொல்லவேண்டும்.

காட்சிகள் மிக அழகிய ஓவியங்களாய் எங்களைத் தொடர்ந்து கொண்டிருந்தன; அழகான சமவெளிகளின் ஊடாக ரயில் எங்களை அழைத்துச் சென்றது; அவ்வப்போது இந்த மனதைக் கொள்ளைக் கொள்ளும் கடலின் காட்சியையும் காட்டியது. இருள் கவிந்ததற்குப்பின் அந்தக் காட்சி மேலும் கவர்ச்சிகரமாக இருந்தது; வீசிக்கொண்டிருந்த நிலாவொளி அந்த ஒட்டுமொத்த சூழலுக்கும் முழுமையான உணர்வுவயப்படுத்தும் தன்மையை அளித்தது.

எனக்கு ஒதுக்கப்பட்டிருந்த சிறப்புப் பெட்டியில் உணவருந்தினேன்; உறங்கினேன். வசதியான பயணம். அடுத்த நாள் காலை எட்டு மணி அளவில் கோபே நிலையத்தை அடைந்தோம். ஜப்பானிலிருக்கும் மிகப் பெரிய ஒப்பந்த துறைமுகங்களில் அதுவும் ஒன்று. வளர்ந்து வரக்கூடிய, செல்வம் கொழிக்கும் நகரம் போல் தோன்றியது. அழகான இடத்தில் அமைந்திருந்த அந்த நகரத்தைச் சூழ்ந்தாற்போல் குன்றுகள். ஐரோப்பியர் வாழும் பகுதி, அழகிய வீதிகளும் நவீன வணிக வளாகங்களும் ஹோட்டல்களும் கொண்டதாக இருந்தது.

கோபேயிலிருந்து மதியம் ஒரு மணிக்குப் புறப்பட்டோம். ஒஸாகாவை அடையும் வரை, மீண்டும் அழகிய இயற்கை காட்சிகள் நிறைந்த பிரதேசத்தின் ஊடாக ரயில் பயணம். உண்மையான ஜப்பான் தேசம் குறித்த நல்லதொரு பார்வை எங்களுக்குக் கிடைத்தது. இந்த நகரம் 'ஜப்பானின் மான்செஸ்டர்' என்று அழைக்கப்படுகிறது. ஏராளமான உற்பத்திச்சாலைகள் அங்கிருப்பதால் அந்தப் பெயரால் அது அழைக்கப்படலாம். அதிக எண்ணிக்கையிலான புகைபோக்கிகள் கண்ணில்பட்டன; அடிப்படையில் இது பொருள் உற்பத்தி நகரம் என்பதற்கான சாட்சிகளாக அவை நின்றன. ரயில் தடத்தை அணைத்தாற்போல் இருந்த நிலப்பரப்பில் அற்புதமான வடிவமைப்புகளுடன் ஆர்வத்தைத் தூண்டும் விளம்பரப் பலகைகள். அவை சுவாரஸ்யத்தைக் கூட்டின. விளம்பர உத்திகள் நன்கு செழித்துக்கொண்டிருக்கும் அமெரிக்காவிலிருந்து இந்த விதமான பாணி இறக்குமதி செய்யப்பட்டிருக்கக்கூடும்.

புராதன தலைநகரான கியோட்டோ எங்களது அடுத்த நிறுத்தம். ஆனால். எனது திரும்பும் பயணத்தின் போதுதான் இந்த இடத்தைச் சுற்றிப்பார்த்தேன். அப்போது எனக்கு அதிக நேரம் ஒதுக்க முடிந்தது; ஆகவே, இந்த நகரம் குறித்த விவரிப்புகளை இப்போது தவிர்க்கிறேன். முக்கியமான நிலையங்கள் அனைத்திலும் கவர்னரோ அவரது முதல் செயலரோ போலிஸ் இன்ஸ்பெக்டருடன் நிலையத்தின் நடைமேடையில் என்னை வரவேற்கக் காத்துக்கொண்டு இருந்தது எனக்கு மகிழ்ச்சியளித்தது; வியப்பாகவும் இருந்தது.

ஒவ்வொரு சந்தர்ப்பத்திலும் அவர்கள் தம் 'விசிட்டிங் கார்டை' என்னிடம் கொடுத்தனர். அதில் அவர்கள் பெயர் ஜப்பானில் எழுதப்பட்டிருந்தது; சிலவற்றில் ஆங்கிலம் அல்லது பிரெஞ்சு

மொழியிலும் எழுதப்பட்டிருந்தது. மிகவும் மரியாதையுடன் அவர்கள் நடந்துகொண்டனர்; அவர்கள் தலைகுனிந்து வணங்கிய முறை மிகவும் உளப்பூர்வமானதாக இருந்தது. நான் பயணித்த ரயில், நிலையத்தைவிட்டு நன்கு வெளியில் வரும்வரை, அனைத்து சந்தர்ப்பங்களிலும், இருந்த இடத்தைவிட்டு அசையாமல், என் பார்வையில் படும்படி நின்றிருந்தனர். பணிவில் ஜப்பானியர்கள், பிரெஞ்சுக்காரர்களையும் விஞ்சியவர்களாக இருந்தனர்.

ரயில் நிலையங்கள் முழுமையான அமைதியுடன் குழப்பமற்றும் இருந்தன என்பது மிகவும் கவனிக்கவேண்டிய அம்சம். இவற்றை இந்தியாவில் நமக்குப் பழக்கமானவையுடன் ஒப்பிட்டுப் பார்த்துக் கொள்ளலாம். பயணிகளுக்கு உணவையும் சிற்றுண்டிகளையும் அளிப்பதற்கான ஏற்பாடுகளும் அற்புதம். நடைபாதை வியாபாரிகள் நடைமேடைகளில் அரிசிச் சோறு, மீன், முட்டை, ரொட்டி போன்றவற்றை விற்றுக்கொண்டிருந்தனர். சுத்தமான, மெல்லிய, மரத்தால் செய்த பெட்டிகளில் அவற்றை அளித்தனர். அந்தத் தேசத்தின் மதுபானமான 'சேக்' (Sake), மற்றும் பியர் போன்றவையும் விற்கப்பட்டன. உண்மையில், ஒரு முழு உணவையும் மிகக் குறைந்த விலையில் நீங்கள் வாங்கி உண்ண முடியும்.

யோகோஹாமா

மற்றுமொரு இரவு ரயிலில் கழிந்தது; மறுநாள் யோகோஹாமாவை அடைந்தோம். அங்கு பிரிட்டிஷ் கான்சல் என்னை சந்தித்தார். அவருடன் சமீபத்தில் புனரமைக்கப்பட்ட ஓரியண்டல் பேலஸ் ஹோட்டலுக்குச் சென்றேன். அந்த ஹோட்டல் தனது பெயரை பொய்யாக்கிவிடவில்லை. ஓர் அரண்மனை போலவே இருந்தது. நிச்சயமாக, மிகுந்த சொகுசு வசதிகளுடன் கூடிய ஒரு 'கேரவன்செராய்' (நெடுவழி பயணச் சத்திரம்). சூயஸ் கால்வாய்க்குக் கிழக்கிலுள்ள பிரதேசங்களில் இதைப்போன்ற ஒன்றில் இதுவரை நான் தங்கியதில்லை.

அனுபவம் மிக்க ஒரு பிரெஞ்சுக்காரர் அந்த ஹோட்டலின் மேனேஜர். உலகின் இந்தப் பகுதியில் அவர்கள் நீண்ட காலமாக வசிக்கிறார்கள்; ஆகவே ஒரு வெற்றிகரமான வியாபாரத்துக்கு அடிப்படையான நிலைமைகளுக்கு ஏற்ப தம்மைத் தகவமைத்துக் கொள்கிறார்கள். குற்றம் காண நமக்கு ஏதும் அதில் இல்லை. உணவு, கலப்படமற்ற பாரிஸ் பாணி. எங்கள் அறைகளிலிருந்து துறைமுகத்தின் அழகிய காட்சியைக் காண முடிந்தது.

நங்கூரமிட்டிருந்த பல நாடுகளின் கப்பல்களும் அசைந்தாடிக் கொண்டிருந்தன.

இத்தகைய மகிழ்ச்சி தரும், ஜப்பானல்லாத சூழலில் உற்சாகமாக ஒன்பது நாட்களைக் கடத்தினோம்.

டோக்கியோவில் சர் கிளாட் மெக்டொனால்டுடன் சந்திப்பு

சர் கிளாட் மெக்டொனால்டு அவர்களைச் சந்திக்க வேண்டும் என்பதற்காக, நவம்பர் 7ம் தேதி டோக்கியோவுக்கு ஒரு நாள் மட்டும் சென்று வந்தேன். ஒரு மணிக்கும் குறைவான நேரத்தில் நாங்கள் அங்கு போய்ச் சேர்ந்துவிட்டோம். சென்று சேர்ந்த உடனேயே பிரிட்டிஷ் அமைச்சர் சர் கிளாட் மெக்டொனால்டைச் சந்திக்கச் சென்றேன். மரியாதையும் வசீகரமும் நிறைந்த அவரது பண்பு நான் இயல்பான நிலையிலிருக்க உதவியது. எங்கள் சந்திப்பின் போது இறுக்கம் நிலவுமோ என்ற சந்தேகத்தை அது போக்கியது.

1900களில் பிரிட்டிஷார் பிகிங்கை முற்றுகையிட்ட பெரும் நிகழ்வில் மேன்மைக்குரிய அவர்தான் நாயகன். இக்கட்டான மற்றும் அந்த ஆபத்தான காலகட்டத்தில், வெளிநாட்டு அமைச்சர்களும், அங்கு வசித்த வெளிநாட்டவர்களும், பிரிட்டிஷ் தூதரக வளாகத்தில்தான் தஞ்சம் புகுந்தனர். நான் ஜப்பானில் தங்கியிருந்த நேரத்தில் அவர் செய்த கனிவான உதவிகளுக்கும் ஆலோசனைக்கும் சர் கிளாட் அவர்களுக்கு மிகவும் நன்றிக்கடன்பட்டுள்ளேன்.

இங்கிருக்கும் பிரிட்டிஷ் தூதரகம் விஸ்தாரமான இரண்டு மாடிக் கட்டடம். பேரரசரின் அரண்மனை மற்றும் வளாகத்துக்கும் எதிரில் அமைந்திருக்கிறது. கிங் எட்வர்டின் பிறந்த நாளை சர் கிளாடும் லேடி மெக்டொனால்டும் கொண்டாடினர்; அதையொட்டி, அன்று மதியத்துக்கு மேல் தோட்டத்தின் புல்வெளியில் விருந்து ஒன்றை அளித்தனர். யோகோஹாமா மற்றும் டோக்கியோவின் மேல்தட்டு மனிதர்கள் அழைக்கப்பட்டிருந்தனர். ஐரோப்பிய மற்றும் ஜப்பானியச் சமூகத்தினர் பெருமளவுக்குக் கலந்து கொண்டிருந்தனர்.

முதல் முறையாக, முதல் நிலை வெளிநாட்டு அமைச்சர்களையும் ஜப்பானிய மந்திரிகளையும் சந்தித்தேன். அதுபோலவே அதிக எண்ணிக்கையில் கப்பற்படையின் ராணுவத்தின் அதிகாரிகளையும் சந்தித்தேன். ஜப்பானிய அமைச்சர்கள் அனைவரும் ஐரோப்பியப் பாணி ஃப்ராக்-கோட்டும் தலையில் தொப்பியும் அணிந்திருந்தனர்.

பார்க்கையில், அதிக அளவு அசௌகரியமாகத் தோன்றினர்; ஆகப் பணிவுடன் நடந்துகொண்டிருந்த அந்த அமைச்சர்கள், அணிந்திருந்த மேற்கத்திய உடைகளால் வெளிப்படையாகவே மிகப் பரிதாபமாகத் தோன்றினர்.

இத்தகைய பிரதிநிதிகளுடன் நன்கு பழகுவதற்கு ஒருவரது மொழி வளம் அடிப்படையில் மிகவும் உயர்வாக இருக்கவேண்டும். அவர்களில் சிலர் மட்டுமே, ஜப்பானியத் தாய்மொழி தவிர்த்து பிரெஞ்சு மொழி பேசுகின்றனர். சிலர் ஆங்கிலம் மட்டும் பேசுகின்றனர். சிலரோ, ஜெர்மன் மட்டும் பேசுகின்றனர். இதற்கான காரணம் மிகவும் எளிமையானது. ஒரு நாட்டுக்குக் கல்விக்காகவும் பயிற்சிக்காகவும் செல்லும் ஒருவர் அந்த நாட்டின் மொழியைக் கற்றுக் கொள்கிறார்.

ஒரு திட்டத்தை ஜப்பானியர்கள் நீண்ட நாட்களாகப் பின்பற்றுகின்றனர். குறிப்பிட்ட ஒரு நாடு, எந்த விஷயத்தில் திறன் மிக்கதாக, பிரசித்தி பெற்றதாக இருக்கிறதோ அந்த நாட்டுக்குத் தம் மனிதர்களை ஜப்பான் அனுப்புகிறது. இவ்வாறு ஜப்பானியர்கள் பல்வேறு நாடுகளுக்குச் செல்ல வேண்டிய தேவை எழுகிறது. அவ்வகையில்தான் அந்தப் புல்வெளி விருந்தில் பல்வேறு மொழிகளைக் கேட்க முடிந்தது, உண்மையில் எல்லா இடத்திலும் வெளிநாட்டில் படித்த ஒரு ஜப்பானியரைச் சந்திக்க முடிந்தது.

முக்கிய ஆளுமைகளான பிரதம அமைச்சர் கவுண்ட் கட்சுரா; அயல் துறை மந்திரி பரோன் கோமுரா; அரண்மனை பணிகள் துறை அமைச்சர் விஸ்கவுண்ட் தனாக்கா; அட்மிரல் டோகோ, டில்லி தர்பாரில் கலந்து கொண்டிருந்த ஜெனரல் ஒக்கு ஆகியோரை அந்தத் தருணத்தில் சந்தித்து உரையாட முடிந்தது. இறுதியாக, ஆனால் மற்ற எவரையும் காட்டிலும் இவர் குறைந்தவரல்ல, அரண்மனையின் 'கிராண்ட் மாஸ்டர் ஆஃப் செரிமனிஸ்' (அரண்மனை நிகழ்ச்சிகளை ஒருங்கிணைப்பவர்); அவை சிறப்பாக நடப்பதில் முதன்மைப் பாத்திரம் வகிப்பவர்; அவர் பெயர் பரோன் சன்னோமியா; குறிப்பாக, அதிக அக்கறையுடனும் மரியாதையுடனும் என்னைக் கவனித்துக் கொண்டார்; எனக்குத் தேவைப்பட்ட சாத்தியமான உதவி அனைத்தையும் உடனடியாகச் செய்து தர தயாராக இருந்தார். கடந்த காலத்தில், அரண்மனை நடைமுறைகளில் அந்த பரோன் ஒரு மாஸ்டர். சடங்குகளின் அனுசரிப்புகள் வாழ்க்கையின் முக்கிய அங்கமாக இருக்கும் நாட்டில், இது ஒரு பெரிய விஷயமாகும்.

அந்த விருந்தின்போது ஜப்பானியப் பெண்மணிகள் சிலரைச் சந்திக்கும் நல்வாய்ப்பும் எனக்குக் கிடைத்தது. அவர்களில் பலர் ஐரோப்பிய பாணி உடை அணிந்திருந்தனர். மற்றவர்கள் தமது தேசத்துப் பாணியில் உடையணிந்திருந்தினர். அவர்களது அந்த 'தனித்த' அழகுக்கு அந்த பாரம்பரிய உடை, மிகச் சமீபத்திய பிரபல ஆடைகள் வடிவமைபாளர்களான 'ஓர்த்/பாக்வின்' வடிவமைத்த ஆடைகளைக் காட்டிலும், மிக அழகாகப் பொருந்தியிருந்தது என்பதை ஒப்புக்கொள்ளத்தான்வேண்டும்.

ஐரோப்பிய ஆடைகளை அணியும் பெண்கள் அதற்கேற்ற ஒருவிதமான உடல்வாகுடன் இருக்கவேண்டும்; உடலை நன்கு நிமிர்த்தியபடி, அவர்கள் நடக்கும் விதமும் மிகவும் முக்கியம். அப்போதுதான் அந்த உடையின் சிறப்பை நாம் பார்க்க முடியும். ஆனால், இவை ஜப்பானியப் பெண்களிடம் காணக்கிடக்க வில்லை. சில பெண்மணிகள் ஐரோப்பியப் பாணி காலணிகளும் அணிந்திருந்தனர். ஆனால், அவர்கள் மிகவும் சிரமப்பட்டே நடந்தனர். ஜப்பானியப் பெண்கள் தங்களது கால்விரல்களை உட்பக்கமாகத் திருப்பி நடக்கும் இயல்புடையவர்களாதலால் அவர்களது நடை சற்று நளினக்குறைவாகவே இருந்தது. ஜப்பானிய பெண்கள் மிகவும் கூச்ச சுபாவம் கொண்டவர்களாக இருக்கிறார்கள். மற்றவர்களிடம் அதிகம் பேசுவதில்லை. கேட்கும் கேள்விகளுக்கு அவர்களது பதில் பொதுவாக ஒற்றைச் சொல்லாகத்தான் இருக்கிறது: மிகவும் மென்மையான குரலில் உதிர்க்கப்படும் 'ஒயி' அல்லது 'யெஸ்' என்ற சொல்லுடன் ஒரு புன்சிரிப்பு, அத்துடன் ஒரு தலைகுனிந்து வணங்குதல் இருக்கும்.

அவர்களுக்குள்ளாகவே பரிச்சயமற்றவர்கள்போல் நடந்து கொள்கிறார்கள். நெருக்கமற்றவர்களாகவும் தங்கள் அணுகு முறையில் மிகவும் சடங்கு சார்ந்த அனுசரிப்புகள் கொண்டவர் களாகவும் தென்படுகிறார்கள். அவர்களது நாட்டைச் சேர்ந்த ஒருவர் வணக்கம் தெரிவிக்கும் போதும், வழக்கமான முறையில் முழந்தாள்களைத் தொட்டு தலைகுனிந்து வணங்கும் சடங்கு பரிமாறிக்கொள்ளப்படுகிறது. உரையாடலின்போது ஏதாவது சிறப்புக் குறிப்பு தெரிவிக்கப்பட்டாலோ பாராட்டுரைகளின் போதோ குனிந்து வணங்கும் சடங்கைத் திரும்ப திரும்பச் செய்வார்கள். ஜப்பானியர்கள் மத்தியில் கைகுலுக்கும் பழக்கம் ஏனோ புழக்கத்தில் இல்லை. விருந்துக்கு இடையில் முறையாக அறிவிக்கப்படாத ஒரு நடன நிகழ்ச்சி. அனைத்தும் நின்றுபோயின.

இரண்டு மணி நேரம் கழித்து ஆர்வத்துடனும் புதுமையான அனுபவங்களுடனும் அங்கிருந்து புறப்பட்டோம். விருந்துபசாரம் செய்தவரிடமும் அவரது மனைவியிடமும் விடைபெற்றுக் கொண்டோம். ஷின்பாஷியிலிருந்து ஐந்து மணி ரயிலில் ஏறினோம். நல்ல கூட்டம். புல்வெளி விருந்தில் கலந்து கொண்டவர்கள் பலரும் ரயிலில் இருந்தனர். வானிலை மிகவும் குளிராக இருந்தது. ஓவர் கோட் அணிவது மிகவும் அவசியமாக இருந்தது.

ஷாப்பிங் செய்வது எனது பொழுதுபோக்கு. அது ஏற்படுத்திய தூண்டுதல் உணர்வை என்னால் தவிர்க்க முடியவில்லை. உள்ளூரில் தயாரிக்கப்பட்ட கவர்ச்சிகரமான பொருட்களால் கடைகள் நிரம்பி வழிந்ததும் அதற்கொரு காரணமாக இருந்தது; தந்தத்தில் செதுக்கு வேலைப்பாடுகள் நிறைந்த பொருட்கள், அரக்கு வேலைப் பாடுகள், தங்கம், வெள்ளி, தாமிரத்தில் மெருகேற்றப்பட்ட பொருட்கள்; முத்துகளின் தாய் என்று சொல்லப்படும் இறகு வடிவ சிப்பி பதிக்கப்பட்ட பொருட்கள், பட்டுத்துணியில் எம்ப்ராய்டரி வேலைகள் நிறைந்த ஆடைகள், பீங்கான் பாத்திரங்கள் என்று சொல்லிக்கொண்டே போகலாம்.

இப்படிப்பட்ட மேலும் சிறந்த பொருட்களை கியோட்டோவில் வாங்கலாம் என்று என்னிடம் சொன்னார்கள்; அதனால், இங்கு அதிக பொருட்களை வாங்கும் ஆர்வத்தைத் அப்போதுக்குக் குறைத்துக் கொண்டேன். கொஞ்சமாக சில பொருட்களை மட்டுமே வாங்கினேன்.

7

ஜப்பான் பேரரசியின் செவ்வந்தி தோட்ட விருந்து

அடுத்து, அமெரிக்க க்ருய்சர்களில் ஒன்றான 'ஒரேகான்' என்ற போர்க்கப்பலைப் பார்க்கச் சென்றேன். கப்பல் அதிகாரிகள் என்னிடம் நாகரிகமாக நடந்துகொண்டனர். பார்க்கத் தகுதியான அனைத்தையும் சுற்றிக்காட்டினர். அந்தக் கடலோடிகளில் அதிக எண்ணிக்கையில் கட்டுமஸ்தான நீக்ரோக்களைப் பார்க்க முடிந்தது. அவர்கள் எவ்வளவு திறமையானவர்களாக இருந்தாலும், கமிஷண்டு ஆபிஸர் பதவி உயர்வு அவர்களுக்குக் கிடைக்காது என்று கூறினார்கள். 'மனித சமத்துவம்' என்பதை அவர்களது அரசியலமைப்பின் அடிப்படைக் கொள்கையாக வைத்திருப்பதாகச் சொல்லப்படும் ஒரு தேசத்தில் இத்தகைய நிலைமைகள், ஒருவருக்கு எதிர்காலம் குறித்த அச்சத்தை ஏற்படுத்துகின்றன. வாக்குக் கேட்கப்படும்போது மட்டும் வெள்ளை மனிதரும் அவரும் சமம் என்று கூறப்படுவதை அந்தக் கறுப்பினத்தவர் சகித்து கொள்வாரா? அல்லது தகுதியுடையவராக இருந்தும் நியமனம் செய்யப்படாமல், கடவுள் அவரைக் கறுப்பாகப் படைத்துவிட்டார் என்பதற்காகக் காலம் முழுவதும் காத்திருக்க வேண்டுமா?

அதன் பிறகு, துறைமுகத்தைச் சுற்றி சிறிய கடல் உலா ஒன்றை மேற்கொண்டேன். அப்போது இங்கிலாந்து, பிரான்ஸ், ஜெர்மனி,

ஆஸ்திரியா, இத்தாலி நாடுகளின் போர்க்கப்பல்களைப் பார்க்க முடிந்தது. பெருமளவுக்கு இவை ஆர்வம் ஏற்படுத்தின.

அடுத்த நாள் எனக்கு உடல்நிலை சரியில்லை; அதனால் வெளியில் செல்லும் சாகசத்தை நான் மேற்கொள்ளவில்லை. ஆனால், என்னைப் பார்க்க பதில் விஜயம் மேற்கொண்ட பிரிட்டிஷ் தூதுவரை வரவேற்கும் சந்தோஷம் எனக்குக் கிடைத்தது.

பத்தாம் தேதி, பந்தய மைதானத்தில் பெரும் சந்திப்பாக அமைந்தது. பந்தய மைதானத்தில் வைத்தே பிரெஞ்சுத் தூதுவரும் பெரிக்னி கோமகனுமான மொன்சியே ஹர்மண்ட் மற்றும் வேறு சில பிரெஞ்சுக்காரர்களையும் சந்தித்தேன்; அவர்களுடன் மதிய உணவும் சாப்பிட்டேன். பந்தய மைதானம் மிக அழகான இடத்தில் அமைந்திருந்தது. அங்கிருந்து டோக்கியோ விரிகுடாவையும் சூழந்திருந்த குன்றுகளின் அழகிய காட்சியையும் காண முடிந்தது. ஐரோப்பியர்களாலும், ஜப்பானிய சமூகத்தின் மேல் தட்டு மனிதர்களாலும் 'கிராண்ட் ஸ்டாண்ட்' நிரம்பி வழிந்தது.

குதிரைப் பந்தயம் பார்க்க ஓரளவுக்கு நன்றாக இருந்தது. எனினும் லக்னோவிலோ கல்கத்தாவிலோ பார்க்கக் கூடிய பந்தயங்களைப் போல் இல்லை. பரிசு, 'எம்பரர் கோப்பை'. பெரிக்னி கோமகன் மற்றும் மொன்சியே ரூனென் இருவரும் இணைந்து வென்றதாக அறிவிக்கப்பட்டது. பிரெஞ்சுக்காரர்களான அவர்கள் இருவரும் வெற்றிபெற்ற குதிரைக்குச் சொந்தக்காரர்கள். வழக்கமான பலத்த 'பன்ஸாய்' குரலொலிகளுக்கு மத்தியில் பேரரசரின் சார்பில் பரோன் சன்னோமியா பரிசை வழங்கினார். 'பன்ஸாய்' என்பது ஆங்கிலத்தில் 'ஹுர்ரே' என்று கூறப்படுவதற்கு இணையானது. திரும்பிவருகையில், யுனைட்டடு கிளப் வளாகத்துக்குச் சென்று பார்த்தேன். அழகான, நல்ல வசதிகளுடன் அமைந்த க்ளப்; ஒருவேளை, கீழ்த்திசையில் மிகச் சிறந்த ஒன்றாக இருக்கக்கூடும். யோகோஹாமாவில் தங்கியிருந்தபோது, அந்த நாட்களுக்கு மட்டும் என்னைக் கிளப்பின் உறுப்பினராக ஆக்கினர்.

கோமகுரா

பதினொன்றாம் தேதி, கோமகுரா (டோக்கியோவிற்கு முன், ஜப்பானின் தலைநகராக இருந்த நகரம்) என்ற இடத்துக்கு ரயில் மூலம் சுற்றுலா மேற்கொண்டோம். அழகிய இயற்கைக் காட்சிகளைப் பார்க்க முடிந்த, ஒரு மணி நேர மகிழ்ச்சியான பயணத்துக்குப் பின் அங்கு போய்ச் சேர்ந்தோம். இலையுதிர் காலம்

பிரம்மாண்டமான தாய்புட்ஸு (புத்தர்) சிலை, கோமகுரா

மரங்களில் வண்ணம் பூசத்தொடங்கியிருந்தது; பசுந் துளிர்கள் அழகாகத் தோன்றின. ரிக்ஷாவில் அரை மணி நேரப் பயணத்தில் ஒரு பெரிய மடாலயத்துக்கு வந்து சேர்ந்தோம். வெட்ட வெளியில் மிகப் பிரம்மாண்டமான தாய்புட்ஸு அல்லது புத்தரின் சிலை. ஏணி ஒன்றின் வழியாக மேலே ஏறி, சிலைக்குள் நுழைந்தோம்; அதற்குள் ஒரு சன்னதி இருந்தது. கால்களை மடித்துத் தியான நிலையில் அமர்ந்திருந்த வெங்கலத்திலான உருவம், ஜப்பானின் மிகச் சிறந்த கலைப்படைப்புகளில் ஒன்று எனக் கூறப்படுகிறது.

அதன்பின் மற்றொரு மடாலயத்தைப் பார்க்கச் சென்றோம். அது ஒரு சிறிய கோவில். அங்கிருந்து ரிக்ஷாக்களில் இனோஷிமா என்ற இடத்துக்குச் சென்றோம். அது ஒரு புகழ்பெற்ற கோடை உல்லாசத் தலம். அந்த இடம் உண்மையில் ஒரு தீவு; மிக நீண்ட மரப்பாலம் ஒன்று 'மெயின் லாண்டு'டன் தீவை இணைக்கிறது. கருங்கல் பாவிய நடைபாதை ஒன்றில் ஏறி நடந்தோம். ஒரு குறுகலான தெரு வழியே பாதை சென்றது. பாதையின் இருபுறமும் இருந்த கடைகளில் விலையுயர்ந்த கற்களும் விதவிதமாக வடிவமைக்கப்பட்ட கிளிஞ்சல்களும், குறைந்த விலைகளில் விற்பனைக்குக் காட்சிப்படுத்தப்பட்டிருந்தன.

குன்று ஒன்றின் மேல், அமர்ந்திருப்பதுபோல் காணப்பட்ட ஒரு 'தேநீர் இல்லம்' எங்களைக் கவர்ந்தது. ஆகவே, தேநீர் அருந்த அங்கு

சென்றோம். உள்ளே நுழைகையில், அந்தத் தேசத்துக்கே உரிய பாணியில் பெண் பணியாளர்கள் எங்களை வரவேற்றனர். அதாவது, மண்டியிட்டு அவர்களது நெற்றி தரையைத் தொடுமாறு வணங்கினர். அவர்களது உற்சாகமான நடத்தையும், இனிய புன்னகையும், சூழலின் அழகும், அமைதியும் நாங்கள் யோகோஹாமாவுக்குப் புறப்படுவதைத் தள்ளிப்போட எங்களைத் தயங்க வைத்தன. இறுதியில் யோகோஹாமாவுக்குப் பாதி தூரம் மின்சார காரிலும், பாதி தூரம் ரயிலிலும் பயணித்தோம்.

பன்னிரண்டாம் நாளின் ஒரு பகுதியை என்னைக் கவர்ந்திழுத்த அந்தக் கடைகளுக்குத் திரும்பவும் செல்வதில் செலவழித்தேன். அந்த உணர்வை மட்டும் என்னால் கட்டுப்படுத்தவே இயலவில்லை.

அன்றிரவு அந்த ஹோட்டலில் நடந்த ‘பால்’ நடனம் ஒன்றைப் பார்க்க சென்றேன். நடனம் கண்களுக்கு விருந்தாக இருந்தது. துறைமுகத்தில் நின்றிருந்த, பிரெஞ்சு போர்க்கப்பலின் பேண்டு இசைக் குழுவினர் அந்த நடன நிகழ்வுக்கு வாசித்தனர். நிச்சயமாக ஒரு ஐந்நூறு பேர் அங்கு கூடியிருப்பார்கள்; அனைத்து ஐரோப்பிய, அமெரிக்க நாட்டவர்களும் கலந்து கொண்டிருந்தனர் எனலாம்.

செவ்வந்தித் தோட்ட விருந்து

அடுத்த நாள், பேரரசியின் செவ்வந்தித் தோட்ட விருந்து. ஆண்டுதோறும் பேரரசி இரண்டு பெரும் தோட்ட விருந்துகள் அளிப்பார். அதில் ஒன்று இது. மற்றொன்று வசந்த பருவத்தில் நடப்பது. இந்த விருந்துக்கான அழைப்பு எனக்கு உரியநேரத்தில் வந்துசேர்ந்தது. ஜப்பானிய மொழியில் எழுதப்பட்ட அழைப்பு எனக்கு ஆர்வமூட்டியது. ஆங்கில மொழிபெயர்ப்பும் அழைப்பிதழில் இருந்தது. குறிக்கப்பட்ட தேதியில் ஒருவேளை மழை பெய்தால், இந்தப் பொழுதுபோக்கு நிகழ்வு மறுநாள் நடக்கும். மறுநாளும் மழை தொடர்ந்தால் விருந்து ரத்து செய்யப்படும் என்ற குறிப்பு இருந்தது. அழைப்பிதழில் பேரரசின் முத்திரை இருந்தது; பதினாறு இதழ்கள் கொண்ட செவ்வந்தி. மிக எளிய வடிவமைப்பு.

விருந்து நாள் காலையில் வானம் மேக மூட்டமாக இருந்தது; ஆனால் நல்வாய்ப்பாக மதியம் வானம் தெளிந்துவிட்டது. சர் கிளாட் மற்றும் லேடி மெக்டொனால்ட் ஆகியோருடன் மதிய உணவுக்கு உரிய நேரத்தில் டோக்கியோ சென்று சேர்ந்து

விட்டோம். உணவுக்குப்பின், அவர்களுடன் 'அஸகுஸா' என்ற பூங்காவுக்குப் புறப்பட்டோம். நுழைவு வாயிலில், போலிஸ் காரர்களும் ராணுவ பாதுகாப்பு வீரர்களும் நின்றிருந்தனர். வரிசையாக வண்டிகளும், ரிக்‌ஷாக்களும் வெளியில் நின்றிருந்தன. ஓவர் கோட்டுகளை வாயிலருகில் விட்டுச் செல்லும்படி மிகுந்த பணிவுடன் கேட்டுக் கொண்டனர்.

சரளைக்கற்கள் பாவிய பாதை ஒன்றில் பத்து நிமிட நேரம் நடந்தபின், ஒரு சதுரமான இடத்துக்கு வந்து சேர்ந்தோம். பல நிறங்களில், திகைக்க வைக்கும் வகைகளில் செவ்வந்திப் பூக்களால் அந்த நிலப்பரப்பு நிரம்பியிருந்தது. ஜப்பானிய அமைச்சர் களையும், வெளிநாட்டுப் பிரதிநிதிகளையும், பல நாடுகளின் ராணுவம் மற்றும் கடற்படை அதிகாரிகளையும், அவர்களது தூதரகங்களிலிருந்து அறிமுகக் கடிதங்களுடன் வந்திருந்த உலகம் சுற்றிகளையும், அறிவியல் மற்றும் இலக்கியத் துறை அறிஞர் களையும் அங்கே பார்க்க முடிந்தது.

அந்தப் பூங்கா ஒரு விரிந்து பரந்த இடம்; பெரும் மரங்களால் நிறைந்திருந்தது. பெரிய ஏரிகளும் காணப்பட்டன. அவற்றின்

'அஸகுஸா'பூங்கா

நடுவே சிறிய அழகிய தீவுகள்; அவற்றில் சிறு மண்டபங்கள் அமைக்கப்பட்டிருந்தன. இந்தத் தீவுகள் பூங்காவின் பகுதிகளுடன், வேறு கவனம் ஈர்க்கும் அம்சங்களுடனும் சிறிய மரப் பாலங்களால் இணைக்கப்பட்டிருந்தன. ஆழ்ந்த சிவப்பு, மஞ்சள் மற்றும் வேறு வண்ணங்களில் இலைகளும் பூக்களுமாக நின்றிருந்த மேப்புள் மரங்கள் மனதுக்கினிய காட்சியாக இருந்தன.

இந்த அழகிய காட்சிகளை எல்லாம் பார்ப்பதற்கு எங்களுக்கு நேரமில்லை; ஏனெனில் கூட்டத்தைத் திடீரென்று பற்றிக்கொண்ட பரபரப்பு, பேரரசியின் வருகையைத் தெரிவிக்கும் அறிகுறியாக அமைந்தது. ராணுவத்தின் பேண்டு ஜப்பானின் தேசிய கீதம் என்று சொல்லப்படும் சற்றே சோகமான பாடலை இசைத்தது. தொப்பி அணிந்தவர்கள் உடனடியாக அவற்றைத் தலையிலிருந்து அகற்றினர். அத்தகைய ஒரு மரியாதையை அளிக்க முடியாமல் எங்களது டர்பன்கள் எங்களைத் தடுத்துவிட்டன.

விருந்தினர்கள், அவர்களாகவே வரிசைகளை அமைத்துக் கொண்டனர். மாஸ்டர் ஆஃப் செரிமனிஸே இங்கும் விருந்து ஒருங்கிணைப்பாளர். எல்லோரையும், நின்றிருந்த இடத்திலேயே நிற்கும்படி கேட்டுக்கொண்டார்.

பேரரசி வந்துகொண்டிருந்த பாதையை நோக்கி எங்கள் அனைவரது கண்களும் திரும்பின. விரைவில் பரிவாரம் கண்ணில் பட்டது. அதன் தலைப்பகுதியில் அரசவைப் பணியாளர்கள் அரண்மனைச் சீருடையில் வந்தனர். அவை ஐரோப்பிய வடிவமைப்பில் தென்பட்டன. பணியாளர்கள் கடந்து சென்றதும், பேரரசியின் சேடிகள், இரண்டிரண்டாக வந்தனர். இவர்களுக்குப் பின்னால், பேரரசி தனியாக நடந்துவந்தார்.

மாட்சிமை பொருந்திய பேரரசி, ஐந்தடிக்கு மேல் இருக்கமாட்டார். ஐரோப்பாவில் தைக்கப்பட்ட பச்சை வண்ண வெல்வெட் ஆடையை அணிந்திருந்தார். மிகக் கம்பீரமாக நடந்து வந்த அவரது முகத்தில் முற்றிலும் எந்த உணர்வையும் பார்க்க முடியவில்லை.

பெண்மணிகள் அளித்த மரியாதையையும், அமைச்சர்களும் ஏனைய விருந்தினர்களும் மிகவும் குனிந்து பணிவுடன் அளித்த வணக்கத்தையும் அவர் எந்திரத்தனமாக, முகத்தில் எவ்வித சிரிப்புமின்றி தான் அங்கீகரித்தார். பேரரசிக்குப் பின்னால் ராஜ குடும்பத்தின் இளவரசிகள் நடந்து வந்தனர்; அனைவரும் பிரகாசமான ஐரோப்பியப் பாணி ஆடைகளை அணிந்திருந்தனர்.

அனைத்து விருந்தினர்களும் பேரரசியைப் பின்தொடர்ந்தாற்போல் மெதுவாகச் சென்ற அந்த அணிவகுப்பு, வரவேற்பு-விருந்து ஏற்பாட்டுக்காக அமைக்கப்பட்டிருந்த கூடாரத்தில் முடிந்தது. கூடாரத்தின் ஒரு முனையில் பேரரசி தன் இருக்கையில் அமர்ந்தார். அவரது இடதுபுறம் இளவரசிகள் வரிசையாக நின்றனர். அவர்களுக்குப் பின்னால் சேடிகள் நின்றிருந்தனர். எங்களுக்கு இடம் முதல் வரிசையில் ஒதுக்கப்பட்டிருந்தது. தூதுவர்களுடன் நாங்கள் நின்றிருந்தோம். பெல்ஜியம் தூதுவர் பரோன் டிஅனேதன் மற்றும் அவரது மனைவியும் முதலில் அறிமுகப்படுத்தப்பட இருந்தனர். ஏனெனில், அவர்தான் ‘டோயென்’ அல்லது தூதுவர்களில் மூத்தவர். அவருக்கு அடுத்ததாக சர் க்ளாட் மெக்டொனால்டை மாஸ்டர் ஆஃப் செரிமனிஸ் அறிமுகப்படுத்தி வைத்தார். அதன்பின், சர் மெக்டொனால்ட் என்னை அறிமுகப்படுத்தினார்.

பேரரசி, என்னிடம் கைகுலுக்கிய பின், மொழிபெயர்ப்புப் பணி செய்த அவரது சேடிகளில் ஒருத்தி பேரரசியின் சார்பில் எனக்கு ஜப்பான் பிடித்திருக்கிறதா என்று கேட்டாள். இந்தியாவில் பெரும் வெப்பத்தைச் சந்தித்திருக்கும் எனக்கு இங்கே இந்தக் குளிரைப் பொறுத்துக் கொள்ள முடிகிறதா, அதிகமாக இருக்கிறதா என்று விசாரித்தாள். இந்தியாவின் சில பகுதிகளில், சில பருவங்களில், ஜப்பான் தேசத்தைப் போலவே கடுங்குளிர் நிலவும் என்று நான் சொன்னதும் பேரரசிக்குத் திகைப்பு. ஏறத்தாழ சரியாகப் புரிந்து கொள்ள முடியாத மெல்லிய குரலில் பேரரசி பேசினார். பின்னர் நான் இளவரசிகளுக்கு அறிமுகப்படுத்தப்பட்டேன். அவர்களில் ஒருத்தியான, இளவரசி நஷிமோடோ, ஜப்பானின் அரச வம்சத்திலேயே மிகவும் அழகிய பெண் என்று கருதப்படுகிறார்.

ரஷ்யத் தூதுவர் அறிமுகப்படுத்தப்பட்ட போது, பலரும் பெரும் ஆர்வத்தை வெளிப்படுத்தினர். வெளிநாட்டுத் தூதுவர்களில் பரோன் ரோஸென் மிகத் திறமையானவரென கூறப்படுகிறார். அவர் நாட்டுக்கும் ஜப்பானுக்கும் இடையிலான உறவுநிலை பாதிக்கப்பட்டிருக்கும் சூழலில், அவரது செயல்பாடுகள் எந்நேரமும் மிகுந்த அக்கறையுடன் மற்றவர்களால் கவனிக்கப் படுகின்றன. அடுத்தது, சீனத் தூதுவர். அவரைத் தொடர்ந்து பல பணியாளர்கள், சீன அரசவை சீருடையில் வந்தனர். அவர்கள் மட்டுமே ஐரோப்பிய ஆடையணியாமல் விருந்தில் கலந்து கொண்டவர்கள். வெளிநாட்டுக் கடற்படை மற்றும் ராணுவ

அதிகாரிகளுக்கு அடுத்ததாக ஜப்பானிய அமைச்சர்கள் அறிமுகப் படுத்திக் கொண்டனர். மிகுந்த பணிவுடன் கைகளை முழந்தாள்களில் வைத்தபடி மரியாதையுடன் குனிந்து வணங்கினர். ஆனால். பேரரசி அவர்களுடன் கைகுலுக்கவில்லை. இவர்களுடன் அறிமுகப்படலம் முடிவுக்கு வந்தது.

அதன் பின் பெரும் விருந்து தொடங்கியது. வேறெங்கும் ஒருவர் கலந்துகொள்ளும் ஒரு மாலைநேர தேநீர் விருந்துபோலத்தான் இருந்தது; சிறப்பாகச் சொல்வதற்கில்லை; ஆனால் பலவிதமான உணவு வகைகள் கொண்ட வழக்கமான விருந்து என்று சொல்லலாம். சூப், மீன், எலும்புடன் கூடிய பெரிய இறைச்சித் துண்டு, ஐஸ்க்ரீம், ஷாம்பெய்னும் வேறு ஒயின் வகைகளும் பரிமாறப்பட்டன. உணவு மேஜையின் தலைப்பகுதியில் பேரரசி அமர்ந்தார்; அவரருகில் இளவரசர் ஹிகாஷி ஃபூஷிமி, அடுத்தாற் போல் இளவரசிகளும் அமர்ந்தனர். அவர்களுக்கு முன் பரிமாறப்பட்ட பதார்த்தம் எதையும் விருந்தளித்த அரண்மனையினர் தொடவில்லை என்பதைக் கவனித்தேன். ஆனால், விருந்தினர்கள் பரிமாறப்பட்ட சுவையான உணவுகளுக்கு போதுமான நியாயம் வழங்கினர் என்று சொல்லலாம்.

பேரரசிக்கு எதிரில் நான் அமர்ந்திருந்த இடத்திலிருந்து மொத்த நடவடிக்கைகளையும் என்னால் நன்கு பார்க்க முடிந்தது. தூதரக அதிகாரிகள், மேலும் சில முக்கிய பிரபலங்கள் தவிர்த்து மற்றவர்களுக்குத் தனி மேஜைகளில் உணவு பரிமாறப்படவில்லை. நீண்ட மேஜைகளில் அவை வைக்கப்பட்டிருந்தன; மேஜைக்கு அருகில் நின்றபடி, 'பஃபே' போல், சிற்றுண்டியையும் மற்றவற்றையும் அவர்களே எடுத்து வைத்துக்கொண்டு சாப்பிட்டனர். அரண்மனையைச் சேர்ந்த ஜப்பானிய வெயிட்டர்கள் தாம் மேஜைகளில் உணவு பரிமாறும் சேவையைச் செய்தனர். ஐரோப்பாவின் குற்றேவல் செய்யும் பணியாளர்போல் அவர்கள் உடையணிந்து இருந்தனர். ஒரு அரை மணி நேரம் உணவு மேஜை முன் அமர்ந்திருந்த பேரரசி, விருந்து முடிந்தது என்பதற்கு அடையாளமாய் இருக்கையை விட்டு எழுந்தார்.

நாங்கள் உணவை ரசித்துச் சாப்பிட்டுக் கொண்டிருந்த போது ஜப்பானிய ராணுவ பேண்டு சிறப்பாகத் தெரிவு செய்து வாசித்த ஐரோப்பிய இசை குறித்து நிச்சயம் குறிப்பிடாமல் இருக்க முடியாது. பிரெஞ்சு பாணியில் சீருடைகள் அணிந்திருந்த அவர்கள் மிக அற்புதமாக வாசித்தனர்.

அணிவகுப்பு மீண்டும் உருவானது. ஆனால், அந்த இடத்தைவிட்டு புறப்படும் முன் பிரபலமான முக்கிய விருந்தினர்களுடன் பேரரசி கைகுலுக்கினார். ஜப்பானில் எனது சில நாட்கள் வாசம் இனிமையாக இருக்கவும் பத்திரமாக நாடு திரும்பவும் அவரது வாழ்த்துகளை கூறினார்.

இப்படியாக அந்த ஆண்டின் செவ்வந்தித் தோட்ட விருந்து முடிவுற்றது. விருந்து ஏற்பாடுகள், சிறந்த முறையில் மிக நுணுக்கமாக ஏற்பாடு செய்யப்பட்டிருந்தன. நிச்சயமாக லண்டன் பக்கிங்ஹாம் அரண்மனையிலோ பாரீஸின் எலிஸியிலோ இவ்வளவு சிறப்பாக இதைச் செய்திருக்க மாட்டார்கள்.

நான் விவரித்த இந்த விருந்தும், பொழுதுபோக்கு நிகழ்வும், நவீன ஜப்பானில் நிகழ்ந்து கொண்டிருக்கும் முன்னேற்றத்தைப் பறைசாற்றும் பல சான்றுகளில் ஒன்று. அத்துடன், முற்றிலும் வெளியார் உதவியேதுமின்றி அனைத்து ஏற்பாடுகளும் மிகச் சிறப்பாகச் செய்யப்பட்டிருந்தன.

மற்ற நாட்டு மக்களின் பழக்க வழக்கங்களை ஏற்றுத் தழுவிக் கொள்வதிலும், நவீன உலகின் மாறியிருக்கும் நிலைமைகளுக்கு ஏற்ப தங்களை மாற்றிக்கொள்வதிலும் அம்மக்களுக்கு இருக்கும் திறமை குறித்து ஏராளம் பேசலாம்.

இருபது ஆண்டுகளுக்கு முன், இத்தகைய ஓர் அமைப்பில், இவ்வளவு பெரிய வீச்சுடன் இதுபோன்ற பொழுதுபோக்கு நிகழ்வை ஏற்பாடு செய்வது ஜப்பானியர்களின் திறனுக்கு அப்பாற்பட்டதாக இருந்திருக்கலாம். ஆனால், நிலைமை இப்போது அப்படியில்லை.

இலையுதிர் பருவத்துப் பிரச்சனைகளைச் சமாளிப்பதில் பேரரசர் தீவிரமாக ஈடுபட்டிருந்ததால் செவ்வந்தி தோட்ட விருந்தில் அவரால் கலந்து கொள்ள முடியவில்லை. ஒரு நாள் பயணத்தொலைவுக்கு அப்பால் முப்பதினாயிரம் துருப்புகள் கொண்ட படைமுகாமில் ஆய்வு செய்யும் பணியில் இருந்தார்.

பூங்காவை விட்டு பேரரசி புறப்பட்டவுடன், அனைவரும் தங்கள் பயணத்துக்கு வண்டிகளை ஏற்பாடு செய்ய விரைந்தனர்; அந்த இடம் பரபரப்புக்கு ஆளானது. எங்களுக்கு வண்டியொன்று சீக்கிரமாகவே கிடைத்தது. யோகோஹாமாவுக்குத் திரும்பிச் செல்வதற்கு விரைந்து சென்று விரைவு ரயிலைப் பிடிக்க வேண்டியதாயிற்று.

‘பால்’ நடனம்

கிளப்பில் வருடாந்திர ‘பால்’ நடனம் (Ball Dance) நடக்கவிருந்தது. அதனால் நான் சிறிதும் தாமதிக்க முடியாது. டின்னர் முடிந்ததும் கிளப்புக்கு சென்றேன். மிகுந்த மகிழ்ச்சியுடன் நடன நிகழ்ச்சியை அனுபவித்தேன். இதயம் குளிருமளவுக்கு நானும் நடனமாடினேன். சுவையான இரவு உணவு பரிமாறப்பட்டது. களிப்புடன் ஆடித் திளைத்த, பல நாடுகளையும் சேர்ந்த இளைஞர் கூட்டத்துடன் காலை ஒரு மணி வரையிலும் இருந்தேன்.

இந்த ‘பால்’ நடன நிகழ்வின் கவனத்துக்குரிய அம்சம் என்னவென்றால், யோகோஹாமாவின் கவர்னரும் அவரது மனைவியும் தவிர்த்து ஜப்பானிய ஆண்கள் பெண்கள் எவரையும் அந்த இடத்தில் பார்க்க முடியவில்லை. அத்துடன் ஜப்பானியர்கள் எவ்வளவுதான் முன்னேறிய மனிதர்களாக தென்பட்டாலும், அவர்களுக்கும் ஐரோப்பியர்களுக்கும் இடையில் சமூக உறவுகள் மிகவும் குறைவாக இருந்தது என்பதையும் கவனித்தேன். சடங்கு சார்ந்தும், அதிகாரப் பூர்வமான சந்திப்புகளில் மட்டுமே அவர்கள் ஒன்றாகக் கூடுகிறார்கள்.

ஜப்பானியர்களால் வெளிநாட்டுச் சமூகத்தினர் மத்தியில் இயல்பாகப் பழக இயலவில்லை என்பதே இதற்குக் காரணம். ஐரோப்பியர்கள், ஜப்பானில் தாம் பிரத்தியேகமாகத் தனித்து இருக்கவேண்டும் என்ற மனநிலையில் இருப்பதாக நான் பார்க்கவில்லை.

8

கெய்ஷா பாடலும் மைக்கோ நடனமும்

ஜப்பான் தலைநகரில் சில நாட்கள் இருக்கவேண்டும்; ஜப்பானியரின் வாழ்க்கையில் நடந்து கொண்டிருக்கும் விஷயங்களில் பங்கு பெற வேண்டும் என்ற விருப்பம் உந்தியதால் டோக்கியோ செல்ல விரும்பினேன். அறிமுகமாகியிருந்த சில ஆங்கியேர்களுடன் மதிய உணவு சாப்பிட்டுவிட்டு யோகோஹாமாவைவிட்டுப் புறப்பட்டேன்.

டோக்கியோ மாநகரம் இருநூறு ஆண்டுகளுக்கும் மேலாகத் தலைநகராக இருக்கிறது. அதன் மக்கட்தொகை சுமார் ஒன்றரை மில்லியன். மகத்தான தூரம் கொண்ட மாநகரம் என்று இதைச் சொல்லலாம். ஒரு முனையிலிருந்து மற்றொரு முனை பத்து மைல்கள் இருக்கும். பயணம் மிகுதியான நேரத்தைக் குடித்துவிடும்.

ஒரு நவீன மாநகரத்துக்குரிய அம்சங்களான யுத்த அலுவலகம், நாடாளுமன்ற வளாகம், நீதி மன்றங்கள் போன்றவை மிக அற்புதமான கட்டடங்களில் இயங்கிக்கொண்டிருந்தன. அவை சென்ட்ரல் பூங்காவையும் பொழுதுபோக்கு மைதானங்களைச் சுற்றியும் வட்டமாக அமைந்திருந்தன. கல்கத்தா அல்லது பம்பாய் மாநகரங்களைக் காட்டிலும் குறிப்பிட்டுச் சொல்லும்படி சுத்தமாகக் காணப்பட்டன. வியன்னாவின் 'ரிங் ஸ்ட்ராஸ்' தோற்றத்தை இவை நினைவுபடுத்தின. சந்தேகமின்றி அந்த நகரத்திடமிருந்து

யூனோ மாவட்டம், டோக்கியோ

நினோபாஷி மாவட்டம், டோக்கியோ

பொதுவான நிர்வாக முறையை இவர்கள் காப்பியடித்திருக்க வேண்டும்.

ஜப்பானிய மல்யுத்தம்

டோக்கியோவை அடைந்தவுடன், உடனடியாக பிரிட்டிஷ் தூதரகத்துக்குச் சென்றோம். அங்கு இரண்டாவது செயலர், திரு.ஹோலர் எங்களை வரவேற்றார். மல்யுத்தம் ஒன்றைப் பார்க்க எங்களை அழைத்துச் சென்றார். வீடுபோன்ற ஒரு கட்டடத்தில் அந்நிகழ்ச்சி நடந்தது. தரை முழுவதும் பாய்கள் விரிக்கப் பட்டிருந்தன. உள்ளே நுழையும்போது ஷூக்களைக் கழற்றிவிட்டு அவர்கள் அளிக்கும் வீட்டுக்குள் போட்டுக்கொள்ளும் 'கான்வாஸ் ஸ்லிப்பர்களை' அணிய வேண்டும். ஜப்பானில் நிலவும் பொதுவான பழக்கம் இது. முன்னதாக, அந்த மல்யுத்த ஆசான் மல்யுத்தக் கலையின் அடிப்படைகளை ஆங்கிலத்தில் விளக்கினார். சில நடைமுறை விளக்கங்களையும் செய்து காட்டினார். அதன்பின் போட்டியாளர்கள் காட்சிக்குள் வந்தனர். போட்டிகள் தொடங்கின.

மல்யுத்தத்துக்கு, உடல் வலிமையைக் காட்டிலும் அதிகமாக திறன்தான் தேவைபோல் தோன்றியது. வெறுமனே கையை திறனுடன் திருப்பியோ எதிரியின் பாதத்தைச் சற்றே திருப்பியோ ஒருவர் மற்றொரு மனிதனைத் தூக்கி எறிவது முற்றிலும் வியப்புக்குரிய செயல். அத்துடன், அவ்வாறு தூக்கி எறியப்படும் அவர்கள், தீவிர அடியேதும் படாமல் எழுந்து செல்வது அசாதாரணமானது. அவர்கள் அனைவரும், குள்ளமான, முழுவதும் தசையாலான, உறுதியான மனிதர்கள். ஒவ்வொரு சுற்றும் சுமார் ஐந்திலிருந்து ஆறு நிமிடங்கள் நீடித்தன.

மல்யுத்தம் ஒரு நுண்கலையாகவே ஜப்பானில் பேணப்பட்டு வருகிறது. போலிஸ்காரர்களுக்கும் இந்தக் கலையின் அனைத்துத் தந்திரங்களும் கற்றுத் தரப்படுகின்றன. ஏனெனில், கட்டுப் பாடின்றித் திரியும் ஒழுக்கமற்ற ஆனால், உடல் வலிமை கொண்ட சில வெளிநாட்டுக் கடலோட்டிகளை அவர்கள் எதிர்கொள்ள வேண்டியிருக்கிறது. இக்கலையில் அவர்கள் பெற்றிருக்கும் திறமையான பயிற்சியால் அவர்களை எளிதாகத் தரையில் வீழ்த்த முடிகிறதாம்.

அங்கு சுமார் இரண்டு மணி நேரம் இருந்தோம். பன்னிரண்டு போட்டிகளைப் பார்க்க முடிந்தது. அங்கிருந்து நேராக இம்பீரியல் ஹோட்டலுக்குச் சென்றோம். டோக்கியோவில் எங்களது தங்கல்

அங்கேதான். பெரிய, மூன்று மாடிக் கட்டடம் அது. மிக அழகான முகப்புத் தோற்றம். தரைத் தளத்தில், வருகை தருவோர்க்கான விசாலமான வரவேற்பறைகள்; இருநூறு நபர்கள் அமர்ந்து சாப்பிடும் வசதி கொண்ட 'டைனிங் ஹால்'. இவை தவிர்த்து, தனி நபர்கள் தனித்துப் பொழுது போக்குவதற்காக அதிக எண்ணிக்கையில் அறைகளும் அங்கு இருந்தன.

மற்ற தேசத்து தூதுவர்களுடன் எனது சந்திப்பு

பதினைந்தாம் தேதி காலை அரச குடும்பத்தின் இளவரசர்கள் சிலரைச் சந்திக்கச் சென்றிருந்தேன். ராஜ பரம்பரைக்கு அவர்கள் நெருங்கிய உறவினர்கள். துரதிஷ்டவசமாக, அவர்கள் அனைவரும் அன்று வெளியில் சென்றுவிட்டனர். எனது விசிட்டிங் கார்டுகளை மட்டுமே கொடுத்துவிட்டு வரமுடிந்தது. இந்த இளவரசர்கள் பெரும்பாலானோர்க்கு வசதியான வில்லாக்கள் உல்லாச நோக்கத்துக்காக இருக்கின்றன; அந்த ஓய்வில்லங்கள் பிரெஞ்சு வடிவமைப்பில் கட்டப்பட்டிருந்தன.

அறைக்கலன்களுக்கும் அலங்காரத்துக்கும் அதிகம் செலவழித்திருப்பார்கள் போலும். விரிவாகவும் நுட்பமாகவும் அவை அமைந்திருந்தன. ஆனால், இவை உல்லாச நோக்கத்துக்காக மட்டுமே. ஆனால், இந்த வில்லாக்களுக்குச் சொந்தக்காரர்கள், இணையாக, ஜப்பானிய வழக்கப்படி எளிமையான வாழ்க்கை வாழ்வதை விரும்பினர். பேரரசர் தொடங்கி கீழிருப்போர் வரையிலும் எளிமையான, சாதாரண ஜப்பானியப் பாணி வீடே அவர்களின் முன்னுரிமை; சொல்லப்போனால், அந்த இல்லங்களில் 'ஃபர்னிச்சர்களே' இருக்காது எனலாம். எப்போதும் இந்த வில்லாக்களுக்கு அருகில் இருப்பது போலவே அவை கட்டப்படுகின்றன.

ரஷ்யத் தூதரையும், இத்தாலி மற்றும் சீனத் தேசத்தின் தூதர்களையும் சந்திக்கச் சென்றிருந்தேன்; அனைவரையும் பார்க்கவும் உரையாடவும் முடிந்தது.

நான் உள்ளே நுழைந்ததும் மேன்மை தாங்கிய ரஷ்யத் தூதர், எனது முந்தையவர் தனக்கு நல்ல நண்பர் என்றும் அவருடன் பில்லியர்ட்ஸ் விளையாடி இருப்பதாகவும் கூறினார். அவர் கூறியதை என்னால் உள்வாங்கிக் கொள்ள முடியவில்லை. விளக்கிச் சொல்ல முற்பட்டதும்தான், புதிதாக வந்திருக்கும் சையாமின் (தாய்லாந்து) தூதர் என்று அவர் என்னைத் தவறாக

‘யூனோ’ பூங்கா

‘யூனோ’ பூங்காவில் காற்றாலை

எண்ணிக் கொண்டுவிட்டார் என்பது தெரிந்தது. உரையாடலின் போது, அவரது நாட்டுக்கும் ஜப்பானுக்கும் இடையிலான தவறான புரிதலும் வேறுபாடுகளும் இணக்கமாகப் பேசித் தீர்க்கப்படும் என்று நம்புவதாகக் கூறினார். ஜப்பானியர்கள் வலிமை மிக்கர்வர்கள் என்ற கருத்து நிலவுவதுபற்றிய அவரின் அபிப்பிராயத்தைச் சொல்லும்படி கேட்டேன். பதிலாக அவர், ஜப்பானியர்கள் தாங்கள் எதிர்க்க முடியாதவர்கள் என்று எண்ணிக் கொள்கிறார்கள் என்றார். செல்லும் இடங்களுக்கெல்லாம் ஜப்பானியக் காவல்துறை அவரைப் பின்தொடர்ந்து ஒற்றுவேலைப் பார்ப்பதாகவும் அவர் குறிப்பிட்டார். அவரது அரசாங்கத்துக்கு எழுதும் அரசமுறை கடிதங்கள் அனைத்தையும் பாதுகாப்பை உத்தேசித்து ஒரு சிறப்புத் தூதர் மூலம் நாகசாகி துறை முகத்திலிருந்து, ரஷ்ய ஸ்டீமரின் வழியாக அனுப்புவதாகவும் கூறினார்.

சீனத் தூதுவருடன் எனது சந்திப்பு முற்றிலும் ஆர்வம் நிரம்பியதாக இருந்தது. மஞ்சூரியாவின் தலைநகர் முக்டெனை ரஷ்யர்கள் ஆக்கிரமித்த சில நாட்களில், இந்தச் சந்திப்பு நடந்தது. இந்த விஷயத்தில் சீனா என்ன மாதிரியான நடவடிக்கைகளை எடுக்கமுடியும் என்று அனுதாப உணர்வுடன் அவரிடம் நான் கேட்டேன். பல் தெரிய ஒரு அகலமான சிரிப்பு அவர் முகத்தில். ஒரு கோப்பை தேநீருடன் வில்ஸ் சிகரெட்டுகளும் எனக்கு அளித்தார். மேன்மை தாங்கிய தூதுவரின் பதில் இதுதான்.

'யூனோ' பூங்கா

அந்த நாளின் பிற்பகுதியில், டோக்கியோவின் 'ஹைட் பூங்கா' என்று அழைக்கப்படும் 'யூனோ' பூங்காவை பார்க்கச் சென்றேன். நன்கு வளர்ந்த அழகிய மரங்களும், சிறப்பாக அமைக்கப்பட்டுப் பராமரிக்கப்படும் மரங்கள் நிறைந்த அகன்ற நடைபாதைகளும் அதற்கு மேலும் அழகூட்டின; ஒரு அருங்காட்சியகமும், சில மடாலயங்களும், சிற்றுண்டிச் சாலைகளும், நுண்கலைப் படைப்புகள் அடங்கிய காட்சியரங்கு ஒன்றும் பூங்காவிலிருந்தன. காட்சியரங்குக்குள் சென்று அங்கு ஜப்பானிய ஓவியர்களின் ஏராளமான கலைப்படைப்புகளைப் பார்த்தேன். அவற்றில் பெரும்பாலானவை நீர்வண்ணங்கள் கொண்டு வரையப் பட்டிருந்தன. பூங்காவின் கட்டடம் ஒன்றில் மேலேறிப் பார்த்த போது மாநகரத்தின் அழகிய காட்சி தெரிந்தது. குனிந்து பார்த்தால், அம்மாநகரம் ஏதோ நம் காலடியின் கீழ் இருப்பது போல் தோன்றியது.

‘கெய்ஷா’ நடனம்

இரவு உணவுக்குப்பின், இதுபோன்ற கேளிக்கைகள் வழக்கமாக நடைபெறும் தேநீர் இல்லமொன்றில் ‘கெய்ஷா’ நடனம் பார்த்தேன். கட்டடத்தில் நுழைந்ததும் பெண் பணியாளர்கள் வழக்கம்போல், முழந்தாளிட்டு, நெற்றியால் தலையைத் தொட்டு வணங்கி வரவேற்றனர். பூட்ஸ்களை கழற்றிவிட்டு, வீட்டுக்குள் போடும் ஸ்லிப்பர்களை அணிந்து கொண்டோம். படிக்கட்டுகளில் ஏறி மாடியில் இது போன்ற உல்லாசங்களுக்காக அமைக்கப் பட்டிருந்த அறைக்குள் நுழைந்தோம்.

ஜப்பானின் மற்ற வீடுகளைப்போல்தான் இந்த இடமும் இருந்தது. மரத்தால் கட்டப்பட்டிருந்த வீட்டின் அந்தத் தளம், காகிதத் தடுப்புகளால் பிரிக்கப்பட்டிருந்தது. இந்தத் திரைகள் முன்னும் பின்னும் நகர்த்தமுடியும் வகையில் அமைக்கப்பட்டிருந்தன. அப்படி நகர்த்தி, தேவையான எண்ணிக்கையில் பிரிவுகளை/ அறைகளை ஏற்படுத்திக் கொள்ளலாம். தரை, சுத்தமான பழுப்பு வண்ண பாய் கொண்டு மூடப்பட்டிருந்தது. மொத்த இடத்திலும் தென்பட்ட முழுமையான சுத்தம், எதனாலும் விஞ்ச முடியாதது.

அந்த அறையின் ஒரு பகுதியில் மெத்தைகள் சில விருந்தினர்கள் அமர்வதற்காகப் போடப்பட்டிருந்தன. மெத்தைகளுக்கு இடையில் உலோகம் அல்லது பீங்கானால் ஆன அக்கினிக்கப்பரை வைக்கப் பட்டிருந்தது. அவை. வருகை தருவோர் தங்கள் கைகளைக் குளிரிலிருந்து கதகதப்பாக்கிக் கொள்வதற்கு.

நாங்கள் எங்களது இருக்கைகளில் அமர்ந்ததும், சில பெண் இசைக்கலைஞர்கள் தோன்றினர். வழக்கமான பாணியில் வணக்கம் தெரிவித்தபின், தரையில் அமர்ந்தனர். சமுதாயத்தில் அனைவரும் நினைப்பதுபோல் கெய்ஷாக்கள் என்று சொல்லப்படுவோர் நடனம் ஆடுவதில்லை. அவர்கள் பக்க வாத்தியங்கள் வாசிக்கின்றனர், பாடுகின்றனர். ‘மைக்கோ’ என்று சொல்லப் படுவோர்தான் நடனமாடுகின்றனர். மைகோக்கள், ஒன்பதிலிருந்து பதினான்கு வயதுக்குள் இருக்கும் சிறுமிகள். கிட்டத்தட்ட அரை டஜன் மைகோக்கள் அந்த அறைக்குள் நுழைந்தனர்; எங்களுக்கு முன்னால், எங்களைப் பார்த்தபடி வரிசையாக நின்றனர். சற்று நேரத்தில், அவர்களது விநோதமான, ஆனால், மிக அழகான நடனத்தைத் துவங்கினர். கெய்ஷாக்கள் இசைக்கும் பாடலுக்கு ஏற்றவாறு, பலவித அழகிய உடலசைவுகளுடன், மெல்லிய அழகிய கைகளின் அலைகளின் அசைவுகளுடன் அந்த நடனம் நிறைந்திருந்தது.

பக்க வாத்தியங்கள் வாசிக்கும் கெய்ஷாக்கள்

மைகோக்கள்

பல வண்ணங்களால் ஆன அழகிய ஆடைகளில் அந்த மைக்கோக்கள் பட்டாம்பூச்சிகள் போல் தோன்றினர். அதே நேரத்தில் கெய்ஷாக்கள் கறுப்பு நிறத்தில் உடைகள் அணிந்திருந்தனர்; ஒருவித சோகமான தோற்றத்துடன் இருந்தனர். சிறிது நேரம் நடனம், கொஞ்சம் ஓய்வு, அதன்பின் மீண்டும் நடனம் என்பதாக அந்த நிகழ்ச்சி இருந்தது. அந்த நடனங்கள் யுத்தம், காதல், பருவகாலங்கள் என்று பலவற்றைப் பேசின. நடனக் கலைஞர்களின் அபிநயங்கள் அவற்றை சிரமமின்றி விளங்கிக் கொள்ளும் அளவுக்கு நன்றாக அமைந்தன.

கவர்ந்திழுக்கும் அழகுகொண்ட இந்தச் சின்னஞ்சிறிய நடனக் கலைஞர்கள் குழந்தைகள் போன்ற கபடமற்றத் தன்மை கொண்டவர்களாகவே இருந்தனர்; மலர்ந்து கொண்டிருந்த பெண்களாக அவர்கள் தென்படவில்லை; அழகிய பொம்மை களைப் போலவே இருந்தனர். கெய்ஷாக்கள், பக்க வாத்தியக் காரர்களாக வாத்தியங்களை இசைப்பதற்கும், பாடுவதற்கும் தகுதியானவர்கள் என்று கருதப்படும் முன்பு, அவர்கள் அனைவரும் மைக்கோக்களாக இருந்தவர்கள் என்று இங்கு குறிப்பிடவேண்டும். அவர்களில் பலரது உதடுகளும் சிதைந்து போயிருப்பதைக் கவனித்தேன். தினந்தோறும் அவர்கள் தாராளமாக 'ரூஜ்' பயன் படுத்துவதாலும் பற்களை கறுப்பாக்கிக்கொள்வதாலும் அப்படி நடந்திருக்கலாம். அவர்களது கருத்தோட்டத்தில் இவ்விதப் பழக்கங்கள், வருகை தருவோரிடம் அவர்கள் அதீதமான உணர்வுகளை வெளிப்படுத்துவதற்கு உதவுகின்றன.

நிகழ்த்துக் கலைஞர்கள் அவ்வப்போது தேநீர், சகி (ஜப்பானிய மது) போன்ற பானங்களையும் சிற்றுண்டிகளையும் இடைவேளைகளில் பரிமாறினர். இந்தப் புதுமையான ஆர்வமூட்டும் உல்லாசம், நள்ளிரவு தாண்டியும் என்னை கட்டிப்போட்டது. அந்த இடத்தை விட்டுப் புறப்படுகையில் அவர்கள் அனைவரும் ஒருமித்த, இன்பமான குரலில் 'சையனாரா' (குட்பை) என்றனர்.

ஜெர்மானிய தூதுவருடன் சந்திப்பு

பதினாறாம் தேதி. ஜெர்மானிய தூதுவரின் முதல் செயலர் ஹெர் வான் எர்கெர்ட் மற்றும் அவரது மனைவியுடன் மதிய உணவு. அதன்பின் ஒகுமா கோமகன் கொடுத்த தோட்ட விருந்து ஒன்றிலும் கலந்துகொண்டேன். 'மூத்த ராஜதந்திரிகளில்' ஒருவரென அவர் கருதப்படுகிறார். ஜப்பானிய அரச குடும்பத்தினர், இது போன்ற விருந்துகளை அடிக்கடி கொடுக்கிறார்கள். அவர்களுக்கு

செவ்வந்திப் பூக்கள் மீதிருக்கும் மிக அதிகமான பிரியத்தை வெளிப்படுத்தவே இவை நடத்தப்படுகின்றன.

சில நாட்களுக்கு முன் பேரரசியின் தோட்ட விருந்தில் காட்சிப் படுத்தப்பட்டிருந்த மலர்களைக் காட்டிலும் இந்த ஒகுமா கோமகன் தோட்டத்தில் நான் பார்த்தவை எந்தவிதத்திலும் தாழ்ந்தவையாகத் தோன்றவில்லை.

விருந்தில் அரச வம்சத்தின் மூன்று இளவரசிகளும் ஒரு இளவரசனும், டோக்கியோ மாநகர சமூகத்தின் பெரும் திரளும் கலந்து கொண்டிருந்தனர். அரச குடும்பத்தவர் உடன் வர, என்னை அழைத்துக் கொண்டு விருந்தளித்த எனது மதிப்புக்குரியவர் அந்தப் பூங்காவைச் சுற்றி வலம் வந்தார். அங்கிருந்த சிறு குன்றின் மேலிருந்து, ஜப்பானியத் தேசத்தின் அழகிய காட்சியைப் பார்க்க முடிந்தது. நான்கு மணிக்கு விருந்தினர்கள் அனைவரும் இனிய விருந்துண்ண அமர்ந்தோம்.

இளவரசி நஷிமோட்டோ

அரச குடும்பத்தினருக்காக இரு மேஜைகள் தனியே போடப்பட்டிருந்தன. அவற்றில் ஒன்றில் நான் அமர்ந்தேன். எனது இடது புறம் அழகிய இளவரசி நஷிமோட்டோ அமர்ந்தார். என்னிடம் பிரெஞ்சு மொழியில் உரையாடினார். நிச்சயமாகச் சொல்வேன், அவருடைய விநோதமான உச்சரிப்பால் அந்த மொழியின் அழகு எதையும் இழந்துவிடவில்லை.

இளவரசிக்குச் சமீபத்தில்தான் திருமணமாகி இருக்கிறது. அவரது கணவர், பிரான்சின் ராணுவப் பள்ளி ஒன்றில் படித்துக் கொண்டு இருந்தார். சூதற்ற வெட்கச் சிவப்பு முகத்தில் பரவ, அவர்களது நடத்தைகளும், இந்த இளவரசிகளின் உரையாடல் முறையும் முற்றிலும் மகிழ்ச்சியளித்தன. ஐரோப்பியப் பெண்மணிகளிடம் இருந்து முற்றிலும் வேறுபட்டிருந்தன. ஜப்பானில் பார்த்தவை என்ன என்று என்னைக் கேள்விகளால் துளைத்துவிட்டனர். ஒரு கெய்ஷா நடனத்துக்குச் சென்றிருந்தேன் என்று கூறியதும் உற்சாகமும் மகிழ்ச்சியுமாக அவர்கள் முகம் மலர்ந்தது. ஐந்து மணிக்கு விருந்து முடிந்தது; விருந்தளித்தவரிடம் விடைபெற்றுக் கொண்டு அனைவரும் அவரவர் வீட்டுக்குத் திரும்பினர்.

பிரிட்டிஷ் தூதரக 'பால்' நடனம்

இரவு உணவுக்குப் பின், பிரிட்டிஷ் தூதரகத்தில் 'பால்' நடனம் ஒன்று ஏற்பாடாகியிருந்தது. எனவே பூங்காவிருந்திலிருந்து கால தாமதம் செய்யாமல் அங்கு சென்றுவிட்டேன். அது ஒரு அதிகாரப்பூர்வ நிகழ்வு. ஆகவே, அனைவரும் முழுமையான ஆடை அலங்காரங்களில் வந்திருந்தனர். நான் எனது மிகச் சிறந்த பஞ்சாபி உடையை அணிந்து சென்றிருந்தேன். அதிகமானோரின் கவனத்தை அது ஈர்த்தது. ஏனெனில் அங்கு வந்திருந்த எவரும் இதைப்போன்ற உடையைப் பார்த்திருக்க வாய்ப்பே இல்லை.

இளவரசிகளும் இளவரசர்களும், விருந்து அளிப்பவரும் அவரது மனைவியும் உடன் வர அமைதியான ஊர்வலம்போல் பால் ரூமுக்குள் நுழைந்தேன். ஐரோப்பிய ராஜ தந்திரிகள், ஜப்பானிய அதிகாரிகள், மற்ற விருந்தினர்கள் என்று நாங்கள் நுழையும்போது அந்த அறையில் கூடியிருந்தனர். அழகான உடைகள், பதக்கங்கள் அலங்கரிக்கும் சீருடைகள் என்று இந்தியாவில் நாம் அரிதாகவே பார்க்க முடிகிற அற்புதக் காட்சி.

முதலாதவாக, ஒரு 'க்வாட்ரில்', அதாவது நான்கு ஜோடிகள் மாறி மாறி ஆடும் நடனம். எனக்கு ஜோடி இளவரசி நஷிமோட்டோ; அவருடன் இணைந்து நடனமாடும் வாய்ப்பு எனக்கு ஒரு கௌரவமாக இருந்தது. அவர் அழகாகவும் மிக நேர்த்தியாகவும் ஐரோப்பியப் பாணியில், அழகான ஊதா நிற வெல்வெட் ஆடையை அணிந்திருந்தார். தலையிலும் கழுத்திலும் சிறந்த வைரங்களால் ஆன அணிகலன்கள். நள்ளிரவில், தற்காலிகமாக ஏற்பாடு செய்யப்பட்டிருந்த அடுத்த அறையில் இரவு உணவு. நடனம் சற்று ஒத்திப் போடப்பட்டது. அரச குடும்பத்தினர் சற்று நேரத்தில் புறப்பட்டுச் சென்றனர். எனக்கு விருந்தளித்த பிரிட்டிஷ் தூதருக்கும் அவரது வசீகரமான மனைவிக்கும் இரவு வணக்கம் சொல்லிவிட்டு நானும் புறப்பட்டேன்.

லேடி மெக்டொனால்ட் இவ்வாறு அடிக்கடி அளிக்கும் விருந்துக்கும் உல்லாசப் பொழுதுபோக்குக்கும் டோக்கியோ சமூகத்தினர் நன்றிக் கடன் பட்டவர்கள். அத்துடன் சமுதாயப் பணிகளிலும் தர்ம நிறுவனங்களுக்கு உதவுவதிலும் பெருந்தன்மையுடனும் பரிவுடனும் அவர் அக்கறை காட்டுகிறார்.

௭

ஜப்பானியர் திருமணம்

பதினேழாம் தேதி. தலைநகரத்தின் மிகச் சிறந்த உருவாக்கங்களான புகழ்பெற்ற ஷிபா கோவில்களுக்குச் சென்றேன்.

ஒரு செவ்வகமான இடத்தில் பல கோவில்கள். அவற்றின் உட்புறம் மிக விரிவாகவும் நுட்பமாகவும் வண்ணம் தீட்டப்பட்டும் அலங்கரிக்கப்பட்டிருந்தன. பொன்னிறப் பூச்சுகளுடன் மர வேலைப்பாடுகளும் காணப்பட்டன. பிரதான கோவிலுக்குள் சென்ற அந்த நேரத்தில் மதியப் பிரார்த்தனை நடந்து கொண்டிருந்தது. பிக்குகளும் வழிபாடு செய்ய வந்தவர்களும் அவ்வப்போது எழுந்தனர், முழந்தாளிட்டு வணங்கினர்; ரீங்காரமிடுவது போன்று ஒரே குரலில் 'ஓம் நமோ அமி தாய்புட்ஸு' (புத்தருக்கு வணக்கம்) என்று தொடர்ச்சியாக உச்சாடனம் செய்தனர். இந்தக் கோவில்களுக்கு ஆண்டுக்கொருமுறை பேரரசர் வருகை தருவார் என்று கூறினார்கள்.

ஜப்பானில் இரண்டு சமயங்கள் பின்பற்றப்படுவது பொதுவாக வெளியில் தெரியாத ஒன்று. பௌத்தத்தின் இரண்டு அல்லது மூன்று வகைப் பிரிவுகளைப் பின்பற்றும் ஒருவகையினர். மற்றொன்று ஷிண்டோயிஸம். இது தேசத்தின் மதம். பேரரசர் பின்பற்றுவதும் இதுதான். அந்த மதத்தின் பெயரை வைத்து ஷிண்டோயிஸம் அரிதாகவே மதிக்கப்படுகிறது.

ஷிபா கோவில்

ஏனெனில், இது முதன்மையாக மூதாதையர் வழிபாட்டைக் கொண்டது. மிக எளிமையான அறம்சார்ந்த விதியைப் பின்பற்றச் சொல்கிறது. அதனுடைய பிரதான கொள்கை, மிகாடோவிற்குத் தெய்வீகத்தன்மை அளித்தல். (மிகாடோ, ஜப்பான் பேரரசருக்கு முந்தைய காலத்தில் அளிக்கப்பட்டிருந்த கௌரவ பட்டம்.) ஆனால், இவற்றிற்கு அப்பால், உண்மையில், சாதாரண ஜப்பானியர்கள் எந்த ஒரு மதத்தைப் பற்றியும் தீவிரமாகச் சிந்தித்து தம் தலையை உடைத்துக் கொள்வதில்லை.

கோவில்களைச் சுற்றிப் பார்த்தபின், தலைமைப் பிக்குவைப் பார்க்க முடியுமா என்று கேட்டேன். மடாலயத்திற்குள் என்னை அழைத்துச் சென்றனர். அன்புடனும், மரியாதையுடனும் என்னை வரவேற்ற அவர், வழக்கமாக ஜப்பானியர் வழங்கும் தேநீர் (ஜப்பான் மொழியில், ஓ'ச்சா) கொடுத்து என்னை உபசரித்தார்.

தேநீர் மஞ்சள் நிறத்தில், பாலும் சர்க்கரையும் இல்லாமலும்தான் பரிமாறப்படுகிறது. ஜப்பானில் ஒருவர் எங்கு சென்றாலும், இப்படித் தேநீர் அளிப்பது வழக்கமாகப் பின்பற்றப்படுகிறது. அது ஒரு சாதாரண கடையாக இருக்கலாம், அல்லது கோவிலாக

இருக்கலாம். அந்த முதன்மைத் துறவி, மஞ்சள் வண்ணத்தில் மேலங்கி அணிந்திருந்தார். நன்கு கற்றறிந்த, ரிஷிபோல் தோன்றினார். துதிகளை உச்சாடனம் செய்துகொண்டிருந்த மற்றப் பிக்குகளைப் பார்க்கலாம் என்று என்னை அழைத்து சென்றார்.

ரீங்காரத்திலும் மந்திர உச்சாடனம் போன்ற தொனியிலும் எனக்கு வேதங்களின் பாராயணம் நினைவுக்கு வந்தது. அவர்களது பாடல் சமர்ப்பணம் முடிந்ததும், நெற்றி தரையில்படக் குனிந்தும், இந்துக்களைப் போல் கைகளைக் குவித்தும் வணங்கினர். அந்த இடத்தைவிட்டுப் புறப்படுகையில், தலைமை பிக்கு, ஜப்பானிய மொழியில் அச்சிடப்பட்ட பௌத்தச் சடங்குகள் குறித்த புத்தகங்களின் இரண்டு பிரதிகளை எனக்கு வழங்கினார்.

மடாலயத்தின் அந்தப் புனிதச் சூழலைவிட்டு வெளியில் வந்தவுடன், இம்பீரியல் ஹோட்டலில் நடந்த நவீனத் திருமண வரவேற்பு ஒன்றில் கலந்து கொண்டேன். அந்த நிகழ்விற்கு நான் அழைக்கப்பட்டிருந்தேன். முக மலர்ச்சியுடன் நின்றிருந்த அந்த ஜோடி, டோக்கியோவின் பிரபுக்கள் சமூகத்தைச் சேர்ந்தவர்கள். திருமணச் சடங்கு முடிந்தவுடன், கூடியிருந்த நண்பர்களுக்கும் உறவினர்களுக்கும் அருகில் சென்று அவர்களது நல்வாழ்த்துகளையும் ஆசீர்வாதங்களையும் பெற்றுக்கொண்டனர். நூற்றுக்கணக்கில் வந்திருந்த விருந்தினர்கள், ஐரோப்பிய மற்றும் ஜப்பானிய மேற்குடி சமூகத்தைச் சேர்ந்தவர்கள். மணமகள், அங்கு வசித்த சில கிறித்துவ குடும்பங்களில் ஒன்றைச் சேர்ந்தவள்.

மணமக்கள் வாயிலின் அருகில் நின்று, நிகழ்விற்கு வந்துகொண்டிருந்த விருந்தினர்களை வரவேற்றனர். பாராட்டும் வாழ்த்தும் முடிந்தவுடன், வந்திருந்த அனைவரும், அடுத்தாற் போலிருந்த கூடத்திற்குள் சென்றோம். பெரும் விருந்திற்கு அமர்ந்தோம். விருந்து முடிந்ததும், ஒருவருக்கொருவர் நலம் பாராட்டி, மது அருந்தினர். அதன்பின் விருந்தினர்கள் விடை பெற்றுச் சென்றனர். நான் மணமகளின் தாயைச் சந்தித்துப் பேசினேன்.

ஜப்பானில் திருமணங்கள் இரு குடும்பங்களுக்கும் இடையில் பழக்கமான ஒருவரால் ஏற்பாடு செய்யப்படுகின்றன என்று சொல்லலாம். இந்தியாவில் இவர் அதே இனத்தை சேர்ந்தவராக பெரும்பாலும் இருப்பார்; இங்கு அப்படி இல்லை. அவர்களது அந்தக் குறிப்பிட்ட வட்டத்தில் மிகவும் செல்வாக்கு மிக்க மனிதராக அவர் இருக்கிறார்.

திருமண 'முடிச்சு' மிகவும் இறுக்கமற்றதாகத்தான் இருக்கிறது. குறிப்பாக சமூகத்தின் கீழடுக்கில் இருப்பவர்கள் மத்தியில். நவீனக் கால சட்டத்தின்படி, ஒரு ஆணுக்குச் சட்டப்படியாக ஒரு மனைவிதான். ஆனால், சட்டம் மிகவும் தளர்வாக இருக்கிறது.

ஒரு ஆண், திருமணப்பதிவாளர் அலுவலகத்திற்குச் சென்று ஏதாவது ஓர் அற்பமான, போலியான காரணத்தைச் சொல்லி, தன் குடும்பத்திலிருந்து மனைவியின் பெயரை நீக்கச் சொல்லிக் கேட்கலாம். மிகச் சாதாரண நிகழ்வாக இது பார்க்கப்படுகிறது. அதன் பின் தனக்குப் பிடித்தமான, மற்றொரு மனைவியை அவன் தேடிக் கொள்ளலாம்.

கணவனுக்கு, மனைவி முழுமையாகப் பணிந்து நடக்க வேண்டும். அவளதுமுதல் கடமை கணவனுக்குக் கீழ்ப்படிதல்; இரண்டாவது, மாமியாருக்கு, மூன்றாவது, அவள் தன் கணவனை இழந்துவிட்டால், மகனுக்குக் கீழ்ப்படிந்து நடத்தல்.

திருமணத்தில் மணமகளும், மணமகனும் ஐரோப்பியப் பாணி ஆடைகளைத்தான் அணிந்திருந்தனர் என்று நான் விவரித்துக் கொண்டிருந்தேன். ஆனால், நான் பார்த்தவரையிலும், ஜப்பானிய மகளிர், அந்தத் தேசத்தின் உடைகளை அணிவதையே விரும்புகிறார்கள். ஜப்பானிய அரசவை நிகழ்வுகளுக்கு ஐரோப்பிய உடைகளை ஜப்பானியர் அணிவது மரபை மீறுவது அல்ல என்று கருதப்பட்டது. சில ஆண்டுகளுக்கு முன் உத்தரவு ஒன்று பிறப்பிக்கப்பட்டது; அதன்படி, சடங்கார்ந்த அரசு நிகழ்வுகளுக்கு ஜப்பானிய உடைகள் அணிய வேண்டிய வழக்கம் முற்றிலும் ஒழிக்கப்பட்டுவிட்டது. ஆண், பெண் இருபாலருக்கும் இது பொருந்தும்.

ஐரோப்பியர்கள் பெரும்பாலானோரும், ஜப்பானியர்கள் பலரும் (இவர்கள் சிக்கனம் காரணமாக) தேசிய உடையிலிருந்து ஐரோப்பிய உடைக்கு மாறுவதை விரும்பவில்லை; கண்டித்தனர். ஆனால், அனைவரிடமிருந்தும் சேகரித்த தகவல்களிலிருந்து ஒரு முடிவுக்கு வரமுடிகிறது; (ஜப்பானில் நிகழும், மேற்கத்தியச் சிந்தனைகளுக்கும் தோற்றங்களுக்கும் மாறுகிற பொதுவான போக்கிற்கு இணையாக இது நடைபெறுகிறது).

வெளித்தோற்றத்தில் அனைவரும் ஒரே மாதிரியாக இருப்பது என்ற எண்ணம், மனிதர்கள் அனைவரும் சமம் என்ற சமத்துவ நிலையை மனத்தளவில்ஏற்படுத்துகிறதாம். இந்த உணர்வு வெளிப்பாடுதான் இந்த மாற்றத்திற்கான நிஜமான காரணம்.

யோஷிவாரா

மாலையில் நகரத்தின் ஒரு பகுதியைச் சுற்றிப் பார்த்துக் கொண்டிருந்தோம். அகலமான, விளக்குகளின் வெளிச்சத்தால் ஒளிர்ந்த சாலை ஒன்றில் நுழைந்தோம். இருபக்கங்களும் இரண்டு மற்றும் மூன்று மாடிக் கட்டடங்கள். ஒவ்வொரு வீட்டிற்கும்/ கட்டடத்திற்கும் முன்புறம் விசாலமான நடைமேடை போன்ற இடம் ஒதுக்கப்பட்டிருந்தது. அதைச் சுற்றித் தங்க முலாம் பூசப்பட்ட இரும்புக் கம்பிளால் ஆன வேலி போன்ற அமைப்பு. அந்த நடைமேடையின் பின்பகுதியும் நன்கு அலங்கரிக்கப்பட்டு, பொன்னிற முலாம் பூசப்பட்டிருந்தது.

ஒரு விலங்கியல் பூங்காவில் காட்டு விலங்குகள் பாது காக்கப்படுவதுபோல், இந்தக் கம்பி அடைப்புகளுக்குள் பெண்கள் அமர்ந்திருந்தனர். அதிக எண்ணிக்கையிலும் இருந்தனர். மிகை அலங்காரமும் ஆர்வமற்ற தன்மையும் அவர்கள் உடைகளில் தெரிந்தது. ஆண்களும் பெண்களும் அந்தச் சாலையில் திரளாக முன்னும் பின்னும் நடந்து கொண்டிருந்தனர். அன்று ஏதோ ஒரு வருடாந்திர விழா போல் தெரிந்தது. அவர்களில் பெரும்பாலோர், அந்த இரும்புச் சட்டகங்களுக்குள் இருந்த அழகிய உயிரினங்களை வேடிக்கை பார்த்து மகிழ்ந்தனர். கம்பிகளுக்குள் அந்தப் பெண்கள் ஏதும் பேசாமல் மௌனமாக, அசையாமல் இருந்தனர். வழிப்போக்கர்களின் கூரிய பார்வையைப் பொருட்படுத்தவில்லை; அலட்சியமாக அமர்ந்திருந்தனர்.

'யோஷிவாரா' பகுதி

இந்த அசாதாரண காட்சிக்கு அர்த்தம் என்ன என்று அறிந்து கொண்டதும் என்னையே நான் இழந்துவிட்டேன். இந்தப் பெண்கள் யார், ஏன் அப்படி அடைக்கப்பட்டு இருக்கிறார்கள் என்பதை என் வழிகாட்டியிடம் கேட்டேன். இந்தத் தெருவிலும், வேறு சில தெருக்களிலும் இப்படி இந்தத் துரதிருஷ்டம் பிடித்த வர்க்கத்தினர் அடைக்கப்பட்டிருப்பார்கள் என்றார் அவர். அவர்கள் அந்த இடத்தை விட்டுச் செல்வதற்கு சட்டத்தின் அனுமதி இல்லையாம்; வேறு வழியில்லை என்றால், உரிய அதிகாரிகளிடம் சிறப்பு அனுமதி பெறவேண்டும். நான் குறிப்பிடும் அந்தப் பகுதி 'யோஷிவாரா' என்றழைக்கப்படுகிறது.

மதிக்கப்படும் ஜப்பானிய நடுத்தர வர்க்கத்தின் பெண்களும் சிறுவயது பெண்களும் சாதாரண கண்காட்சியை அல்லது 'தமாஷா'வைப் பார்க்கச் செல்வதுபோல் அந்த இடத்திற்குப் போவதும், அங்கு நடப்பது என்ன என்பதைப்பற்றி எதுவும் சிந்திக்காமல் இருப்பதும், உலகின் பல்வேறு பகுதிகளில் மென்மை உணர்வுகள் மற்றும் ஒழுக்கச் சிந்தனைகள் குறித்தும் நிலவும் உணர்வுகளுடன் எவ்வாறு வேறுபடுகிறது என்பதற்கான அறிகுறியாக இது இருக்கிறது.

நான் குறிப்பிடும், தரம் தாழ்ந்தவர்களாக நடத்தப்படும் இந்தப் பெண்கள் போன்றவர்களை எப்படி நடத்துவது என்பது அனைத்துச் சமூகங்களிலும் சிரமமான ஒரு காரியம். நமது இயல்பான நல்லுணர்வுகளை பெருமளவில் வெளிப்படுத்துவதும், நடைமுறையில் அவற்றைப் பின்பற்றுவதும், இதுபோல் பொதுவெளியில் கண்ணியத்தையும் அறநெறியையும் பாதிக்கும் ஒரு முக்கியமான செயலை எப்போதும் நாம் எதிர்த்துப் போராட உதவும். ஒருவேளை வேறு சில சமூகங்கள்ஜப்பானியர்களின் பழக்கமெனும் புத்தகத்திலிருந்து தங்களுக்குச் சாதகமான இதைப்போன்ற ஒன்றை உருவிக் கொள்ளவும் கூடும்.

வாத்து வேட்டை

நவம்பர் 18. அன்று காலை, பேரரசின் குடும்பத்தினர் மேற்கொள்ளவிருந்த 'வாத்து வேட்டை'யில் கலந்துகொள்ளும்படி எனக்கு அழைப்பு வந்தது. பேரரசின் பாரம்பரியங்களை இன்னமும் தக்க வைத்துக் கொண்டிருக்கும் சில ராஜ்ஜியங்களில் இதைப் போன்ற வருடாந்தர நிகழ்வுகள் நடக்கின்றன. அவற்றிற்கு மதிப்பிற்குரிய விருந்தினர்களும் தூதரகங்களின் அதிகாரிகளும் பொதுவாக அழைக்கப்படுவார்கள்.

கெடுவாய்ப்பாக அந்த நாளில் வானத்தில் மேகக்கூட்டம், மழை, பெய்வேன் என்று அச்சுறுத்தியது. அனைத்து விருந்தினர்களும், அந்த இடத்தில், தற்காலிகமாக அமைக்கப்பட்டிருந்த கூடாரத்திற்குள் கூடியிருந்தனர். வேட்டைக்கு வெளியில் புறப்பட இருக்கையில் மழை தொடங்கியது. ஆனால், விளையாட்டை அனுபவிக்க வந்திருந்த அந்த மனிதர்களின் ஆர்வத்தை அது நனைத்துவிடவில்லை. மனைவியுடன் வந்திருந்த இளவரசர் ஹிகாஷி ஃபூஷிமி, பேரரசரின் சார்பில் விருந்தினர்களை வரவேற்றார். கடற்படை சீருடையிலிருந்த இளவரசர், தன் மனைவியுடன் அந்த கூடாரங்களில் ஒன்றிலிருந்தார். மற்ற விருந்தினர்கள், மழையைப் பொருட்படுத்தவில்லை.

அந்த வேட்டையின் முக்கியப் பொறுப்பாளியான டோடா கோமகன் அவர்களை வழிநடத்தினார். வந்திருந்தவர்கள், சிறு குழுக்களாக தம்மைப் பிரித்துக் கொண்டனர்; ஒவ்வொரு குழுவிற்கும் வேட்டை வெளியின் வெவ்வேறு பகுதிகள் ஒதுக்கப் பட்டன. வாத்துகளை பிடிப்பதற்குப் பின்பற்றப்பட்ட வழிமுறை தனித்த ஒன்று. பெரிய நீர்ப்பரப்பில் மேய்ந்து கொண்டிருக்கும் அந்தக் காட்டு வாத்துகள் ஒன்று திரட்டப்பட்டு, சிறு சிறு ஏரிகள் போன்ற நீர்நிலைக்குள் பிரித்து விரட்டப்படுகின்றன.

அங்கு அந்தப் பரப்பின் ஒரு முனையில் சுவர் போன்று அமைக்கப்பட்டுள்ளது. தெரியாமல் இருக்க இலை தழைகளால் மூடப்பட்டிருந்தது. இந்தச் சுவருக்குப் பின்னால், வேட்டையாட வந்தவர்கள் தங்கள் நிலைகளில் இருப்பார்கள். ஒவ்வொருவர் கைகளிலும் வண்ணத்துப் பூச்சி பிடிக்கும் வலையைக் காட்டிலும் சற்றே பெரிதான வலையொன்று இருக்கும். சமிக்ஞை கிடைத்தவுடன் அனைவரும் எழுந்திருப்பார்கள்; அவர்களது திடீர் பிரசன்னத்தால் மிரண்டு போகும் வாத்துகள் சிதறத் தொடங்கும்; அந்தப் பரபரப்பான, வசதியான தருணத்தில், அவற்றின் மீது வலையைப் போட்டுப் பிடித்துவிடுவார்கள்.

அந்த நடைமுறை சிரமமானதாக இல்லை; எனினும் என்னால் ஒரு வாத்தையும் பிடிக்க முடியவில்லை. எளிதாகப் பிடித்துவிடலாம் என்பது போல் தோன்றினாலும், அதில் வெற்றி பெறுவதற்கு மனிதத்திறமை ஓரளவுக்குத் தேவை என்பதை என்னால் எளிதில் கற்பனை செய்ய முடிந்தது. வேட்டையாடப்பட்டவை, உடனடியாக 'ஷிகாரி'களால் சேகரிக்கப்பட்டன; விரைந்து சமைக்கப்பட்டு மதிய உணவில் பரிமாறப்பட்டன. உல்லாசமான ஒரு விளையாட்டின் இறுதிக்காட்சியாக அந்த விருந்து அமைந்தது.

அன்று மொத்தம் ஐம்பது வாத்துகள் பிடிபட்டன. வேட்டைக்கு இடையில், இடைவேளைகளில், குளிருக்கு இதமான வெப்பத்தைத் தந்த கூடாரத்தின் வசதியான சூழலில் ஷாம்பெய்ன், தேநீர், காபி, சாக்கலேட் போன்றவை வழங்கப்பட்டன. நேரத்தை மகிழ்ச்சியுடன் போக்குவதற்கு இவை உதவின.

மதிய உணவு நேரத்தில் ஆண் விருந்தினர்கள் ஒவ்வொருவரையும் கவனித்துக் கொள்ளப் பெண் ஒருத்தி வந்தாள். ஏரியின் நடுவில் அமைந்திருந்த கூடாரம் போன்ற 'கியாஸ்க்'கில் உணவு பரிமாறப்பட்டது. அந்த இடத்திற்குச் செல்ல சிறிய பாலம் ஒன்று. அழகிய கலைநயத்துடன் பாலம் உருவாக்கப்பட்டிருந்தது. கூடாரத்தை அடைந்த எங்களை அரிதான, சூடான உணவு வரவேற்றது.

ஆங்காங்கே மேஜைகள் போடப்பட்டிருந்தன; ஏற்கனவே ஒதுக்கப்பட்டிருந்த இடத்தில் நாங்கள் அமர்ந்தோம். மிகச் சிறந்த ஏற்பாடுகள், குறையேதுமில்லை. எங்களது கோட்டுகளும் சால்வைகளும்கூடகவனமாகப் பாதுகாக்கப்பட்டன. அனைத்தும் எண்ணும் பெயரும் குறிக்கப்பட்ட சீட்டுகளுடன், குழப்பத்தைத் தவிர்க்கும் வகையில் வைக்கப்பட்டிருந்தன.

அனைத்துத் திசைகளையும் நன்கு பார்க்கும் வசதியுடன் அந்தக்கூடாரம் அமைக்கப்பட்டிருந்தது. சுற்றிலும் தெள்ளிய, படிகம் போன்ற நீர்ப்பரப்பு. பல வண்ணத்தில் இலைகளுடன் நின்றிருந்த மரங்கள் அற்புதக் காட்சியைத் தந்தன. அங்கு நான் தங்கும் நேரத்தைச் சுருக்கிக்கொள்ள வேண்டிய துர்ப்பாக்கியம் எனக்கு நிகழ்ந்தது.

உட்சுனோமியா

உட்சுனோமியா செல்லும் ரயிலை நான் பிடிக்க வேண்டியிருந்தது. ஒரு மணி நேரம் பயணத்தில் யுனோ ரயில் நிலையத்தை அடைந்தோம். ஜப்பானின் ராணுவ மேற்பார்வை அமைப்பின் கேப்டன் இமோரி துணைவர அங்கிருந்து 03.20க்குப் புறப்பட்டோம். எனக்கு உதவியாக இருப்பதற்கும் அடுத்த நாள் நாங்கள் பார்க்கப் போகிற விஷயங்கள், மற்றும் பயிற்சிகளை விளக்குவதற்கும் வழிகாட்டியாகவும் இமோரி பணிக்கப் பட்டிருந்தார்.

ஜப்பானில் அவர் போதுமான அளவுக்கு பிரெஞ்சு மொழி கற்றிருந்தார். அன்று மாலையே நாங்கள் உட்சுனோமியாவை

அடைந்துவிட்டோம். நான் அங்கு சென்று சேர்ந்ததுமே இரண்டு ராணுவ அதிகாரிகள் என்னை வந்து சந்தித்தனர். பேரரசின் பாதுகாப்புப் படையின் கமாண்டரும், போலிஸ் இன்ஸ்பெக்டரும் அவர்களை அனுப்பியிருந்தனர். அருகிலிருந்த ஜப்பானிய ஹோட்டல் ஒன்றிற்கு என்னைப் பாதுகாப்புடன் அழைத்துச் சென்றனர். ஐரோப்பியப் பாணியில் அமைக்கப்பட்டிருந்த சில அறைகள் நான் தங்குவதற்காக ஒதுக்கப்பட்டிருந்தன. போதுமான சௌகரியத்துடன் அன்று இரவுசென்றது.

மறுநாள், ஒரு ரிக்ஷா எடுத்துக்கொண்டு, சுத்தமான அந்த உட்சுனோமியா நகரைச் சுற்றிப்பார்த்தேன். அதன்பின், போர்ப்பயிற்சிகள் நடைபெற இருக்கும் பயிற்சி மைதானத்திற்கும் சென்றேன். சுமார் மூன்று மைல் தொலைவிலிருந்தது. அந்த இடத்தை அடைந்ததும் துருப்புகள் எவரும் கண்ணில் படவில்லை. தூரத்தில் கேட்ட பீரங்கிகள் வெடிக்கும், மஸ்கட்களால் சுடும் சப்தங்கள்தான் அருகில் படைவீரர்கள் இருப்பதற்கான அறிகுறியாய் இருந்தன.

10

போர்ப் பயிற்சியும் அறிவுத் துறை முயற்சிகளும்

சிறிது நேரக் காத்திருப்பிற்குப் பின், குறிப்பிட்ட இடமொன்றுக்கு நான் அழைத்துச் செல்லப்பட்டேன். அங்கு பேரரசரது பாதுகாப்புப்படையின் கமாண்டர், ஜெனரல் ஹசேகவாவைச் சந்தித்தேன். அவரிடம் அறிமுகம் செய்துவைக்கப்பட்டேன். அந்தத் தருணத்தில் அவர் அந்தப் போர்ப் பயிற்சியின் தலைமை அம்பயராக (Umpire-in-Chief) செயல்பட்டார்.

அப்போது எதிர்த்தரப்புப் படையினர் முன்னேறி வருவது கண்ணில் பட்டது. இருதரப்பினரும் மோதிக் கொள்ளப்போகிற அந்தக் காட்சியை நன்கு பார்க்கக்கூடிய ஒரு இடத்திற்கு விரைந்தேன். அந்த மோதல் நடைபெற வாய்ப்பிருக்கும் இடத்திற்கு அருகில் என்னை நிலைநிறுத்திக் கொள்ள முடிந்தது. சண்டையில் ஈடுபடப் போகிறவர்களுக்கு இடையில் ஐம்பது கெஜ தூரந்தான் இருக்கும். மோதல் வழக்கமான பாணியில்தான் தொடங்கியது; முதலில் பீரங்கிகளின் தாக்குதல். அதன் மூலம் ஒருவர் மற்றொருவரைத் தாக்கிப்பின்வாங்கச் செய்ய முயன்றனர்.

அதன்பின் காலாட்படை வீரர்கள் தாக்குதல் நடத்த முன்னேறி வந்தனர். ஒருவர் மற்றொருவரின் பக்கவாட்டில் சென்று தாக்குதல்

நடத்தவும், கிடைத்த வாய்ப்பைப் பயன்படுத்தி எதிரியின் தாக்குதலிலிருந்து புத்திசாலித்தனமாகப் பாதுகாத்துக் கொள்ளவும் செய்த முயற்சிகள் மிகவும் ஆர்வமூட்டின.

நான் அனைத்து ஐரோப்பியப் படைவீரர்களின் அணி வகுப்புகளையும் பயிற்சியையும் பார்த்திருக்கிறேன். இந்த ஜப்பானியர்களின் வெளித்தோற்றத்தை வைத்துப் பார்க்கும்போது, ஒரு கணம் நான் என்னை மறந்தேன். தூரக்கிழக்கில் தான் இருக்கிறேனா என்று எண்ணினேன். அவர்கள் அணிந்திருந்த சீருடைகள் பிரெஞ்சு பாணியில் இருந்தன. ஆனால், வீரர்களின் நகர்வும் பயிற்சியும் ஜெர்மானியர்களிடம் இருந்து பெற்றவை. நெருக்கத்தில் சென்று ஆய்வு செய்தபோதுதான் 'மாயத் தோற்றம்' மறைந்தது. வேறுபட்டிருக்கும் அம்சங்கள் கண்களில் பட்டன. சற்று நேரத்தில் 'போர்' முடிவுக்கு வந்தது; எதிரிகளாய் இருந்த வீரர்கள், உடனடியாக நண்பர்கள் ஆகிவிட்டனர். உணவின் போதும் மதுவருந்தும் போதும் அவர்களிடையே சகோதரத்துவம் வெளிப்பட்டது.

ஜப்பானியர்களுக்கு உடல்ரீதியாக அசாதாரண தாக்குப்பிடிக்கும் சக்தி இருக்கிறது. இந்த வீரர்களைப் பற்றி நான் விவரிக்கும் அந்த நாளில் விடியல் காலை நான்கு மணியிலிருந்து அந்த மைதானத்தில் அவர்கள் இருக்கிறார்கள். ஆயுதங்களின் சுமையுடன், காலை பதினோரு மணி வரையிலும் பயிற்சியில் ஈடுபட்டிருந்தார்கள். சோர்வை அளிக்கும் இவ்வளவு நேரக் கடினமான பயிற்சிக்குப் பின்னும், அவர்களிடம் அசதியையோ, வேறு தாக்கத்தையோ பார்க்க முடியவில்லை.

ஜப்பானியப் படை வீரர்களுக்கான உணவு மிகச் சிறந்த முறையில், மிக எளிய முறையில் வழங்கப்படுகிறது. வீரர்கள் தமது முதுகுப் பையில் அதை வைத்துக் கொள்ளும் வகையில் ஒரு கச்சிதமான பெட்டி. ஒரு நாளுக்கான உணவை அதில் வைக்கமுடியும். அந்தப் பெட்டி இரண்டு மூன்று பகுதிகளாக உள்ளுக்குள் பிரிக்கப் பட்டுள்ளது. ஒன்றில் பதப்படுத்தப்பட்ட மாட்டிறைச்சி. மற்றொன்றில் அரிசிச் சோறு. கெட்டியாக ஒரு 'புட்டிங்' போலப் பெட்டிக்குள் வைப்பதற்குத் தோதாக, ஒரு திடமான நிலைக்கு அது வேக வைக்கப்படுகிறது. மூன்றாவது சிறிய பகுதி, தவிர்க்கவே முடியாத 'சாப் ஸ்டிக்ஸ்' வைத்துக் கொள்வதற்கு.

இந்த ஏற்பாட்டின் பெரும் சிறப்பு, அந்த உணவு, அழகான கச்சிதமான முறையில் எடுத்துச் செல்ல முடியும்; அதேபோல்

உணவு திட வடிவத்திலும் இருக்கும். அத்துடன், ஒவ்வொரு வீரனும், உணவுக்காக அதை விநியோகிக்கும் துறையைச் சார்ந்திருக்கவேண்டியதில்லை.

வீரர்கள் மத்தியில் நான் கொஞ்ச நேரம் இருந்தேன். என் மனத்திற்குள் அனைத்தையும் குறித்துக்கொண்டேன். அவர்கள் அணிந்திருக்கும் சீருடையை உன்னிப்பாகக் கவனித்தேன். அவர்கள் உணவு உண்ணும் முறையைப் பார்த்தேன். தவிர்த்து மேலும் பல தனிப்பட்ட விவரங்களையும் குறித்துக் கொண்டேன். அனைத்தும் எனக்குப் பெரும் ஆர்வம் ஊட்டின.

அணிந்திருக்கும் சீருடையை உன்னிப்பாகக் கவனித்தேன். அவர்கள் உணவு உண்ணும் முறையைப் பார்த்தேன். தவிர்த்து மேலும் பல தனிப்பட்ட விவரங்களையும் குறித்துக் கொண்டேன். அனைத்தும் எனக்குப் பெரும் ஆர்வம் ஊட்டின.

வீரர்களின் அணிவகுப்பு, சற்றுத் தொலைவில் நடப்பதாக இருந்தது. இறுதி 'பயிற்சி-சண்டை' நடைபெற்ற இடத்திலிருந்து அந்த இடம் ஐந்து மைல் தூரமிருக்கும். ஹோட்டலுக்குச் சென்று, மதிய உணவை முடித்துவிட்டு, அந்த மாபெரும் இறுதி நிகழ்விற்கு திரும்பிவர போதுமான நேரம் இருக்கிறது.

'பரேடு' நடக்கும் அந்த இடத்திற்குச் சென்றபோது, அந்தச் சதுரமான இடத்தின் மூன்று புறத்திலும் துருப்புகள் ஒழுங்காக அணிவகுத்து நின்றிருந்தனர். ஒருபுறம் குதிரைப் படையினர், ஒருபுறம் பீரங்கிப்படை, மற்றொரு புறத்தில் காலாட்படையினர் மிக நெருக்கமான அணிவகுப்பில் நின்றிருந்தனர். மரியாதையை ஏற்றுக்கொள்ளும் மேடையில் பேரரசின் பாதுகாப்புப் படையின் கமாண்டர் நின்றிருந்தார். அவர் அருகில் படையின் சில அதிகாரிகள். அதில் ஒருவர் பேரரசரின் உறவினர். குள்ளமான, உறுதியான மனிதர், ஐந்தடி உயரம்தான் இருப்பார்.

அந்த நேரத்தில், ராணுவம் சாராத மந்திரி ஒருவர் காட்சிக்குள் நுழைந்தார். தலையில் தொப்பியும் கோட்டும் அணிந்திருந்தார். பயிற்சிகள் அனைத்தும் மிகச் சிறந்த முறையில் நடந்து முடிந்ததை ஒட்டி, பேரரசர் தனது திருப்தியையும் வாழ்த்துகளையும் தெரிவித்ததாக அதிகாரிகளிடம் அவர் கூறினார்.

குதிரைகளிலிருந்து இறங்கி நின்று, தலையிலிருந்து தொப்பிகளை அகற்றிவிட்டு பேரரசரின் செய்தியை அவர்கள் கேட்டனர். அதைத் தொடர்ந்து பேரரசரின் செய்தித் துருப்புகளுக்குத் தெரிவிக்கப்

பட்டது. அதிகாரிகள் குதிரைகளில் மீண்டும் அமர்ந்ததும் அணிவகுப்பு தொடங்கியது; குதிரைப்படையினர் வேக நடையில் சென்றனர்; தொடர்ந்து, பீரங்கிப்படை அதைத் தொடர்ந்து காலாட்படை சென்றது.

குதிரைப்படை வீரர்கள் தோற்றத்தில் நன்றாகத்தான் இருந்தனர்; ஆனால், உயரம் குறைவான மட்டக் குதிரைகளில் அவர்கள் அமர்ந்திருந்த முறை அவ்வளவு நன்றாக இல்லை. ஐரோப்பாவிலோ இந்தியாவிலோ பார்க்க முடிகிற குதிரையேற்றங்களை இவற்றுடன் ஒப்பிடவே முடியாது. இதைப் போன்ற ஒரு குதிரைப்படை, மிக உறுதியான, உயரமான குதிரைகளில் ஏறி வரும் கொஸாக் வீரர்களை எப்படி வெற்றிகரமாக எதிர்கொள்ளும் என்று நினைத்துப் பார்ப்பது கடினமாக இருந்தது. எனினும், இப்போதைய மோதலில் அவர்கள் எப்படிச் செயல்படுவார்கள் என்பதைப் பொறுத்திருந்துதான் பார்க்கவேண்டும். யுத்தம் ஆச்சர்யங்கள் நிறைந்தது.

பீரங்கிப்படை பார்ப்பதற்கு நன்றாகவும், திறமையான 'யூனிட்' போலவும் தோன்றியது. குதிரைகள் பீரங்கி வண்டிகளை இழுத்து வந்தது நன்றாக இருந்தது. பீரங்கிகள் நவீனகாலத்தவை. காலாட்படையினர் எதுவும் செய்யவில்லை என்றாலும், எனது வியப்பை அதிகரிக்கச் செய்தனர். அற்புதமான அணிவகுப்பில், மிகவும் அனுபவம் வாய்ந்தவர்களாய் நடை போட்டனர். ஜெர்மானியர்களின் 'கூஸ் ஸ்டெப்' பாணியை ஜப்பானிய வீரர்கள் பின்பற்றினர். யுத்தத்தில் இது பயன்படாதுதான். எனினும், அணிவகுப்பு நன்றாகத் தோன்றுவதற்கும், 'ஃபார்மேஷன்' கச்சிதமாக அமையவும் பெரிதும் உதவியது.

அணிகள் ஒவ்வொன்றும் மேடையைக் கடந்து சென்றபோது, அதன் தலைமைப் பொறுப்பிலிருந்த அதிகாரி, தனது வாளைத் தாழ்த்தி கமாண்டருக்கு வணக்கம் செய்தார். அத்துடன் மிக நேர்த்தியான, ஒரு கட்டளை முழக்கம் - 'வலது பக்கம் கண்கள்'. அவரது அணியிலிருந்த ஜப்பானியர்கள் உடனே திரும்பி வணக்கம் செய்தனர், 'பரேடில்' கலந்துகொண்ட துருப்புகள் அனைவரும் பேரரசின் பாதுகாப்புப் படையைச் சேர்தவர்கள். அப்படையில் இருபதினாயிரம் பேர் இருக்கிறார்கள். அதில் பாதி வீரர்கள், இந்தப் பயிற்சிகளிலும் அணிவகுப்பிலும் கலந்து கொண்டிருக்கிறார்கள்.

அன்று அவர்கள் யுத்தக் களத்தில் பயன்படுத்தும் கருவிகளுடன், சுமைகளுடன் இருந்தனர். காலையிலிருந்து அவர்கள்

ஈடுபட்டிருந்த கடினமான பயிற்சிகளால் அழுக்காகவும் சோர்ந்தது போலும் தோன்றினாலும், அசாதாரணத் தகுதியுடன், எந்தப் பணி அளித்தாலும் உடனே செய்வதற்குத் தயாராக இருப்பதுபோல் தோன்றினார்கள். 'பரேடு' முடிந்ததும், கமாண்டரிடமும் அங்கு இருந்த சில அதிகாரிகளிடமும் விடைபெற்றுக் கொண்டு புறப்பட்டேன். டோக்கியோவுக்குச் செல்லும் ரயிலைப் பிடிக்க, உரிய நேரத்தில் நிலையத்தில் இருக்க வேண்டும். ஆனால், அன்று டோக்கியோவில் டின்னருக்கு தாமதமாகத்தான் போய்ச் சேர்ந்தோம்.

இம்பீரியல் பல்கலைக்கழகம்

இருபதாம் தேதி காலை நேரத்தை மாபெரும் இம்பீரியல் பல்கலைக்கழகத்திற்கு விஜயம் செய்ய ஒதுக்கினேன். இம்பீரியல் ஹோட்டலில் இருந்து பல மைல்கள் தூரம் தள்ளி அமைந்திருந்தது. பிரிட்டிஷ் தூதரகத்தின் செயலர்களில் ஒருவர் என்னுடன் வந்தார். பல்கலைக்கழகத்தில் அதன் இயக்குநரும் அதிகாரிகள் பலரும் எங்களை வரவேற்றனர்.

அவர்களின் உதவியுடன், வழிகாட்டுதலுடன் அந்த வளாகத்தைச் சுற்றிப்பார்க்கத் தொடங்கினோம். பல பகுதிகளாக பிரிக்கப்பட்டிருந்த பல்கலைக்கழகத்தின் ஒவ்வொரு பிரிவும் ஒரு துறைக்கு ஒதுக்கப்பட்டிருக்கிறது. மொழிகளுக்கான துறைக்குச் சென்றேன். அங்கு பிரெஞ்சு, ஜெர்மன், ஆங்கிலம் ஆகிய மொழிகளுக்கு தனித்தனி பகுதிகள் இருந்தன. அம்மொழிகளைக் கற்பிக்கும் பேராசிரியர்களுக்கு தனித்தனி அறைகள்.

பேராசிரியர்கள், அவர்கள் எந்த மொழியைக் கற்பிக்கிறார்களோ அந்த நாட்டைச் சேர்ந்தவர்களாக இருந்தனர். எனினும், ஆங்கில மொழியைக் கற்றுத் தருபவர் ஓர் அமெரிக்கர். பிரெஞ்சுப் பேராசிரியர் பாடம் நடத்தியதை மாணவர்களுடன் அமர்ந்து சிறிது நேரம் கவனித்தேன். அம்மொழிச் சொற்களைச் சரியாக உச்சரிக்க அந்த மாணவர்களின் செய்த முயற்சிகள் வேடிக்கையாக இருந்தன. எனினும், அவர்களது மொழி குறித்த புரிதல் ஓரளவுக்கு நன்றாகவே இருந்தது. ஆசிரியர்கள் அதிக எண்ணிக்கையில் இருந்தனர்; மொழிகளைக் கற்றுத் தருபவர்கள் மட்டுமே வெளிநாட்டவர்கள்; மற்றவர் ஜப்பானியர்கள்.

இவர்களில் பெரும்பாலோர் தம் மேல்படிப்பை ஐரோப்பாவிலோ அமெரிக்காவிலோ பெற்றவர்கள். பல்வேறு தலைப்புகளில்

பாடங்கள் அங்கு விரிவாகக் கற்றுத் தரப்படுவது எனக்குப் பெரும் வியப்பைத் தந்தது எனக் கூறலாம். இதை எனது நாட்டின் நிலைமையுடன் ஒப்பிட்டுப் பார்ப்பதை என்னால் தவிர்க்க முடியவில்லை. ஏனெனில் இந்தக் கல்லூரியில் கற்றுத் தரும் பாடங்களை, ஐரோப்பாவிற்கு வெளியில் கற்றுக்கொள்ள வாய்ப்பிருக்கும் என்ற எண்ணமே இதற்குமுன் எப்போதும் எனக்கு ஏற்பட்டதில்லை.

கடந்த முப்பது ஆண்டுகளில் ஜப்பானியர்கள் கலை மற்றும் அறிவியல் துறைகளில் அடைந்திருக்கும் முன்னேற்றம் மிகவும் ஆச்சரியமானது. வகுப்பறைகள் ஆர்வம் மிகுந்த மாணவர்களால் நிரம்பியிருந்தன. நவீனக் கட்டடக் கலை, கட்டடப் பொறியியல், ஆயுதம் மற்றும் வெடிமருந்து தயாரிப்பு, தந்தித் தொழில்நுட்பம், மின்சாரப் பொறியியலின் அனைத்துப் பிரிவுகளும், கப்பல் கட்டுமானம் மற்றும் வளர்ந்து கொண்டிருக்கும் தேசத்திற்கு வளஞ்சேர்க்க வழிவகுக்கும் மிக முக்கியமான பல துறைகளிலும் மாணவர்கள் மிக்க ஆர்வத்துடன் கடினமாக உழைத்துக் கற்கின்றனர். அவர்களில் நேபாளி மாணவர்கள் இருவரைப் பார்த்ததும் எனக்கு வியப்பு. நேபாள அரசு அவர்களை அனுப்பியிருக்கிறது.

இம்பீரியல் கல்லூரியின் ஒவ்வொரு துறையிலும் அத்துறை பயிற்றுவிக்கும் பாடம் சார்ந்த வடிவங்களும் மாதிரிகளும் வைக்கப்பட்டிருந்தன. குறிப்பாக, கடல்சார் கட்டுமானத் துறையைக் குறிப்பிடவேண்டும். தற்காலத்து நவீனப் போர்க் கப்பல்கள், க்ரூய்ஸர்கள், தாக்கி அழிக்கும் கலங்கள், டார்பீடோ படகுகள் போன்ற இன்னும் சிலவற்றின் 'அளவு- மாதிரி' வடிவங்களால் அது நிரம்பி வழிந்தது.

உலக நாடுகளின் மத்தியில் ஜப்பானுக்கு இருக்கும் தற்போதைய முக்கியத்துவத்திற்கான காரணத்தை நாம் தொலைவில் தேட வேண்டிய தேவையில்லை. ஏற்கெனவே நான் குறிப்பிட்டிருப்பது போல் கலை மற்றும் அறிவியல் துறைகளில் அவர்களிடம் இல்லாத அறிவைப் பெறுவதற்காக, ஜப்பானிய அரசாங்கம் ஐரோப்பாவிலும் அமெரிக்காவிலும் இருக்கும் கற்பதில் சிறந்த இடங்களுக்கு ஆண்டுதோறும் பல நூறு மாணவர்களை அனுப்புகிறது. அங்கு அவர்கள் தேவையான அறிவைப் பெற்று, சொந்த நிலத்திற்குத் திரும்பியதும் பெற்ற அறிவை ஜப்பானில் பரப்புவதற்குக் கல்லூரிகளில் நியமனம் செய்யப்படுகிறார்கள்.

இந்த நடைமுறையில் ஒவ்வொரு ஆண்டும் அனுப்பும் மாணவர்களின் சதவீதம் குறையுமாறு பார்த்துக்கொள்ளப்பட்டது, தற்போது ஐரோப்பாவிற்கு மாணவர்களை அனுப்பும் தேவை மிகவும் குறைந்திருக்கிறது. விலக்காக, அசல் ஆராய்ச்சி நோக்கங்களுக்கு அனுப்புவது இருக்கிறது. அத்துடன் புதிய கண்டுபிடிப்புகளையும் நவீன விஷயங்களையும் சொல்லித்தர அவற்றில் திறன் பெற்றவர்களை ஜப்பானில் உள்ள கல்லூரிகள் மற்றும் நிறுவனங்களில் நியமிப்பதற்காக அனுப்பும் நோக்கம் தொடர்கிறது.

ஜப்பானியர்கள் அனைத்து மேற்கத்திய கலைகளையும் அறிவியலையும் ஆய்வுக்கும் பரிசீலனைக்கும் உட்படுத்தியதாகத் தெரிகிறது. அவற்றிலிருந்து நல்லதனைத்தையும் ஏற்றுக் கொண்டனர். அதே நேரத்தில் மோசமானதை அல்லது சாதாரண மானதை வேறுபடுத்திப் பார்த்து நிராகரிக்கவும் செய்துள்ளனர். மருத்துவம் மற்றும் வேறு சில அறிவியல் துறைகளில் ஜெர்மனியின் முன்னேற்றைத்தைப் பின் பற்றுகின்றனர்.

அதுபோல் கப்பற்படையில் அதன் கட்டுமானத்தில் ஆங்கிலேயர் வழிமுறைகளை மாதிரியாகக் கொள்கின்றனர். ராணுவத்திற்கு ஜெர்மனியையும், சட்டம் சார்ந்த விஷயங்களில் பிரெஞ்சு முறைகளையும் முன்னுதாரணமாக எடுத்துக் கொண்டுள்ளனர். அதேநேரத்தில் ஜப்பானிய இயந்திரவியல் துறையின் வளர்ச்சி பெருமளவிற்கு அமெரிக்க முன்முயற்சிகளை அடிப்படையாகக் கொண்டுள்ளது.

ஒரு குறிப்பிட்ட துறையில் சிறப்பு நிலையை எட்டியிருக்கும் பல்வேறு நாடுகளின் வழிமுறைகளைக் கவனித்து, அவர்களது பாரபட்சமற்ற அபிப்பிராயத்தில் எது நல்லதாகத் தோன்றுகிறதோ அதையே ஏற்று, பின்பற்றினர். தற்போது அவர்கள் ஒரு துறையின் பல்வேறு சிறந்த பகுதிகளை ஒன்றாக இணைக்கும் முயற்சியில் ஈடுபட்டிருக்கிறார்கள் – முழுதாக, ஒவ்வொரு தொழிற் துறையிலும் தங்களுக்கான ஓர் அமைப்பை உருவாக்கிக்கொள்வது.

அவர்களது இந்த முடிவு எவ்வளவு தூரம் நம்பகமானது என்பது பொறுத்திருந்து பார்க்கவேண்டிய ஒன்று. ஆனால் ஏற்கனவே அவர்கள் அடைந்திருக்கும் வெற்றிகளைப் பார்க்கையில் மிகத் துல்லியமாகப் பாகுபடுத்திப் பார்க்கும் சக்தி ஜப்பானியர்களுக்குக் குறைவாக இல்லை என்றுதான் தோன்றுகிறது.

மிகவும் சுவாரஸ்யமான, மிக முக்கியமான இந்த நிறுவனத்திற்கு நான் மேற்கொண்ட விஜயம், பல்கலைக்கழகத்துடன் இணைந் திருக்கும் நூலகத்தைக் குறுகிய நேரம் சுற்றிப்பார்த்ததுடன் முடிவுக்கு வந்தது. பல்வேறு அறிவியல் பாடங்கள் தொடர்பாக பல்வேறு மொழிகளில் எழுதப்பட்ட ஆயிரக்கணக்கான புத்தகங்கள் அங்கு இருந்தன. அறிவைத் தேடும் மாணவர்களுக்கு விலை மதிப்பற்ற உதவியாக அவை இருக்கும். நூலகத்தில் மறைந்த பேராசிரியர் மாக்ஸ் முல்லரின் மொழிபெயர்ப்பில் மாபெரும் சம்ஸ்கிருதத் தொகுப்பு ஒன்றைப் பார்த்தேன். அற சிந்தனையுள்ள ஒரு பணக்கார ஜப்பானியர் கல்லூரிக்கு வாங்கிக் கொடுத்துள்ளார்.

கற்றுக்கொள்வதற்கு ஆகச் சிறந்த, இந்த வியத்தகு கல்லூரியில் என்னால் இரண்டு மணி நேரம் மட்டுமே ஒதுக்க முடிந்தது. அந்த நேரத்தில் நான் செலுத்திய கடின உழைப்பின் மூலம், அங்கிருந்த அனைத்து அற்புதங்களையும் குறித்த பொதுவான மற்றும் மேலோட்டமான ஒரு புரிதலை மட்டுமே உருவாக்கிக் கொள்ள முடிந்தது.

நான் செல்ல வேண்டிய இடங்களும் சந்திக்க வேண்டியவர்களும் இருந்தனர். அதனால் ஜப்பானின் எதிர்காலத்திற்கு பெரும் உதவியாக இருக்கக் கூடியவற்றால் நிறைந்திருந்த அந்த இடத்தில் எனக்குக் கிடைக்கவிருந்த மகிழ்வையும் ஆர்வத்தையும் குறைத்துக் கொள்ள வேண்டியிருந்தது. அந்த இடத்தை முழுமையாக சுற்றிப் பார்ப்பதற்கு எனக்கு நிச்சயம் அந்த நாள் முழுவதும் தேவையாக இருந்திருக்கும்.

நான் அடுத்து செல்லவிருந்த இடம், உயர்நீதிமன்றம்.

11

ஜப்பானிய சிறைச்சாலை

உயர்நீதிமன்றம் சென்று சேர்ந்தபோது, சர் கிளாட் மெக்டொனால்ட் என்னைச் சந்தித்தார், அவரும் சில ஜப்பானிய அதிகாரிகளும் என்னை நீதிமன்றக் கட்டடத்திற்குள் அழைத்துச் சென்றனர். பார்ப்பதற்கு நன்றாகவும், பாராட்டத்தக்கதாகவும் அந்தக் கட்டடம் இருந்தது. எனினும், ஐரோப்பாவில் பார்க்க முடிகிற இதுபோன்ற இடங்களைப்போல் அலங்காரமாகத் தோன்றவில்லை.

நீதிமன்றத்தின் பெரிய வரவேற்பறையில், நீதிபதிகள் அனைவரும் கூடியிருந்தனர். முறைப்படியான வரவேற்பை எனக்கு அளித்தனர். வழக்கமான குனிந்து வணங்குதல்கள், புன்னகைகள். எங்கள் இருக்கைகளில் அமர்ந்தோம். தேநீர் வழங்கப்பட்டது. பணிவு நிறைந்த மிகுந்த நாகரிகமான உபசாரம். விரும்பினாலும் விரும்பா விட்டாலும், அந்தச் சம்பிரதாயத்தில் நாம் பங்கேற்கத்தான் வேண்டும்.

தேநீர் முடிந்தது. வெவ்வேறு நீதிமன்றங்களுக்கு என்னை அழைத்துச் சென்றார்கள். சற்றுமுன் என்னை வரவேற்று உபசரித்த நீதிபதிகள் வழக்குகளை விசாரிப்பதற்காக ஏற்கெனவே அவர்களது இருக்கைகளில் அமர்ந்திருந்தனர். அனைவரும் கவுனும் வித்தியாசமாக ஒரு தொப்பியும் அணிந்திருந்தனர். ஒவ்வொரு

வழக்கு மன்றத்திலும், நீதிபதிகளில் அமரும் வரிசையில் ஒரு கௌரவ இருக்கை எனக்கு வழங்கப்பட்டது.

நடைமுறைகளைக் கவனித்துக் கொண்டிருந்தேன். ஆனால், அனைத்தும் ஜப்பானிய மொழியில். எனக்கு அந்த மொழி தெரியாததால் எதையும் புரிந்துகொள்ள முடியவில்லை. வழக்குகள் விசாரிக்கப்பட்டன, தீர்ப்புகளும் எழுதப்பட்டன; பதிவேடுகள் எழுதப்பட்டன; அனைத்தும் ஜப்பானிய மொழியில்தான்.

சிறைச்சாலை

அதன்பின் நகரத்தைச் சுற்றிப் பார்ப்பதில் ஒரு காலை நேரத்தை லாபகரமாகவும் சுவாரஸ்யமாகவும் கழித்தேன். ஜப்பானிய உணவகம் ஒன்றில் காலை உணவு. அந்த ரெஸ்டாரண்ட்டிலிருந்து ஓர் உயரமான இடத்திலிருந்து பார்ப்பதுபோல் டோக்கியோ நகரின் சிறந்த தோற்றத்தைப் பார்க்க முடிந்தது.

சாப்பிட்டு முடிந்ததும், நகரத்திற்கு வெளியே ஏழு மைல் தொலைவில் உள்ள ஒரு பெரிய சிறைச்சாலையைப் பார்க்கச் சென்றேன். சிறைச்சாலை வாயிலில் நின்றிருந்த தலைமை வார்டர் என்னை வரவேற்றார். எனக்கு அவர் தேநீர் அளித்து உபசரித்த பின்னர் வார்டுகள் வரிசையாக அமைந்திருந்த பெரும் கட்டடங்களின் வழியாக என்னை அழைத்துச் சென்றார்.

சரியான ஏற்பாடுகள், நல்ல நிர்வாகம். உலகின் எந்த நாட்டிலும் இருக்கும் இதுபோன்ற சிறந்த சிறை வளாகங்களுடன் ஒப்பிட்டுப் பார்க்கத் தோன்றும் அளவிற்கு ஒவ்வொரு அம்சமும் நன்றாக இருந்தது. நான் சென்றிருந்த சமயம், சிறைகளில் சுமார் இரண்டாயிரம் பேர் அடைக்கப்பட்டிருக்கலாம். அவர்கள் அனைவரும் பல்வேறு தொழில்களில் மும்முரமாக ஈடுபட்டிருந்ததைப் பார்த்தேன். கூடை பின்னுவது, துடைப்பம் மற்றும் பாய்கள் தயாரிப்பது ஆகியன முக்கிய வேலைகளாகத் தோன்றின. கைதிகள் இதில் கைதேர்ந்தவர்களாக இருந்தனர்.

அவர்கள் மஞ்சள் நிறத்தில் ஒரு தனித்துவமான உடையை அணிந்திருந்தனர். ஆண்களைப் பாதுகாப்பில் வைத்திருக்க சங்கிலி கொண்டு பிணைக்கும் முறையை அவர்கள் பயன்படுத்தவில்லை என்பது கவனிக்கத்தக்கது. நாங்கள் வெவ்வேறு வார்டுகளுக்குள் நுழைந்து பார்த்தோம். உள்ளே நுழைந்ததும், வார்டர் ஆணையிட்டதும் செய்யும் வேலையை அவர்கள் அப்படியே நிறுத்தினர். அடுத்த ஆணைக்கு எழுந்து நின்று அனைவரும்

ஒரேநேரத்தில் குனிந்து வணங்கினர். இறுதி கட்டளையை அவர் முழங்கியதும், அனைவரும் தம் வேலைகளுக்குத் திரும்பினர், தொடர்ந்தனர்.

கைதிகளைப் பொறுத்தவரையில் எனது கவனத்தை ஓர் அம்சம் மிகவும் ஈர்த்தது. அது அவர்களின் தோற்றம்; சிறைச்சாலைகளில் தன்னிச்சையாக நம் கண்கள் மனிதக் குலத்தின் மிகக் கீழ்த்தரமான, வில்லனை போன்ற தோற்றத்துடன் ஒருவரைத் தேடுவதுண்டு. உண்மையில் ஐரோப்பாவில் 'இப்படிக் குறிப்பிடப்படுகிற' கிரிமினல் வகை மனிதர்கள் அனைவரும் அறிந்தவர்களாக, பார்த்தவுடன் தெரிந்துகொள்ள முடிகிறவர்களாக இருப்பார்கள்; ஆனால் இந்த ஜப்பானியக் கைதிகள் அப்படித் தோன்றவில்லை; உடல் மொழியிலோ தோற்றத்திலோ அப்படித் தெரியவில்லை. குறிப்பிட்டுச் சொல்லவும் ஏதுமில்லை. அவர்கள் அமைதியான, சட்டத்தை மதிக்கும் குடிமக்கள் போல் தான் இருந்தனர்.

பல வார்டுகளையும் சுற்றிப் பார்த்தேன். அந்தக் கைதிகள் கட்டுப்பாட்டுடன் அடைக்கப்பட்டிருப்பவர்கள் என்று நினைத்துப் பார்ப்பது கடினமாக இருந்தது; அவர்கள் அனைவரும் நல்ல சிந்தையுடன் வேலைசெய்து கொண்டிருந்தது வெளிப்படையாகத் தெரிந்தது; வெளித்தோற்றத்தை வைத்து ஒருவர் தீர்மானிக்க முடியும் என்றால், கிடைத்திருப்பதில் அவர்கள் திருப்தியுடன் இருப்பதுபோல் தோன்றியது; எல்லாவற்றிற்கும் மேலாக, அந்தச் சிறைப் பறவைகள் தங்கள் தேசத்தின் பணிவை இழக்கவில்லை. யாராவது ஒருவர் அவர்களைக் கடந்து செல்லும் போதெல்லாம் ஒரு கணம் மரியாதை நிமித்தம் குனிந்து வணங்கும் அவர்களது செயலில் அது வெளிப்பட்டது.

நான் விசாரித்தவகையில் மரண தண்டனை அரிதாகவே விதிக்கப்படுகிறது. அத்துடன் கொலைக் குற்றம் ஒப்பீட்டளவில் மிகவும் அரிதானது என்று கூறினார்கள். கொலை என்றால் மரண தண்டனை என்பது இங்கு கிடையாது. குறிப்பிட்ட சில குற்றங்களுக்கு மட்டுமே இந்தக் கடுமையான தண்டனை விதிக்கப் படுகிறது. தலை துண்டித்தல் மூலம் அது செயல்படுத்தப்படுகிறது.

கைதிகளின் வசிப்பிடங்கள் அற்புதமான ஏற்பாடுகளாலும், அவற்றின் வடிவமைப்பின் சிறப்பாலும் என்னை மிகவும் கவர்ந்தன. மூன்று ஆண்கள் ஓர் அறையில் தூங்குகின்றனர். அறையில் வழக்கமான நவீனச் சுகாதார வசதிகள் செய்து கொடுக்கப்பட்டுள்ளன. ஒட்டுமொத்த இடமும் ஒரு சிறை

அமைப்பு எப்படி இருக்க வேண்டும் என்பதற்கான 'மாதிரி' என்ற சிந்தனையைத்தான் அளித்தது.

கைதிகளுக்கு விசாலமான குளியலறைகள்-தொட்டி வசதிகளுடன் இருக்கின்றன. வாரத்திற்கு மூன்று முறை அவர்கள் அதை நன்கு பயன்படுத்திக் கொள்ளலாம். ஜப்பானில் தூய்மை மிகவும் மதிக்கப்படுகிறது. கூலிவேலை செய்பவர்களும் அங்கு தினமும் குளிக்கிறார்கள்! கைதிகளுக்கு முழுமையான உணவு ஒரு நாளைக்கு இரண்டு முறை வழங்கப்படுகிறது. அதில் அரிசியும், மீனும் இருக்கும். அவ்வப்போது இறைச்சியும் கொடுக்கப்படுகிறது.

பார்க்லே தம்பதியருடன் உணவருந்தியதுடன் அன்றைய நாள் சென்றது. திரு. பார்க்லே பிரிட்டிஷ் தூதரகத்தின் முதல் செயலர். அவரது மனைவி அழகான அமெரிக்கர். இவர்கள் எனக்கு நீண்ட நாட்களுக்கு முன்பு அறிமுகமானவர்கள்; ஐரோப்பாவுக்கு எனது முதல் பயணத்தின் போது நான் அவர்களை ரோம் நகரில் சந்தித்தேன். அப்போது அவர் பிரிட்டிஷ் தூதரகத்தில் பணிபுரிந்தார். தேர்ந்தெடுக்கப்பட்ட நபர்கள் என்னைச் சந்திக்க அங்கு அழைக்கப்பட்டிருந்தனர். அதில் விஸ்கவுன்ட் அயோகியும் ஒருவர். முதன்மையான ஜப்பானிய ராஜதந்திரிகளில் ஒருவர். ஜெர்மன் பெண்மணியை அவர் மணந்திருந்தார்.

ஜெர்மானிய மருத்துவர் பேயல்ஸ்

இருபத்தொன்றாம் தேதி, ஜப்பானில் வசிக்கும் பிரபல ஜெர்மானிய மருத்துவர் பேயல்ஸ் என்பவருடன் யூனோ பூங்காவின் ஜப்பானிய உணவகத்தில் உணவருந்தினேன். ஜப்பானின் பழைய குடிமகன். பேரரசரிலிருந்து விவசாயி வரையிலும் தேசத்தில் பலரையும் நன்கு அறிந்தவர். தனிப்பட்ட முறையில் அவர் மருத்துவத் தொழிலைச் செய்துவருகிறார். எனினும், டாக்டர் பேயல்ஸ், இம்பீரியல் குடும்பத்திலிருந்து தாராளமாக ஒரு தொகையைச் சம்பளமாக பெற்றுவருகிறார். அரசக் குடும்பத்திற்கு இவர்தான் மருத்துவம் பார்க்கிறார்.

மருத்துவர் ஒரு சுவாரஸ்யமான மனிதராகத் தென்பட்டார். தேசம் குறித்தும் மக்களைப் பற்றியும் அவருக்கு நல்ல நெருக்கமான அறிவு இருக்கிறது. தனது அபிப்பிராயங்களை மிகவும் சுதந்திரமாக தெரிவிக்கிறார்; அவரது அனுபவங்களையும் பகிர்ந்துகொள்கிறார். அவருடன் உரையாடியதில் பல விஷயங்களைத் தெரிந்து கொள்ள முடிந்தது. குறுகிய காலத்தில், அந்தத் தேசத்தில் எனது ஒட்டுமொத்தப் பயணத்திலும் அந்த மக்களிடமிருந்து நான்

யூனோ பூங்கா - இரண்டு பக்கமும் மலர்ந்த செர்ரி-மலர்கள்

இம்பீரியல் அருங்காட்சியகம், யூனோ பூங்கா

பெற்றிருக்கக் கூடியதை காட்டிலும் அதிகமான தகவல்கள் அவரிடமிருந்து நான் பெற்றேன்.

ஜப்பானியர்கள் தகவல் அளிக்கத் தயங்குகிறார்கள். அல்லது வெளிநாட்டவர்களின் விசாரிப்புகளை அவர்கள் அலட்சியமாக எடுத்துக் கொள்கிறார்கள். யாரேனும் ஒருவர் ஒரு கேள்வி கேட்டால், பொதுவாக குனிந்து வணங்கியோ அல்லது புன்னகைத்தோ அதற்குப் பதிலளிக்கிறார்கள். விதிவிலக்கான ஒருவரைத் தவிர்த்து, தன்னார்வத்துடன் தகவல் அளித்த அல்லது ஆர்வம் தரும் ஒரு விஷயத்தை ஒட்டிக் கேட்ட கேள்விகளுக்குப் பதிலளித்த ஒரு ஜப்பானியரையும் என்னால் நினைவுகூர முடியவில்லை.

பேரரசருடன் மருத்துவர் பேயல்ஸ்க்கு மிக நெருக்கமான தொடர்பு இருக்கிறது. பட்டத்து இளவரசரின் உடல்நிலையைப் பராமரிக்கும் பொறுப்பை அவரிடம் ஒப்படைத்து, மருத்துவர் மீதான நம்பிக்கையைப் பேரரசர் வெளிப்படுத்தினார். இளவரசர் இதற்குமுன் மிகவும் சிக்கலான உணர்வுநிலையில் இருந்திருக்கிறார். அவர் உடல்நிலை மேம்பட அக்கறை மிகுந்த கவனிப்பும் திறனும் தேவைப்பட்டது; இதனால் டாக்டர் பேயல்ஸ் இவரையே கவனிக்க வேண்டிய நிலைக்கு ஆளானார். எனினும், பட்டத்து இளவரசரின் உடல்நிலையை மோசமான நிலையிலிருந்து, ஒப்பீட்டு அளவில் வலிமையான நிலைக்கு முழுமையாக அவர் மீட்டெடுத்தார்.

அவருக்குத் திருமணம் செய்துவைக்க வேண்டிய நேரம் வந்தபோது, இந்த நுட்பமான மற்றும் முக்கியமான விஷயத்தில் மருத்துவர் பேயல்ஸ் கலந்தாலோசிக்கப்பட்டார். பட்டத்து இளவரசரின் உடல்நிலை அந்த நேரத்தில் மிகவும் மோசமாக இருந்தது. சில நேரங்களில் ஜப்பானிய அரியணைக்கு நேரடி ஆண் வாரிசு இல்லாமல் போய்விடுமோ என்ற அச்சமும் நிலவியிருக்கிறது. மகிழ்ச்சியுடன் இந்த நிலைமை தவிர்க்கப் பட்டது. இப்போது அந்த இளம் இளவரசர் மூன்று மகன்களுக்குப் பெருமைப்படத்தக்க தந்தையாக இருக்கிறார்.

இம்பீரியல் அருங்காட்சியகம்

யூனோ பூங்காவின் வளாகத்தில் ஓர் இம்பீரியல் அருங்காட்சியகம் உள்ளது. காலை உணவுக்குப் பிறகு மருத்துவர் பேயல்ஸ் என்னை அங்கு வழிநடத்திச் சென்றார். அந்தக் கட்டடம் ஓரளவுக்கு இந்திய

பாணியில் அமைந்திருந்தது. இந்தியாவில் பயணித்திருக்கும் ஒவ்வொரு பயணியும் அறிந்திருக்கக்கூடிய கோபுர அமைப்புடன் விளங்கியது. வெளிப்புறத் தோற்றத்தின் அழகைக்கூட்டும் முக்கிய அம்சங்களில் ஒன்றாக அது இருந்தது. ஜப்பானிய பழம் பொருட்களின் நல்லதொரு சேகரிப்பு அங்கு இருந்தது.

அசாதாரணமான அமைப்புடன் 'செடன்' நாற்காலிகள் பல காட்சிப்படுத்தப்பட்டிருந்தன; காளைகள் இழுக்கும் பழைய பாணியிலான வண்டிகளும் காணப்பட்டன. பழங்காலத்தில் அரச குடும்பத்தினரும் மற்றும் பிரபுக்களும் இவற்றைப் பயன் படுத்தியிருக்கிறார்கள். ஜப்பானில் அகழ்ந்தெடுக்கப்பட்ட சில கருங்கல் உருவங்களும் சிலைகளும் என்னை வியப்படைய வைத்தன. மிகவும் பழமையான அந்த உருவங்கள் ஒவ்வொன்றிலும் சம்ஸ்கிருத எழுத்துக்கள் பொறிக்கப் பட்டிருந்தன.

மேலும் அந்தச் சிலைகளை நெருங்கி ஆராய்ந்து பார்த்ததில் அவை இந்தியாவிலிருந்து அனுப்பப்பட்டிருக்கலாம்; அல்லது அங்கிருந்து வந்த பயணிகள் கொடுத்த விவரங்களைப் பின்பற்றி இங்கு அவை வடிக்கப்பட்டிருக்கலாம் என்பது தெளிவாகத் தெரிந்தது. எனினும், அவற்றின் தோற்றம் எதுவாக இருப்பினும், சிலைகள் மிகுந்த ஆர்வத்தை ஏற்படுத்தின.

எனது கவனம் அடுத்ததாக ஜப்பானிய ஓவியங்கள் மற்றும் கைவினைப்பொருட்களின் காட்சியால் ஈர்க்கப்பட்டது. அனைத்து விதமான கலைப்பொருட்களும் அங்கு வைக்கப்பட்டிருந்தன. ஆனால், அடிப்படையில் அவை அனைத்தும் ஜப்பானியப் பாணியில் இருந்தன. சிலவற்றை வாங்கியதன்மூலம் எனக்கிருக்கும் கலை ரசனையில் என்னை ஈடுபடுத்திக் கொண்டேன். மிகவும் இனிமையாகவும் விரைவாகவும் நேரம் கடந்துசென்றது. மிகுந்த வருத்தத்துடன் புனித நகரான நிக்கோவிற்கு எனது பயணத்தைத் தொடங்கினேன். இரவு 9 மணிக்கு நாங்கள் அந்த இடத்தை அடைந்தோம்.

12

மகாராஜா, ஜப்பான் பேரரசரைச் சந்திக்கிறார்

நிக்கோ மலைப்பகுதியில் இருக்கிறது. இங்கு வருவதற்கு முன் பார்த்திருந்த உயரமான இடங்களைக் காட்டிலும் சற்றே உயரத்தில் இருந்தது. ரயில் நிலையத்திலிருந்து அந்த மலைப்பகுதியிலிருந்த கனயா ஹோட்டலுக்கு ரிக்‌ஷாவில்தான் சென்றோம். பயணத்தில் குளிர் கடுமையாக இருந்தது.

ஹோட்டலில் எங்களை நன்கு வரவேற்றார்கள், நன்றாக உபசரித்தார்கள். பயணத்தின்போது கடுங்குளிரால் அனுபவித்த அசௌகரியத்தை அறிந்திராத, அரிதான இரவு உணவு பற்றிய விவாதம் விரைந்து நீக்கியது. நன்கு சமைக்கப்பட்ட அந்த உணவை அழகான ஜப்பானியப் பணிப்பெண்கள் பரிமாறினர். அவர்களின் கவனிப்பும், பரிமாறி உபசரித்த பாணியும் ஒரு புதுமையான அனுபவம்... ஒருபோதும் மனத்திலிருந்து மறைந்துவிடாது.

சப்தமின்றி அவர்கள் நடப்பது ஏதோ சறுக்கிச் செல்வதுபோல் இருக்கிறது. அவர்களது பணிவு தனித்துவமானது. அதுவும் அவர்கள் அணிந்திருக்கும் தேசிய உடை, நம்மால் விவரிக்க முடியாத சித்திரம் போன்ற அழகை அவர்களுக்கு கொடுக்கிறது. ஹோட்டல் முற்றிலும் ஜப்பானியர்களால் நிர்வகிக்கப்படுகிறது. அதன் தூய்மையும் வசதியும் அனைவரும் மிகவும் விரும்பத்தக்கவை.

கனயா ஹோட்டல்

சுசென்ஜி ஏரி

சுசென்ஜிக்கு உல்லாசப் பயணம்

நவம்பர் 22ம் தேதி. ஜப்பானின் சிம்லா - சுசென்ஜிக்கு (Chuzenji) மேற்கொண்ட உல்லாசப் பயணம் அந்த நாளை முற்றிலும் எடுத்துக்கொண்டது. நாங்கள் அங்கு ரிக்ஷாவில்தான் சென்றோம். மூன்று மணி நேரப் பயணம். ஓரளவு நன்றாக இருந்த சாலையில், அழகான மலைப்பிரதேசத்தின் காட்சிகளைப் பார்த்தபடி சென்றோம். வழியில் சில அழகான அருவிகளையும் பார்க்க முடிந்தது. இமயமலை அல்லது ஆல்ப்ஸின் திகைக்கவைக்கும் பிரும்மாண்டத்தை இங்கு பார்க்கமுடியவில்லை. எனினும், இந்த இயற்கைக்காட்சி ஒருவிதத் தனி அழகுடன் இருந்தது.

ரிக்ஷாவை இழுத்து வந்தவர்கள் அற்புதமான உடல்வலிமை கொண்டவர்கள்; பெரும்பான்மை தூரத்திற்கு, ஒருவர் மட்டுமே ரிக்ஷாவை இழுத்து வந்தார். சாலை மிகவும் செங்குத்தாக இருக்கும் இடங்களில் மட்டுமே மற்றொருவரின் உதவி அவருக்குத் தேவைப்பட்டது. நல்ல வேகத்தில், இருபது மைல்கள் இப்படிப்பட்ட பயணம் அவர்களுக்கு இயல்பான ஒன்றுதான். ஒரு தனி மனிதனாக, அவரது உழைப்பு எனக்கு மிகவும் வியப்பை அளித்தது.

பயணம் முடியப்போகிற நிலையில், சாலை படிப்படியாக செங்குத்தாக உயர்ந்து சென்றது. குன்றின் உட்புறமாகவும் வெளிப்புறமாகவும் சாலை வளைந்து வளைந்து சென்றது. வழியில் பல தேநீர் இல்லங்களையும் பார்த்தோம். ரிக்ஷா இழுத்து வந்தவர்கள், அந்த இடங்களில் சற்று நேரம் நின்று தங்களைப் புதுப்பித்துக் கொண்டனர், சிறிது நேர நிறுத்தத்தை நாங்களும் பயன்படுத்திக் கொண்டோம். இயற்கைக் காட்சிகளை ரசித்தோம். மேப்பிள் மரங்களில் உதிராமல் மிச்சமிருந்த இலையுதிர்காலத்து வண்ணங்களைப் பார்த்து மகிழ்ந்தோம்.

மூன்று வாரங்களுக்கு முன்பு நாங்கள் இங்கு வர முடிந்திருந்தால், இலையுதிர்காலத்தின் வண்ணக்காட்சிகளை அவற்றின் நிறைவான, பரிபூரண வடிவில் பார்த்திருக்கலாம். மலைச்சாலையின் விளிம்பில் நின்று பார்த்தோம். கண்ணுக்கு எட்டிய தூரத்திற்கு, பல மைல்களுக்கு இலைகளை உதிர்த்த நல்ல உயரமான மரங்கள் நின்றிருந்தன. ஆனாலும், பழைய மிச்சங்கள் கொஞ்சம் எஞ்சியிருந்தன; அவற்றை வைத்துப் பார்க்கையில், அவற்றின் இலையுதிர்கால வண்ணங்களின் முழுமையான நிலையில் மரங்கள் எப்படி இருந்திருக்கக்கூடும் என்பதையும், அந்த மிகச் சிறந்த

காட்சியையும் கற்பனை செய்து பார்ப்பது கடினமாக இல்லை. இந்தக் காட்சியைப் பார்ப்பதற்காக மட்டுமே, ஏராளமான மக்கள் இந்த இடத்திற்கு வருகிறார்கள். வேறு எதற்காகவும் இல்லை என்றாலும், இந்த ஒரு காரணத்திற்காகவே இங்கு வருவது மிகவும் பயன்மிக்க ஒன்று.

கடினமான ஓர் ஏற்றத்திற்குப்பின் நாங்கள் சுசென்ஜியை அடைந்தோம். அங்கு லேக்சைடு என்ற பெயருள்ள மரத்தால் கட்டப்பட்ட ஒரு சிறிய ஹோட்டலில் நாங்கள் தங்கினோம். மதிய உணவை உண்டு புத்துணர்வு அடைந்தோம்; வழக்கம்போல், உற்சாகமான ஜப்பானியப் பணிப்பெண்கள் பரிமாறினர். உயரத்தாலும் (சுமார் நான்காயிரம் அடி) குளிர்காலம் என்பதாலும் குளிர் மிகக் கடுமையாக இருந்தது. வெளிநாடுகளைச் சேர்ந்த தூதர்களுக்கும் தூதரக அதிகாரிகளுக்கும் கோடையின் மூன்று மாதங்களும் சுசென்ஜி விருப்பமான உல்லாச இடம். அந்த நேரத்தில் வானிலை மிகவும் இனிமையாக இருக்கும்; சில நேரங்களில் ஈரப்பதத்துடனும் இருக்க வாய்ப்புண்டு.

மரங்களடர்ந்த கரைகளுடன் ஓர் ஏரி அந்த இடத்தின் மிகவும் கவனமீர்க்கும் அம்சம். வனத்திற்குள் மிக அழகான தோற்றத்துடன் சிறு இல்லங்கள் அமைக்கப்பட்டுள்ளன. ஐரோப்பாவிலிருந்து வந்திருக்கும் சுற்றுலாப் பயணிகள் அதில் தங்கியிருக்கின்றனர். அச்சுறுத்திய வானிலை காரணமாக சுற்றிப்பார்க்கும் நேரத்தைக் குறைத்துக்கொள்ள வேண்டியதாகிவிட்டது; எனினும், புறப்படுவதற்குமுன், பார்க்க வேண்டிய அனைத்தையும் பார்த்து விட்டோம். மூன்று மணிநேரத்தில் கீழே இறங்கிவிட்டோம். அன்றைய நாளின் மிகுதியை அமைதியாக கழித்தேன்.

அடுத்த நாள் (நவம்பர் 23) நிக்கோவில் சில இடங்களைச் சுற்றிப்பார்ப்பதில் போயிற்று. நிக்கோ இயற்கை அழகும் மற்றும் கலை சார்ந்த விஷயங்களும் என்று இரண்டு விதமாகவும் பிரபலமான நகரம் என்று கூறுவேன். மலைகள், அருவிகள், மிகப்பெரிய அற்புதமான மரங்கள் என்று பார்ப்பதற்குப் பல இருக்கின்றன. இரண்டாயிரம் அடி உயரத்தில் அமைந்திருப்பதும், அதனுடைய அழகிய இயற்கைச் சூழலும் சேர்ந்து, நிகரற்ற இயற்கைக் காட்சிகள் நிறைந்த இடமாக அதை மாற்றுகின்றன.

புத்த கோவில்களுக்கும் இந்த இடம் பிரபலமானது. அந்தக் குன்றுகளில் மரங்களின் ஊடாக ஓய்வாக நடந்து செல்லும்போது - வானிலையும், காட்சிகளும் - அதைவிட அழகியதான ஒன்றை

ஷிங்கியோ பாலம் – தைய்யா ஆற்றின் குறுக்கே உள்ள இந்தப் பாலம் ரின்னோஜி, நிக்கோ தோஷோகு மற்றும் ஃபுடராசன் கோவிலின் நுழைவாயிலில் அமைந்துள்ளது.

நிக்கோ தோஷோகு கோவில் – பெரிய வாயில்

நம்மால் நிச்சயம் கற்பனை செய்ய முடியாது. மிக அற்புதமான கிரிப்டோமேரியா மரங்கள் செறிந்து நிற்கும் அழகிய காட்சி அற்புதமானது. ஆரோக்கியத்திற்கு உதவும் வாசத்தலம் என்ற உயர்ந்த நற்பெயர் இந்த இடத்திற்கு இருக்கிறது. ஆனால் ஓரளவு ஈரப்பதம் நிறைந்த காலநிலை என்ற குறைபாடு அதற்கு இடையூறாக அமைந்துவிடுகிறது.

பகல் நேரத்தில் மூன்று முக்கியமான கோவில்களுக்குச் சென்றேன். அந்தக் கோவில்களில் ஒன்றின் முதன்மைத் துறவி, அந்தக் கோவிலின் மிகவும் உட்பகுதிக்கு, மிகப் புனிதமான பகுதிக்கு என்னை அழைத்துச் சென்றார். சில வெளிநாட்டவர்கள் மட்டுமே அங்கு அனுமதிக்கப்படுவார்கள். முதன்மைத் துறவி எங்களுக்குப் பல விஷயங்களை விளக்கிக் கூறினார். புனித நீரை அருந்துவதற்குக் கொடுத்தார். நிக்கோவிலிருக்கும் கோவில்கள் (இவை ஜப்பானின் மிகச் சிறந்த கோவில்கள்) ஏறத்தாழ அனைத்தும் பௌத்த மதத்தைச் சேர்ந்தவை. சில ஷின்டோ கோவில்களும் உள்ளன.

ஷிங்கியோ பாலம் - தைய்யா ஆற்றின் குறுக்கே உள்ள இந்தப் பாலம் ரின்னோஜி, நிக்கோ தோஷோகு மற்றும் ஃபுடராசன் கோவிலின் நுழைவாயிலில் அமைந்துள்ளது.

ஜூன் மாதத்தில், கோவில்களில் பெரிய திருவிழாக்கள் நடக்கின்றன; மிக அழகிய ஊர்வலங்களை மக்கள் நடத்து கிறார்கள். தற்போதைக்கு அவர்கள் மகிழ்ச்சியாக இருப்பதற்கும் உல்லாசத்திற்கும் தங்களை முழுவதும் அர்ப்பணித்துக் கொண்டுள்ளனர். இம்பீரியல் குடும்பத்தைச் சேர்ந்த சிலர் கோடை மாதங்களில் நிக்கோவிற்கு ஓய்வு எடுக்க வருவார்களாம்.

மறுநாள் காலை எழுந்ததும், வானிலையில் மாற்றம் ஏற்பட்டிருந்ததை உணர்ந்தேன். உற்சாகம் தரும் அடக்கமான குளிர், சுறுசுறுப்பூட்டிய வானிலை என்ற இரண்டாலும் மயங்கிப் போனேன். கடந்த சில நாட்கள் நிலவிய மந்தமான சூழலுக்குப் பின் பிரகாசமான வானம் வரவேற்க வேண்டிய ஒன்றில்லையா? வெப்பமான வானிலை வீழ்ந்து உறைநிலையை அடைந்து விட்டது. குன்றுகளில் அனைத்தின் மீதும் அடர்த்தியான வெண்பனி பூச்சு காணப்பட்ட நிலைக்கு இதுவே காரணம் - உண்மையில் மிக அழகான காட்சி. நகரத்தின் அழகான சில இடங்கள் வழியாக ஒரு விறுவிறுப்பான நடை, எனது மதிய உணவிற்கான பசியை நன்கு கிளறிவிட்டது.

டோக்கியோவில் பேரரசருடன் சந்திப்பு

உணவிற்குப்பின் டோக்கியோவுக்குப் புறப்பட்டேன். மாலை ஏழு மணிக்கு அந்த நகரத்தை அடைந்தேன். நவம்பர் 25. இன்று எனது பிறந்த நாள். இதே நாளில்தான் ஜப்பான் பேரரசரை நான் சந்திப்பதற்கான நேரமும் நிர்ணயிக்கப்பட்டிருந்தது. நான் இம்பீரியல் அரண்மனைக்குச் சென்று சேர்ந்ததும், அங்கு சர் கிளாட் மெக்டொனால்ட் என்னைச் சந்தித்தார். பேரரசரிடம் நான் அறிமுகம் செய்துவைக்கப்பட்டபோது பரிவுடன் என்னருகில் அவர் இருந்தார்.

இம்பீரியல் அரண்மனை மிகப் பரந்த நிலப்பரப்பில் அமைந்துள்ளது. அதைச் சுற்றி பெரிய, ஆழமான அகழியும் இருக்கிறது. அரண்மனையின் ஒவ்வொரு நுழைவாயிலிலும் பாலங்கள் உள்ளன. அடுத்திருக்கும் மிகப் பிரும்மாண்டமான இரும்புக் கதவுகள் கொண்ட வாயில்களுக்கு அழைத்துச் செல்கின்றன. வாயில்கள் அனைத்திலும் காவலர்கள் பாதுகாப்பிற்கு நிற்கின்றனர். கட்டடங்கள் மற்றும் சுற்றுப்புறங்கள் அனைத்தும் ஜப்பானியப் பாணியில் உள்ளன. மொத்தம் மூன்று பெரிய வளாகங்கள் உள்ளன; அவற்றில் முதலாவதில் மட்டுமே பொதுமக்கள் அனுமதிக்கப்படுகிறார்கள்.

அரண்மனையை அடைந்ததும், அரண்மனை அதிகாரிகளில் ஒருவர் என்னைச் சந்தித்தார். நீண்ட தாழ்வாரங்களின் வழியாக பெரிய அறைகளுக்கு அவர் என்னை அழைத்துச் சென்றார். அவை மிக உயர்வான பரிமாணங்களில் அமைந்திருந்தன. இதைப் போன்ற வரவேற்பு வைபவங்களுக்காக அவை ஒதுக்கப்பட்டிருக்கலாம். அதில் ஒன்றில் நான் நுழைந்தவுடன், பேரோன் சன்னோமியா அறைக்குள் வந்தார். என்னை எதிர்கொள்ளப் பேரரசர் தயாராக இருப்பதாக என்னிடம் தெரிவித்தார்.

பேரோனைப் பின்தொடர்ந்து அடுத்திருந்த பெரும் வரவேற்பறைக்குச் சென்றோம். எனது வருகையை அறிந்த பேரரசர் என்னைச் சந்திக்க கதவருகில் வந்தார்.

பேரோன் சன்னோமியா என்னை அறிமுகப்படுத்தியதும், பேரரசர் என்னுடன் கைகுலுக்கினார். அறைக்குள் என்னைச் சில அடிகள் வழிநடத்தி அழைத்துச் சென்றார். சந்திப்பு முழுவதும் அங்கிருந்த பேரரசின் அரியணையின் முன்னால் நின்றபடியே பேரரசர் பேசினார். அரியணைக்குப் பின்னால் மேலும் பல அதிகாரிகள் நின்று கொண்டிருந்தனர்.

பேரரசருக்கு ஐரோப்பிய மொழி எதுவும் தெரியாது, எனவே பேரோன் சன்னோமியா மொழிபெயர்ப்பாளராகச் செயல்பட்டார்; அதனால், உரையாடல் இயல்பானதாக அமையவில்லை... இருந்தபோதிலும் மாட்சிமை பொருந்திய பேரரசர் என்னிடம் ஜப்பான் பயணம் பற்றி கேள்விகள் கேட்டார். பயணத்தை ரசித்தேனா, அந்தத் தேசம் பிடித்திருக்கிறதா, சில நாட்களுக்கு முன்பு நடைபெற்ற வாத்து வேட்டையில் ஏதேனும் வாத்து பிடித்தேனா என்று வினவினார்.

எனது பதில்கள் அவரிடம் மொழிபெயர்த்துக் கூறப்பட்டதும் பேரரசர் 'ஹா ஹா ஹம் ஹம்' என்று சத்தமாகச் சிரித்தார். இந்த 'ஹா ஹா' போன்ற சிரிப்பு, ஒருவரின் பதிலால் திருப்தி அடைந்ததை அல்லது ஏற்றுக்கொள்வதை மட்டுமே குறிப்பது. ஜப்பானியர்களிடம் பொதுவாகக் காணப்படும் பண்பு இது. இன்னும் சில பொதுவான விஷயங்கள் நாங்கள் பேசினோம். சந்திப்பு முடிவுக்கு வந்தது. அதற்கு முன், என்னுடன் எனது அதிகாரிகள் இருவர் வந்திருப்பதுபோல் நின்றிருந்த சர் சி.மெக்டொனால்டு அறிமுகப்படுத்தப்பட்டு அவருடன் கைகுலுக்கினார்.

பேரரசர் மத்திய வயதுடன் மற்றும் நடுத்தரமான உடல்வாகுடன் தோன்றினார்; எனது சந்திப்பின் போது அலங்காரங்கள் ஏதுமற்ற எளிமையான கருநிற ராணுவச் சீருடையில் இருந்தார். அவரது சீருடை, அதன் பரிமாணங்களைப் பொறுத்தவரை ஒரு யூகத்தின் அடிப்படையில் தைக்கப்பட்டதாகத் தோன்றியது. பேரரசர் என்ற நபருக்கு அளிக்கப்படும் புனிதத்தன்மையின் காரணமாக, அவரது குடிமக்கள் யாரும் அவரைத் தொடுவதற்கு அனுமதிக்கப் படுவதில்லை.

நான் அங்கிருந்து புறப்படும்போது, மாட்சிமை பொருந்திய பேரரசர் அந்தப் பெரும் அறையின் கதவு வரை என்னுடன் நடந்து வந்தார். பின், என்னுடன் கைகுலுக்கி எனக்கு விடையளித்தார். அதேநேரத்தில் ஜப்பானிய முறையில் பலமுறை குனிந்து வணங்கினார். பேரரசர் நடந்துகொண்ட முறையும் என்னை நடத்திய முறையும் வழக்கத்திற்கு மாறானது; ஒரு நல்லுறவை குறிக்கிறது. சர் கிளாட் மெக்டொனால்டுக்கு இருந்த மதிப்பின் காரணமாகத்தான் விதிவிலக்கான அக்கறையுடனும் மரியாதையுடனும் நான் நடத்தப்பட்டேன் என்று சொல்லலாம்.

மன்னர்களின் 'தெய்வீக உரிமை' என்ற கோட்பாடு ஜப்பானில் முழு அளவில் நடைமுறையில் இருப்பதைப் பார்க்கமுடிகிறது. அங்கு

பேரரசர் என்ற மனிதர் புனிதமானவராகக் கருதப்படுகிறார், யாரும் அவரது புகைப்படத்தை விற்கக் கூடாது. சமூகத்தின் அனைத்து வகுப்பினரும், உயர்ந்தவர் முதல் தாழ்ந்தவர்கள் வரை, நடைமுறையில் தங்கள் அரசரை வழிபடுகிறார்கள் எனலாம். புனிதமானவராக, துறவி போன்றவராக அவர்களது மதம் சார்ந்த, சமூக மதிப்பீடுகள் அனைத்திலும் அவர் உள்ளடங்கி இருக்கிறார்.

ஜப்பான் தற்போது அடைந்திருக்கும் வளமான மற்றும் அறிவார்ந்த நிலை எந்த அளவிற்குப் பேரரசரின் தனிப்பட்ட ஆளுமையின் காரணமாக ஏற்பட்டது என்பதை அறிவது நிச்சயம் இயலாது. மேலும், அவர் ஆளுகின்ற தேசத்தின் தலைவிதியை நிர்ணயிக்கும் விஷயங்களில் தலையிட்டு எந்த அளவிற்குத் தனிப்பட்ட முறையில் அவர் வழிநடத்துகிறார் என்பதைக் கண்டறிவதும் கடினமானது.

இருப்பினும், அவருக்குத் தெரியாமலோ, அவரது அனுமதி இன்றியோ எந்த நடவடிக்கையும் எடுக்கப்படுவதில்லை, முக்கியமானது என்று கருதப்படும் எதுவும் செயல்படுத்தப் படுவதும் இல்லை என்பதை அறியமுடிகிறது. திறமையான, அனுபவம் மிகுந்த அமைச்சர்கள் பேரரசருக்கு நன்கு ஆதரவாகவும் உதவியாகவும் இருக்கிறார்கள். முக்கியமான விஷயங்கள் விவாதிக்கப்படும்போது, 'மூத்த ஸ்டேட்ஸ்மேன்' என்று அழைக்கப்படும் இவர்களின் ஆலோசனை எப்போதும் பெறப்படுகிறது. உலக நாடுகளிடையே ஜப்பானின் தற்போதைய நிலைக்கு பெரும்பாலும் காரணமாக இருக்கும் மிகப் புகழ்பெற்ற சீர்திருத்தவாதிகள் சிலரும் இந்த 'மூத்த ஸ்டேட்ஸ்மேன்' குழுவில் இருக்கிறார்கள் என்று நிச்சயம் கூறலாம்.

13

இம்பீரியல் அரண்மனை

தற்போதைய பேரரசர் நாற்பது ஆண்டுகளுக்கு முன் அரியணை ஏறினார்; அப்போது ஜப்பானும் அதன் நிறுவனங்களும் நிலப்பிரபுத்துவ அமைப்பால் நிர்வகிக்கப்பட்டன; பெயரளவிற்குத் தான் அவர் பேரரசர். நடைமுறையில் அவர் ஒரு கைதி. நிர்வாகத்தின் அனைத்து அதிகாரங்களும் ஷோகன்களிடம் இருந்தது. அவர்கள் வெவ்வேறு மாகாணங்களின் ஆட்சியாளர்கள் அல்லது நிலப்பிரபுக்கள்.

ஜப்பானியர்கள் விழித்துக்கொண்டு சீர்திருத்தத்தின் அவசியத்தை உணர்ந்தபோது இரண்டு மாற்று யோசனைகள் அவர்கள் முன் இருந்தன. ஒன்று, அப்போது நடைமுறையிலிருந்த அமைப்பைத் தொடர்வது; இரண்டாவது, பேரரசரிடம் அதிகாரம் முழுமையையும் ஒன்றுகுவித்து அதன்வழி ஒரு வலிமையான தேசமாக ஒன்றிணைவது. இந்த முக்கியமான விஷயத்தில் மக்களிடையே கருத்து வேறுபாடு நிலவியது. அதன் காரணமாக, குருதி சிந்திய புரட்சி ஒன்று ஏற்பட்டது, இதன் விளைவாக பேரரசர் அவரது அதிகாரங்களுடன், செயல்பாடுகளுடன் அவருக்கு உரிய இடத்தை மீண்டும் அடைய வேண்டிய கட்டாயம் ஏற்பட்டது.

இது நடந்தவுடன், ஷோகன்கள் அவர்கள் எடுத்துக்கொண்ட உரிமைகளையும் கொடூரமான அணுகுமுறையையும்

கைவிட்டனர். ஷோகன்களில் சிலர் இப்போதும் அந்த நாட்டு அரசாங்கத்தில் முக்கியப் பதவிகளை வகிக்கின்றனர்; அவர்கள் பேரரசருக்கு முற்றிலும் விசுவாசமாக, கீழ்ப்படிந்து நடந்து கொள்கின்றனர். அரசியல், சமூக மற்றும் பொருளாதாரப் பார்வையில், மாற்றத்தால் ஏற்பட்ட மகிழ்ச்சியான முடிவுகள் உலகம் முழுமைக்கும் இப்போது தெளிவாகத் தெரிகின்றன.

இம்பீரியல் அரண்மனை

ஜப்பானின் இந்த அரச வம்சம் மிகவும் பழமையானது. கடந்த 2500 ஆண்டுகளுக்கு அதனுடைய நேரடி வம்சாவளியை நாம் தடம் காண முடியும். எனது அடுத்த நகர்வு அரண்மனையைச் சுற்றிப் பார்ப்பது. இதை விட்டால் அந்த வாய்ப்பு இனி ஒருபோதும் ஏற்பட வாய்ப்பில்லை.

விருந்து மண்டபம், வரவேற்பு அறைகள், அரியணை மண்டபம் வழியாகச் சென்று சுற்றிப் பார்த்தேன். அனைத்தும் பெரிய அளவில் கட்டப்பட்டிருந்தன; ரசனையுடன், மிகவும் ஆடம்பரமான முறையில் அலங்கரிக்கப்பட்டிருந்தன.

இம்பீரியல் அரண்மனை

கண்ணாடிக் கதவுகள், அந்தச் சூழலுக்கு ஒருவிதமான படிக விளைவை தந்தது. அதன் வழியில் முழுமையான தாக்கத்தை ஏற்படுத்தியதாக தோன்றியது. அறைகலன்கள் அனைத்தும் பெரிதாக இருந்தன; அவை ஜெர்மனியிலிருந்து இறக்குமதி செய்யப்பட்டவையாம்.

இறக்குமதி செய்யப்பட்ட எதைக் காட்டிலும், முழுமையான ஜப்பானியத் தயாரிப்புகளின் அலங்காரங்கள் உயர்வானவையாக எனக்குக் காட்சியளித்தன. உதாரணமாக, விருந்து மண்டபம். ஐந்நூறு சதுர கெஜம் பரப்பளவில் இருந்த அந்தக் கூடம், பல்வேறு வண்ணங்களுடன் கலைநயமிக்க முறையில் தங்கமும் கொண்டு அலங்கரிக்கப்பட்ட கூரையைக் கொண்டிருந்தது. அதன் சுவர்கள் விலையுயர்ந்த பட்டுத் துணிகளால் மூடப்பட்டிருந்தன. வரவேற்பு அறை ஒன்றில், நாற்பது அடிக்கும் மேல் நீளமான பெரும் திரைச் சீலை ஒன்றைப் பார்த்தேன். கியோட்டோவின் நெசவாளர் ஒருவரால் ஒற்றைத் துணியால் செய்யப்பட்டதாகக் கூறப்படுகிறது.

பெரும்பாலும் அலங்கார வேலைகளில் மரத்தின் பயன்பாடு அதிகம் இருந்தது; அரக்கைப் பயன்படுத்தி மிகச்சிறப்பான முறையில் புத்திசாலித்தனமாக வேலைப்பாடு. எவராலும் பின்பற்ற முடியாத பாணி. 'பேனல்கள்' தனித்துவமான வடிவமைப்பால் அலங்காரம் செய்யப்பட்டிருந்தன; புடைப்புருவ வடிவிலோ அல்லது வண்ணம் பூசப்பட்டோ இருந்தன. பெரும்பாலும் அறைகளின் சுவர்கள், பிரதானமாக ஜரிகை வேலைப்பாடமைந்த பட்டுத் துணியால் மூடப்பட்டிருந்தன.

அதே நேரத்தில் நடைபாதை சுவர்கள், ஜப்பானுக்கே உரியப் பாணியில் காகிதப் புடைப்புருவ வடிவங்களால் அலங்கரிக்கப் பட்டிருந்தன. இத்தகைய காகிதத்தைச் செய்வது பெரிய அளவிலான, பெருகிவரும் முக்கியமான தொழில்துறையாக உருவாகி வருகிறது என்று நம்புகிறேன். அனைத்து அறைகளிலும் லாவெண்டர் நறுமணம் வீசியது. கதகதப்பாகவும் வைக்கப் பட்டிருந்தன.

காலை உணவுக்காக ஹோட்டலுக்குத் திரும்பினேன்; அதன்பின் அசகோசா பூங்காவிற்குச் சென்றேன். லண்டனின் கிரிஸ்டல் பேலஸ் போல், ஜப்பானுக்கு இந்தப் பூங்கா. வெவ்வேறு திசைகளில் செல்லும் தெருக்கள் பூங்காவை வெட்டிச்செல்கின்றன. இவற்றில் அமைந்திருக்கும் பெட்டிக்கடைகளில் பொம்மைகள், விசிறிகள் போன்ற அனைத்து வகை அலங்காரப் பொருட்களும்

ஏனைய பொருட்களும் விற்கப்படுகின்றன. பொதுமக்களுக்கு முன்பாகவே மிட்டாய் தயாரித்து, அந்த இடத்திலேயே அவர்களுக்கு விற்பனை செய்யப்படுகிறது. மிட்டாய்க்காரர்கள் சுற்றுப்புறத்தை துப்புரவாகவும் தூய்மையாகவும் வைத்திருப்பது வாங்கி சாப்பிடலாம் என்ற ஆசையை ஏற்படுத்துகிறது. இல்லையெனில் அந்த ஆசை நமக்கு எழாது.

ஓரமாக, சாலையின் ஓரமாக நடந்துகொண்டிருந்த காட்சிகள் மிகவும் ஏராளம். கண்காட்சி ஒன்றில் நாம் பார்க்கக்கூடிய வழக்கமான அம்சங்கள் அனைத்தும் இருந்தன. பொருட்களைக் காற்றில் வீசி புத்திசாலித்தனமாக பிடித்து வித்தைக் காட்டுவோர், ஓரிடத்தில் நிற்காமல் சுற்றிக் கொண்டே இருக்கும் கலைஞர்கள், மல்யுத்த வீரர்கள், நடிகர்கள் போன்ற ஏராளமானோர். நாடக நிகழ்வுகள் மக்களின் நல்லாதரவுடன் முழு வீச்சில் நடந்து கொண்டிருந்தன.

பெரும் எண்ணிக்கையிலான மக்கள், விடுமுறையைக் கொண்டாடுவதில் முனைந்திருந்தனர். இந்த இடத்தில் கூடியிருக்கும் மக்களுக்கும் பாரிஸிலோ லண்டனிலோ அல்லது ஐரோப்பாவில் வேறு எங்குமோ இவ்வாறு கூடியிருப் போர்களுக்கும் இடையில் உள்ள வேறுபாடு மிகவும் குறிப்பிடத்தக்க ஒன்று. இவர்கள் நிச்சயம் உற்சாகமாக அனைத்தையும் அனுபவிக்கிறார்கள் என்றாலும், இந்த மக்கள் நல்லமுறையில் நடந்து கொள்கிறார்கள். மது அருந்தி ஆடுகின்ற மனிதர்களை, ரவுடித்தனத்தை இங்கு பார்க்க முடியவில்லை என்பது நிகழ்ச்சியின் மகிழ்வான அம்சமாக இருந்தது.

இந்தப் பிரபலமான உல்லாசத் தளத்திற்கு அருகில் குவான்னான் என்ற புகழ்பெற்ற கோவில் உள்ளது. 'கருணையின் இறைவி'. இந்தக் கோவிலிலும் ஜப்பானின் மற்ற கோவில்களிலும் நாம் பார்க்க முடிகிற ஆர்வமூட்டும் அம்சம் ஒன்று உள்ளது. அதாவது வழிபாடு தவிர மற்ற நோக்கங்களுக்காகவும் மக்கள் இவற்றை இலவசமாகப் பயன்படுத்திக் கொள்கிறார்கள்.

ஒட்டுமொத்த கோவிலும் ஆர்வமூட்டும் கலவையான இடமாகத் தோன்றியது. பறவைகள் உள்ளேயும் வெளியேயும் பறந்து கொண்டிருந்தன. சிலர் படுத்திருந்தனர் அல்லது உறங்கிக் கொண்டிருந்தனர். வியாபாரிகள் பேரம் பேசிக் கொண்டிருந்தனர். அதே நேரம் மக்களில் சிலர் வழிபட்டுக் கொண்டிருந்தனர். அந்தக் காட்சி வியப்பாக இருந்தது. நாம் புரிந்துகொண்டு இருப்பதுபோல்

கோவில்கள் வழிபாட்டிற்கு என்பதுடன் அவற்றிற்கு வேறு பயன்களும் இருப்பதை ஒருவருக்கு உணர்த்தியது.

பிறந்தநாள் கொண்டாட்டம்

எனது பிறந்தநாளை நல்ல முறையில் கொண்டாட ஆசைப் பட்டேன். ஹோட்டலில் என்னுடன் உணவருந்தச் சிலரை அழைத்தேன். மற்ற விருந்தினர்களுடன் எனக்கு நெருக்கமான சர் க்ளாட் மற்றும் லேடி மெக்டொனால்ட், வெளியுறவு அமைச்சர் பேரோன் கொமுரா, பேரோன் சன்னோமியா மற்றும் பேரோனஸ் (இவர் ஓர் ஆங்கிலேயப் பெண்மணி; டோக்கியோ சமூகத்தில் மிகவும் விரும்பப்படுபவர்), ஜெர்மன் தூதரகத்தின் பேரோன் வான் எர்கெர்ட் ஆகியோரை அழைத்திருந்தேன்.

பல்வேறு நாடுகளைச் சேர்ந்த நண்பர்கள் பலரும் வந்திருந்தனர். முதலிடம் யாருக்கு என்பதை முடிவுசெய்வது சிரமம் நிறைந்ததாக இருந்தது. ஆகவே, இந்த விஷயம் அரண்மனை உள் விவகாரங்களைக் கையாளும் அமைச்சரிடம் கொண்டு செல்லப்பட்டது. சமூகப் பழக்க வழக்கம் தொடர்பான அனைத்து விஷயங்களையும் தீர்மானிக்கும் உரிமை கொண்டவர் அவர்தான்.

மொத்தம், நாற்பது விருந்தினர்கள் இருந்தனர். பேரோனஸ் சன்னோமியாவை உணவு மேஜைக்கு அழைத்துச் செல்லும் பெருமை எனக்குக் கிடைத்தது. விருந்தில் அனைவரும் ரசித்து உண்ட, தவிர்க்க முடியாத உணவாக புலவு இருந்தது; என்னுடன் இந்தியாவிலிருந்து நான் அழைத்துச் சென்றிருந்த எனது சமையல்காரர் செய்த பதார்த்தம். அவர் சமைத்த உணவுகளுக்காக அங்கிருந்த அனைவராலும், குறிப்பாக ஜப்பானிய விருந்தினர் களால் மிகவும் பாராட்டப்பட்டார்.

சரியானதொரு தருணத்தில் ஜப்பானியப் பேரரசரின் ஆரோக்கியத்தை முன்மொழிந்து ஒரு சிற்றுரை ஆற்றினேன். அதற்கு எதிர்வினையாக பேரோன் கொமுரா எமது பேரரசரின் (பிரிட்டிஷ் பேரரசர்) ஆரோக்கியத்தை முன்மொழிந்து பேசினார். பேண்டு இசைக்குழுவினர் அந்தந்த நாட்டின் தேசிய கீதங்களை இசைத்தனர். இரண்டு 'டோஸ்டு'களுக்கும் அங்கிருந்த அனைவரும் மிகவும் அன்புடன் எதிர்வினையாற்றினர்.

அதன்பின் பேரோன் சன்னோமியா எனது ஆரோக்கியத்தை முன்மொழிந்து, அதே நேரத்தில் ஒரு நேர்த்தியான சொற் பொழிவும் ஆற்றினார். அதற்கு வழக்கம் போல் நான் நன்றி

தெரிவித்தேன். ஜப்பானிய ராணுவ பேண்டு இசைக்குழுவினர் இரவு உணவின் போதும் அதன் பின்னரும் நல்ல இசையை வழங்கினர்.

போலோ விளையாட்டு

மறுநாள் ஜப்பானிய போலோ விளையாட்டு ஒன்றைப் பார்ப்பதற்குச் சென்றிருந்தோம்; நாங்கள் பார்க்க வேண்டும் என்பதற்காகவே அந்த விளையாட்டு, பேரரசரின் உத்தரவின் பேரில் சிறப்பாக ஏற்பாடு செய்யப்பட்டிருந்தது. ஜப்பானில் போலோ விளையாட்டு நிலப்பிரபுத்துவ காலத்தின் எச்சமாகும். பொதுவாக அங்கு அது பிரபுக்களால் விளையாடப்படுகிறது. முக்கியமான விருந்தினர்கள் பொழுதுபோக்காக பார்த்து மகிழும் நோக்கில், இப்போது இதற்குப் புத்துயிர் கொடுக்கப்பட்டுள்ளது. இந்த நோக்கத்தின் அடிப்படையில் போலோ அணிகள் அரண்மனையின் செலவில் பராமரிக்கப்படுகின்றன.

கடற்கரைக்கு அருகில் நாற்புறமும் அடைக்கப்பட்டிருந்த ஓரிடத்தில், இம்பீரியல் பூங்கா ஒன்றில் இந்த விளையாட்டுப் போட்டி நடந்தது. பார்வையாளர்கள் அந்த விளையாட்டைச் சிறந்த முறையில் பார்க்கும் வகையில் போலோ மைதானம் அமைக்கப்பட்டு இருந்தது. பேரரசர் சார்பாக சம்பிரதாயமாக என்னை வரவேற்பதை மாஸ்டர் ஆஃப் செரிமனிஸூம், குதிரைகளின் மாஸ்டரும் செய்தனர்; அதன்பின் விளையாட்டு முறையாகத் தொடங்கியது.

ஆங்கிலேயர்கள் விளையாடும் போலோவிலிருந்து இந்த விளையாட்டு முற்றிலும் வேறுபட்டிருந்தது. இரு அணி வீரர்களும் வெவ்வேறு வண்ணங்களில் ஆடைகளை அணிந்திருந்தனர். நிலப்பிரபுத்துவக் காலத்தில் நிலவிய பாணியில் அவை இருந்தன. ஒவ்வொரு வீரரும் தம் கையில் ஒருவிதமான மட்டையை ஏந்தியிருந்தனர். அதனைப் பயன்படுத்தி, தொடர்ச்சியாக அமைந்திருக்கும் துளைகள் ஒன்றில் பந்தைச் செலுத்துவதற்கு முயற்சி செய்கிறார்கள். அந்தத் துளையுடன் இலக்கு போன்ற ஓர் அமைப்பு பொருத்தப்பட்டிருக்கிறது. பந்தைப் போடவிடாமல் எதிரணி தடுக்க முயல்கிறது. மேலும் பந்தை வேறு திசையிலும் திருப்ப முயல்கிறது. ஒரு துளையில் பந்தை அனுப்புவதில் வீரர் ஒருவர் வெற்றிபெறும் போது, அவரது அணிக்கு ஒரு கோல் அளிக்கப்படுகிறது. இதை ஒரு வகை தோல்வியாக ஏற்றுக் கொண்டு, எதிரணி குதிரையை விட்டு இறங்கி மைதானத்தைவிட்டு

நடந்து வெளியேற வேண்டும். ஒவ்வொரு சுற்றும் சுமார் பத்து நிமிடங்கள் நீடித்தது. அதன் பிறகு சிறிது ஓய்வு. ஒரு கோல் அடித்துவிட்டால் பொது ஓய்வுக்கு வெளியேறும் சமிக்ஞையாக எடுத்துக் கொள்ளப்படுகிறது. குதிரைகளை மாற்றிக் கொள்ளும் வாய்ப்பும் அப்போது வழங்கப்படுகிறது. குதிரைகள் மிக நேர்த்தியான முறையில் சேனங்கள், அணிமணிகளால் அலங்கரிக்கப்பட்டிருந்தன.

போலோ வீரர்களின் பொதுவான தோற்றம் ஸ்பானிஷ் காளை வீரர்களை எனக்கு நினைவூட்டியது. மொத்தம் இரண்டு மணி நேரம் ஆட்டம் நீடித்தது. புதுமையான அந்த விளையாட்டை மிகவும் ரசித்தேன். அதன்பின் நான் முடிவு செய்திருந்த டோக்கியோ கிளப்பிற்குச் சென்றேன்.

அங்கு ரஷ்யத் தூரதர் பேரோன் ரோசனுடன் பில்லியர்ட்ஸ் விளையாடி மகிழ்ந்தேன். அவரை விளையாட்டிலிருந்து வெளியேற்றுவதில் எனக்கு அதிகச் சிரமம் இல்லை. ஆனால், பிரிட்டிஷ் தூதரகத்தில் இணைந்திருக்கும் கப்பற்படை அதிகாரி கேப்டன் ட்ரோபிரிட்ஜ் பழிக்குப்பழி வாங்க எனக்காகக் காத்திருந்தார். அவருடையது அற்புதமான விளையாட்டு.

டோக்கியோ கிளப் பெரும்பாலும் ஐரோப்பியத் தூதர்களாலும் ஜப்பானிய அதிகாரிகள் சிலராலும் ஆதரிக்கப்படுகிறது. முற்றிலும் ஜப்பானிய உயர்குடி மனிதர்களுக்கான கிளப் 'Nobles' Club' என்று அழைக்கப்படுகிறது. வெளிநாட்டவர்கள் அதற்குத் தேர்ந்தெடுக்கப் படுவதில்லை, உறுப்பினராக அனுமதிக்கப்படுவதில்லை.

இரவு உணவிற்குப் பின் ஷிபா பார்க் கிளப்பிற்கு சென்றேன். அங்கு சில சுவாரஸ்யமான கெய்ஷா நடனங்களைப் பார்த்தேன். அந்த வகை நடனங்களில் அவை மிக உயர்ந்தவை என்று கூறப்பட்டது.

பெருஞ்செம்போத்து பறவை வேட்டை

நவம்பர் 27 அன்று அதிகாலையில், கர்னல் ஹியூம் உடன் இம்பீரியல் நிர்வாகத்தால் பராமரிக்கப்படும் வனப்பகுதி ஒன்றுக்கு பெருஞ்செம்போத்து பறவை வேட்டைக்குச் சென்றேன்.

நான்கு மணி நேரப் பயணம் மிகவும் கடினமானதாக இருந்தது. வண்டி, ரிக்ஷா மற்றும் ரயில் மூலம் செல்லவேண்டியதாயிற்று. மிக மோசமான குளிர் நிறைந்த நாள். பறவை வேட்டைக்கு முற்றிலும் சாதகமான நாள் இல்லை. இந்தப் பாதுகாக்கப்பட்ட

வனப்பகுதியில் வேட்டையாடுவதற்கான அனுமதி சில நேரங்களில் முக்கியமான விருந்தினர்களுக்குப் பேரரசர் வழங்குகிறார். ஆனால் எப்போதும் இல்லை.

நான் அந்த இடத்திற்குச் சென்று சேர்ந்ததும் இம்பீரியல் வேட்டை நிகழ்வின் மாஸ்டர் கோமகன் டோடா வும் அவரது சில உதவியாளர்களும் என்னைச் சந்தித்தனர், நேரத்தை வீணடிக்காமல் வேட்டையில் இறங்கினோம். பல 'beat'கள் (அந்தத் தடங்களில் சென்று பறவைகளை வேட்டையாடுவது) ஏற்பாடு செய்யப் பட்டிருந்தன.

ஆனால், அன்று அதிர்ஷ்டம் என் பக்கம் இருக்கவில்லை. துப்பாக்கியால் ஒரு பறவையையும் சுடும் வாய்ப்பு எனக்குக் கிடைக்கவில்லை. பறவைகள் மிகவும் குறைவாக இருந்தன. கர்னல் ஹியூம் மட்டுமே ஒன்றிரண்டைக் கொன்றார். அவருடைய பையில் இரண்டு செம்போத்துகளும் ஓர் உள்ளானும் இருந்தன.

மதிய உணவு முடிந்தது (உபசரித்தவர்கள், அப்போது என்னுடைய விருந்தினர்களாக இருந்தனர்). நாங்கள் மீண்டும் எங்களது நல்வாய்ப்பை முயன்று பார்த்தோம். எந்தப் பறவையும் சிக்கவில்லை. விஷயங்கள் மிகவும் ஏமாற்றத்தை தந்தன. திடீரென்று மழை பெய்யத் தொடங்கியது. ஆகவே, மேலும் வேட்டையைத் தொடர்வதைக் கைவிட்டோம்.

எனது கெடுவாய்ப்பு அன்று என்னை விட்டுப் போகவில்லை. திரும்பும் பயணத்தின்போது எனது ரிக்ஷா கவிழ்ந்து சேறு நிறைந்திருந்த சாலையில் விழுந்தேன். முடிந்தவரை சேற்றைத் துடைத்துக் கொண்டு எழுந்தேன். சேறு பூசிய உடையுடன் பயணத்தைத் தொடர்ந்தேன். அன்று இரவு ஹோட்டலுக்கு மிகவும் தாமதமாகச் சென்று சேர்ந்தோம். ஜப்பானில் நான் கழித்த மிகவும் ஏமாற்றம் தந்த நாள் அது.

14

அரச கல்வி நிறுவனம், ராணுவப் படை

மறுநாள் பீரஸஸ் (Peeresses) என்ற பள்ளிக்கூடத்திற்குச் சென்றேன். அரச வம்சத்தினர் மற்றும் பிரபுக்களுடைய மகள்கள் கல்வி பயிலும் நிறுவனம். அனைத்து வகையான பாடங்களும் இங்கு சொல்லித் தரப்படுகின்றன. அளிக்கப்படும் பயிற்சி விரிவானதாகவும் முழுமையான தன்மை கொண்டதாகவும் தோன்றியது.

ஆங்கிலேய மற்றும் ஜப்பானியச் சமூகத்தைச் சேர்ந்த பெண் கண்காணிப்பாளர்கள் பணிபுரிகின்றனர். அவர்கள் என்னைப் வெவ்வேறு துறைகளுக்கும் அழைத்து சென்று சுற்றிக் காட்டினர். கல்வி கற்றுத் தரும் பணியை அவர்கள் எப்படி மேற்கொள் கிறார்கள் என்று அந்த முறையை விளக்கினர்.

ஓவிய வகுப்பு மிகவும் தகுதி மிக்கதாகக் கருதப்படுகிறது. அந்தப் பணிக்குப் புதிய விஷயங்களை அறிந்திருப்பதும் உயர் திறனும் தேவை. அந்த மாணவியரின் திறமை வெளிப்பட்ட இரண்டு ஓவியங்களை எனக்கு அவர்கள் வழங்கினர்; மிகுந்த நன்றியுடன் மகிழ்ச்சியோடு பெற்றுக்கொண்டேன். காலத்திற்கேற்ப தம்மை மேம்படுத்திக் கொண்டிருக்கும் இந்த ஜப்பானிய இளம் பெண்கள் மேற்கத்திய பாணியிலும் நடனமாடக் கற்றுக்கொள்கின்றனர்!

மேற்கத்திய நடனத்திற்கும் இந்த ஜப்பானியப் பெண்கள் வழக்கமாகப் பயிற்சி செய்யும் நடனத்திற்கும் இடையிலான

வித்தியாசம் மிகவும் சுவாரஸ்யமானது. ஜப்பானிய நடனமும் இங்கு கற்பிக்கப்படுகிறது; ஆனால், நிச்சயமாக, மற்றதைக் கட்டிலும் மிகவும் சிக்கலானது.

பாட்டு கற்றுத் தரும் வகுப்பும் மிகந்த ஆர்வத்தை ஏற்படுத்தியது. மாணவிகள் தம் திறமையை அதிக அளவு வெளிப்படுத்தினர். இந்தப் பள்ளியில் சொல்லித் தரப்படும் இசை வகையை, பாடும் முறையை விவரிப்பது மிகவும் கடினம். ஆனால், அந்த நாட்டின் இசை மாற்மடைந்துகொண்டிருந்தது என்று என்னால் தெளிவாகக் கூறமுடியும். அத்துடன் வெளிநாட்டு அல்லது மேற்கத்திய இசை முறையும் பொருத்தமாக அறிமுகம் செய்யப்பட்டது. ஜப்பானிய இசையின் அசல் தன்மையை அழிக்காமல் அதன் இருப்பை அவதானிக்க முடிகிற அளவு மட்டுமே மேற்கத்திய இசையின் பயன்பாடு இருக்கிறது.

சனிக்கிழமை 12 மணியளவில் நான் பள்ளிக்குச் சென்றிருந்தேன். அன்று அரை நாள் விடுமுறை. அந்த நேரத்தில் உயிர்ப்பு மிக்க காட்சியை என்னால் பார்க்க முடிந்தது. ஐந்து வயது வண்ணத்துப் பூச்சிகளும் நன்கு வளர்ந்த பதினேழு வயது மாணவிகளும் என அனைத்து வயதிலும் மாணவிகள் பள்ளி முடிந்து வீடுகளுக்குத் திரும்பிய மிக உற்சாகமான அற்புதக் காட்சி அது.

நேர்த்தியான பல வண்ணங்களில் ஆடைகள்; தோற்றத்திலும், அவர்களது சிரிப்பிலும் இருந்த உற்சாகமும், வண்ணமும் அவர்களது உயிரோட்டமுள்ள இயக்கங்களும் அழகிய சித்திரத்தை, காட்சிப் படிமத்தை உருவாக்கின.

சில பெண்கள் தங்களுடன் காலை உணவோ மதிய உணவோ எடுத்து வந்திருக்கலாம். ஒரு சாதாரண சாக்லேட் பெட்டியின் அளவுக்கு இருக்கும் சிறிய டப்பாக்களில் அவற்றை எடுத்து வருகின்றனர்; ஒவ்வொரு பெட்டியிலும் தவிர்க்க முடியாத ‘சாப்-ஸ்டிக்ஸ்’ இருக்கின்றன. அத்துடன் சமமான அளவிற்கு முக்கியமான அரிசி பதார்த்தமும் மீனும் இருக்கும். நல்ல பசியுடன் இருக்கும் அந்தப் பெண்கள் அந்த இடத்திலேயே உணவைச் சாப்பிட்டு விடுகின்றனர்.

சிறப்புப் படைப் பிரிவினர் முகாம்

இம்பீரியல் காவல் படையின் படைவீடுகள் குறித்து அதிகம் கேள்விப்பட்டிருந்தேன். பீரஸஸ் பள்ளியில் பார்க்க வேண்டிய அனைத்தையும் பார்த்த பின், ஜப்பானிய உயர்நிலை சிறப்புப் படைப் பிரிவினரின் முகாமிற்குச் சென்றேன்.

கர்னல் ஹியூம் எனக்குத் துணையாக வந்தார். முகாமிற்குச் சென்றவுடன் உயர் அதிகாரிகள் சிலர் என்னை எதிர்கொண்டு வரவேற்றனர்; அவர்களது உணவு வழங்குமிடத்தில் (மெஸ்), வழக்கப்படி, தேநீரும் கேக்கும் அளித்தனர். தனித்தன்மை கொண்டதாக, பகட்டாகத் தோன்றாவிட்டாலும், வெளிப் படையாகப் பார்க்கையில் நன்கு அமையப் பெற்ற நிறுவனமாக இருந்தது. ஜப்பானில் எங்கும் பார்க்க முடிவதுபோல் அந்த இடமும் சுத்தமாகவும் நன்கு பராமரிக்கப்பட்டும் இருந்தது. எல்லா இடங்களிலும் முழுமையான தூய்மையைப் பார்க்க முடிந்தது.

ஐரோப்பியப் பாணியைப் பின்பற்றி, இந்த இடத்திலும் சில படைப்பிரிவுகளுக்கு 'மெஸ்' ஏற்பாடுகள் செய்யப்பட்டுள்ளதாக அறிந்தேன். கத்தியும் முட்கரண்டிகளும் அதிக அளவு பயன்பாட்டில் இருந்தாலும் படையதிகாரிகளுக்கு மிகவும் பிடித்த சாப்-ஸ்டிக்ஸ் இதுவரையிலும் விலக்கி வைக்கப்படவில்லை.

பயிற்சிகள் நடக்கும் ஒரு பெரிய நாற்கோண மைதானத்தைச் சுற்றி, பல மூன்று மாடி கட்டடங்கள் இருந்தன. வீரர்களின் வசிப்பிடங்கள் இவை. ஐரோப்பாவில் பர்க்க முடிகிற இதையொத்த இடங்களிலிருந்து இந்தப் 'பாரக்ஸ்' வேறுபட்டிருக்கவில்லை. வீரர்களின் படுக்கைகள் அறையோரமாக வரிசையாக அமைந்திருந்தன. சுவரில் பொருத்தப்பட்டிருந்த வசதியான அலமாரிகளில் அவர்களது ஆயுதங்களும் சாதனங்களும் நேர்த்தியாக வைக்கப்பட்டிருந்தன. மாற்று ஆடைகள் போன்றவை இருப்பு வைக்கப்பட்டிருந்த பண்டகச் சாலைக்கும் சென்று பார்த்தேன். அனைத்துப் பொருட்களும் அற்புதமான ஒழுங்குடன் வைக்கப்பட்டிருந்தன.

எனது வேண்டுகோளை ஏற்றுக்கொண்ட கமாண்டிங் ஆபீஸர் இரண்டு அணிகளை அந்த மைதானத்தில் பயிற்சியில் ஈடுபட வைத்தார். இந்த வீரர்கள் உடல் சார்ந்த பயிற்சிகளில் அவ்வளவு திறமையுடன் இல்லை. எனினும் துப்பாக்கிகளைக் கொண்டு சுடுவதில், பிற பயிற்சிகளில் வேகத்திலும் துல்லியத்திலும் மின்னல் போல் செயல்பட்டனர்.

தரவரிசையில் உலகில் வேறு எந்த ராணுவத்திற்கும் இணையாக ஜப்பானிய ராணுவம் இருக்கிறது. எனினும், பெரும்பாலும் சிக்கனமான வழிகளில்தான் இயங்குகிறது என்பதை இங்கே குறிப்பிட வேண்டும். அதிகாரிகளின், வீரர்களின் சிக்கனமான வாழ்க்கை முறை இதைச் சாத்தியமாக்குகிறது. எனினும், உயர்வான செயல்திறன் பராமரிக்கப்படுகிறது.

ஜப்பானிய ராணுவத்தில் அதிகாரிகளுக்கும் வீரர்களுக்கும் வழங்கப்படும் ஊதியம், பின்வருமாறு: (ஓர் ஆண்டுக்கு; அப்போதைய கணக்கின்படி 1 யென் = ரூ.1/8/0).

ஜெனரல்: 7500 யென்

லெப்டினன்ட் ஜெனரல்; 6000 யென்

மேஜர் ஜெனரல்: 5700 யென்

கர்னல்: 3600 யென்

லெப்டினன்ட் கர்னல்: 2700 யென்

மேஜர்: 1950 யென்

கேப்டன்: 1350 யென்

லெப்டினன்ட் : 900 யென்

2வது லெப்டினன்ட் : 630 யென்

வாரண்ட் ஆஃபிஸர்: 36.66 யென் ஒரு மாதத்திற்கு

சார்ஜென்ட் - மேஜர் : 18 யென்

கர்னல் சார்ஜென்ட்: 12 யென்

சார்ஜென்ட்: 9 யென்

கார்பொரல் : 3 யென் மாதத்திற்கு

முதல் தனிச் செயலர்: 2.8 யென் மாதத்திற்கு

2வது தனிச் செயலர் : 2 யென் மாதத்திற்கு

மதிய உணவுக்குப் பின் ஐந்து மைல் தொலைவிலிருந்த யூனோ பூங்காவில் ஓர் இசைக் கச்சேரிக்குச் சென்றேன். அங்கு நவ நாகரிகமான மனிதர்கள் கூடியிருந்தனர். நிகழ்ச்சியின் முதல் பகுதி ஐரோப்பிய இசைக் கருவிகள் பயன்படுத்தப்பட்டது. ஆஸ்திரிய செஃப் டி ஆர்கெஸ்ட்ராவின் இசைக்கோலத்தின் வழியில் ஜப்பானியக் கலைஞர்கள் அதை வழங்கினர். மிகவும் உயர்தரமான இசை நிகழ்வு; பார்வையாளர்களால் நன்கு மதிக்கத்தக்கதாக இருந்தது. பேரரசரின் தனிப்பட்ட நிர்வாகத்தின்கீழ் இந்த இசைக்குழு இருக்கிறது. அதனால், இம்பீரியல் ஆர்கெஸ்ட்ரா என்று அழைக்கப்படுகிறது. திறமை மிகுந்த அமெச்சூர்கள் பலரும் இந்த இசை நிகழ்வில் பங்கேற்றனர்.

இரண்டாம் பகுதி முழுக்க முழுக்க ஜப்பானியப் பாடல்களாலும் ஜப்பானிய இசைக் கருவிகளின் இசையாலும் நிரம்பியிருந்தது. கலைஞர்கள் பாடல்களைப் பாடிய முறையை விவரிப்பது கடினம்: ஆனால், பெரும்பாலும் கீச்சொலிகள் நிரம்பியதாக இருந்தது என்று

கூறலாம். 'மைனர் கீ' அளவில் நிகழ்த்தப்பட்டது போல் தோன்றியது.

கலைஞர்களின் முகத்தில் அதிக அளவில் முகபாவனைகள் மாறிக்கொண்டேயிருந்தன. நான் விவரிக்க மிகவும் சிரமப்படும் இந்த நிகழ்வு செவ்வியல் தன்மை கொண்டது எனக் கூறினார்கள். அந்த இசை மேலும் மேலும் செவ்வியல் தன்மை கொண்டதாக மாற, கேட்டுக்கொண்டிருந்த ஐரோப்பியர்களால் சிரிப்பை அடக்கிக்கொள்வது மேலும் மேலும் சிரமமானதாக இருந்ததைக் காண முடிந்தது!

டோக்கியோவில் எனது சுற்றுப்பயணம் தற்போதைக்கு முடிவுக்கு வந்துள்ளது. சர்.சி.மெக்டொனால்டு மற்றும் அவரது மனைவியிடம் விடைபெறுவதும் நன்றி தெரிவிப்பதும் மட்டுமே எஞ்சியிருந்தது.

15

கவர்ந்து இழுக்கும் ஜப்பான்

டோக்கியோவில் எனது பயணம் இப்போது முடிவுக்கு வந்து விட்டது. சர் சி.மெக்டொனால்ட், அவரது மனைவி இருவரிடமும் விடைபெற வேண்டும். அவர்கள் என்னிடம் காட்டிய பரிவிற்கு மனதார நன்றி தெரிவிக்க வேண்டியது மீதமிருக்கிறது. அவர்கள் செய்த உதவி, டோக்கியோவில் எனது இருப்பை இனிமையாக்கியது; பல விஷயங்களைக் கற்றுக்கொள்ள உதவியது.

ஜப்பானில் நான் சென்ற இடமெல்லாம் சாதாரண உடையில் துப்பறியும் நபர்கள் இருவர் நிழலாகப் பின்தொடர்ந்தனர். முதலில் நான் பெரிதும் ஆத்திரம் கொண்டேன். விடாமல் அவர்கள் என்னைத் தொடர்வது தேவையற்றது என்று கூறினேன். எனினும், மதிப்பிற்குரியவர் எவராவது பார்வையாளராக நாட்டிற்கு வந்தால், அவர் செல்லும் இடங்களுக்கு எல்லாம் அவருடன் எந்நேரமும் இரண்டு துப்பறியும் நபர்களை அனுப்புவது மாற்ற முடியாத விதி என்று என்னிடம் விளக்கினார்கள்.

ஆனால், சில சந்தர்ப்பங்களில், இந்த மனிதர்கள் எனக்குப் பெரும் உதவியாக இருந்தனர்; குறிப்பாக நெரிசலான சாலைகள் மற்றும் ரயில் நிலையங்களில் சலசலப்பு ஏதுமின்றி, கூட்டத்தை விலக்கி அவர்கள் எனக்கு வழி ஏற்படுத்தி தந்தனர்.

நவம்பர் 29 அன்று டோக்கியோவிலிருந்து மதிய நேர ரயில் ஒன்றில் புறப்பட்டேன். மூன்று மணிக்கு நாங்கள் நோசா என்ற இடத்தை அடைந்தோம்; ரயிலிலிருந்து இறங்கியதும் மின்சார டிராம் ஒன்றில் பயணித்தோம்.

சுமார் ஒரு மணி நேரப் பயணம். டிராம் சென்ற பாதையின் பெரும் பகுதி, இருபுறமும் கணிசமான எண்ணிக்கையில் கிராமங்களைக் கடந்து சென்றோம். எப்போதாவதுதான் நாங்கள் சமவெளியைப் பார்க்க முடிந்தது. படிப்படியாக நாட்டின் மலைப்பாங்கான பகுதிக்குள் நாங்கள் நுழைவதைக் கவனித்தோம்.

அந்த மலைப்பிரதேசம் மிகவும் வளமானதாக தோன்றியது; குன்றுகளை, அதிக அளவில் மரங்கள் மூடியிருந்தன. மரங்களில் பார்க்க முடிந்த இலையுதிர்காலத்தின் அழகிய வண்ணங்களை ரசிக்காமல் இருக்க முடியவில்லை. வேகமாக பாய்ந்தோடிய நீரோடை ஒன்று நதியாக உருமாறியது அந்தக் காட்சிக்கு மேலும் அழகு சேர்த்தது.

எலெக்ட்ரிக் டிராமில் ஒரு மணி நேரப் பயணத்திற்குப்பின் ஓரிடத்தில் இறங்கி, மியானோஷிதா என்ற இடம் செல்ல ரிக்ஷாவில் பயணத்தைத் தொடங்கினோம். மலைமேல் செல்வதற்கான மேல்நோக்கிய பயணத்தைத் தொடங்கியபோது இருட்டாகி விட்டது. சாலை செங்குத்தாக இருந்தாலும், நல்ல நிலையில் இருந்தது. செல்ல வேண்டிய இடத்தை நாங்கள் ஒரு மணி நேரத்தில் அடைந்தோம்.

அங்கு உயர்தரமான, நன்கு பராமரிக்கப்படும் 'ஃபூஜ்ஜியா' என்று அழைக்கப்படும் ஹோட்டலில் தங்கினோம். உரிமையாளரின் அழகான மகள் மேட்மொய்செல் யாமா குட்சி நாங்கள் தங்கவிருந்த வசதியான குடியிருப்புகளைக் காட்டினாள். வழக்கமான, ஐரோப்பிய மயமாகிவிட்ட ஜப்பானிய இளம் பெண் அவள். அவள் பேசிய பிரெஞ்சு மொழி அற்புதமாக இருந்தது.

அடுத்த நாள் எழுந்ததும் மலர்ச்சியான, சுறுசுறுப்பூட்டும் வானிலையைக் கண்டோம். எங்களுக்கு மிகவும் மகிழ்ச்சி. மியானோஷிதா அனைவரும் விரும்பும் ஜப்பானின் மற்றொரு மலைவாசத் தலங்களில் ஒன்று; பருவத்தின் உச்சத்தில் (கோடையில்) நாங்கள் அங்கு செல்லவில்லை; எனினும், ஐரோப்பாவிலிருந்தும் அமெரிக்காவிலிருந்தும் வந்திருந்த விருந்தினர்களால் ஹோட்டல் நிரம்பியிருந்தது.

ஹகோன் ஏரிக்கு உல்லாசப் பயணம்

அற்புதமாக இருந்த காலநிலை, ஹகோன் ஏரிக்குப் பயணம் மேற்கொள்ள எங்களைத் தூண்டியது; சுமார் இரண்டரை மணி நேரப் பயணம்; கடினமான பாதையில் சிரமமான ஏற்றம். வழியில் அழகிய பள்ளத்தாக்குகளைக் கடந்துசென்றோம்.

கனிமங்கள் நிறைந்த சூடான நீரூற்றுகள் பலவற்றைப் பார்க்க ஆர்வமாக இருந்தோம். பல்வேறு நோய்களால் பாதிக்கப் பட்டவர்கள் நிவாரணம் பெற இங்கு இந்த நீரூற்றுகளுக்கு வருகிறார்கள்.

ஜப்பானிய விடுதியின் ஜன்னலிலிருந்து பார்க்கையில் விடுதியின் அடிவாரம் வரை ஏரி பரவியிருப்பது தெரிந்தது. ஏரியைச் சுற்றி எல்லாப் பக்கங்களிலும் உயர்ந்த மலைகள்; ஆனால், அவை அனைத்திலும் மிக அற்புதமானது ஃபூஜ்ஜியா மலை. *13,000* அடி உயரத்திற்குத் தனது அற்புதமான தலை உயர்த்தி நின்றிருந்தது. சுற்றியிருந்த அனைத்திற்கும் மேலாக உயர்ந்து தெரிந்தது. அதன் வடிவம் கிட்டத்தட்ட சமச்சீரான அமைப்புடன், ஒரு கூம்பு அல்லது பிரமிடின் தோற்றத்தைக் கொண்டிருந்தது.

ஹகோன் ஏரி

ஏரியின் அமைதியான நீரில் தெரிந்த மலையின் பிரதிபலிப்பு இயற்கைக் காட்சிக்கு மேலும் அழகு சேர்த்தது. அதன் உச்சியிலிருந்து கீழ்நோக்கி சுமார் 6,000 அடி வரை எப்போதும் பளபளக்கும் பனியால் மூடப்பட்டிருக்குமாம். அதிலிருந்து வெளிப்படும் சூரியக் கதிர்களின் பிரதிபலிப்பு கிட்டத்தட்ட ஒருவரைத் திகைக்க வைக்கக்கூடியது.

மதிய உணவு சாப்பிட்டபின் மேலும் சிறிது நேரம் அந்தக் காட்சியை ரசித்தபடி அமர்ந்திருந்தோம். பின் அருகிலிருந்த ஒரு சிறிய குன்றின் மீது ஏறிச் சென்றோம். அங்கு ஒரு கோடைக்கால அரண்மனை அமைந்துள்ளது. வெப்பம் மிகுந்த காலநிலையில் இம்பீரியல் குடும்பத்தினரின் உல்லாசத் தலமாக இது செயல்படுவதாக என்னிடம் கூறினார்கள். எனினும், குடும்பம் அடிக்கடி வந்தாலும், பேரரசர் அந்த இடத்திற்கு இதுவரை ஒரு முறைதான் வந்திருப்பதாக அறியப்படுகிறது.

அரண்மனை இரண்டு பகுதிகளாகப் பிரிக்கப்பட்டுள்ளது; ஒரு பகுதி ஜப்பானியக் கலையம்சங்களுடனும் மற்றொரு பகுதி ஐரோப்பியப் பாணியிலும் அமைந்துள்ளது. பிந்தையது, பிரான்சின் கடலோரப் பிரதேசத்தில் அமைந்திருக்கும் பிரபலமான ஓர் அரண்மனை ‘சாலட்டை’ (உல்லாச குடில்) ஒத்திருந்தது.

ஜன்னல்களின் வழியே நாம் பார்க்கமுடிந்த காட்சிகள் தென் ஐரோப்பாவில் காண முடிந்தவை எவற்றிற்கும் இணையானதாக அல்லது அவற்றை விஞ்சியதாக இருக்கக்கூடும். இம்பீரியல் குடும்பம் வசிக்கும் ஜப்பானியப் பகுதி வழக்கம்போல் அறைகலன்கள் இல்லாமல் இருந்தது. அந்தக் கண்கவர் சூழலிலிருந்து வலுக்கட்டாயமாக, முகத்தைத் திருப்பிக்கொண்டு வருத்தத்துடன் அறை திரும்பினோம். அந்தி சாயும் நேரத்தில் மியானோஷிதாவை அடைந்தோம்.

மியானோஷிதாவில் நாங்கள் தங்கிய இரண்டாம் நாள் வானிலை மோசமாக இருந்ததைக் குறிப்பிட வேண்டும். பலத்த மழை. மேலும் எனக்கு உடல்நிலை சரியில்லாமல் போயிற்று. ஆகவே, நாள் முழுவதும் அறைக்குள்ளேயே இருக்க முடிவு செய்தேன். மறுநாள் பதினோரு மணி ரயிலில் நகோயாவுக்குச் சென்றோம், செல்லும் வழியில் அந்தப் புகழ்பெற்ற ஃபூஜ்ஜியா மலையின் மிகச் சிறந்த காட்சியை ரயிலிலிருந்தும் பார்க்க முடிந்தது. அலுப்பான பயணத்திற்குப் பின் இரவு 09.30 மணியளவில் நகோயாவை அடைந்தோம். ஒரு சிறிய ஹோட்டலில் தங்கினோம்.

நகோயா

நகோயா ஜப்பானின் முக்கிய மாகாண நகரங்களில் ஒன்று. உற்பத்தித் தொழிற்சாலைகள் பல இங்கு இருக்கின்றன. ஜப்பானின் செழுமை குறித்து கற்பனை செய்ய இந்த இடம் நமக்கு வாய்ப்பளிக்கிறது. நகரம், பெரிய நிரந்தரமான காவற்படையைக் கொண்டிருக்கிறது. ஆனால், என் வசம் சில மணிநேரங்கள் மட்டுமே இருந்தன. எனவே, அங்கிருந்த பழைய கோட்டையைப் பார்ப்பதுடன் எனது ஆசையை மட்டுப்படுத்திக் கொண்டேன். அந்தத் தேசத்தின் மிகப்பழமையான நிலபிரபுத்துவக் கோட்டையின் மிகச்சிறந்த மாதிரி என்று கூறினார்கள்.

அந்த இடத்தைப் பொது மக்களால் பார்வையிட முடியாது. அத்துடன் இதைப் பார்க்க, வெளிநாட்டுப் பிரதிநிதிகள் அல்லது தூதரகங்கள் ஒன்றின் கடிதம் அவசியம். முன்பு இரண்டு அகழிகள் இருந்தனவாம்; இப்போது அவை இரண்டும் வறண்டுபோய் விட்டன. அந்த இடத்தைக் காவற்படைக்கான விரிவான தங்குமிடங்களாகப் பயன்படுத்துகிறார்கள்.

நகோயா கோட்டை

கோட்டைக்குள் இருந்த இரண்டு அடுக்குமாடிக் குடியிருப்புகள் பார்க்கத் தகுதியுடையன. அவற்றின் அலங்கரிப்புகள் ஜப்பானியக் கலையின் ஆக உயர்ந்த நிலையை வெளிப்படுத்தின. பெரிய அறைகளுக்கும் அவற்றிற்கு உள்ளே அமைந்திருக்கும் சிறு அறைகளுக்கு 'ஸ்லைடிங்' கதவுகள் அமைக்கப்பட்டுள்ளன.

பூக்கள், புலிகள், பறவைகள், செர்ரி-மலர் ஆகியவற்றின் சித்திரங்களால் கதவுகள் அலங்கரிக்கப்பட்டிருந்தன. இவை அனைத்தும் அந்த நாட்டின் மிகப் பிரபலமான கலைஞர்கள் சிலரால் வரையப்பட்டவை. சுவாரஸ்யம் ஏற்படுத்தும் கிணறு ஒன்று அங்கே இருக்கிறது. கிணற்றின் நீரை 'தங்க நீர்' என்று அழைக்கிறார்கள். ஏனெனில், அந்த நீரின் தரத்தை மேம்படுத்தும் நோக்கில் கிணற்றில் தங்கம் சேர்க்கப்பட்டுள்ளதாம். கட்டடங்கள் ஐந்து மாடிகளைக் கொண்டிருந்தன. அவற்றில் ஒன்றின் உச்சியிலிருந்து நகரம், கடல், சில மலைகளின் அழகான, விரிவான காட்சிகளைப் பார்க்க முடிந்தது.

கியோட்டோ

மாலை நகோயாவிலிருந்து புறப்பட்டு அன்றிரவே கியோட்டோ மாநகரத்தை அடைந்தோம். சிறிய மலை ஒன்றின் உச்சியில் அமைந்திருந்த மையாகோ ஹோட்டலில் தங்கினோம். இந்த ஹோட்டல் முழுவதும் மரத்தால் கட்டப்பட்டுள்ளது; பாசாங்கற்ற கட்டடக்கலை அழகுடன் இருந்தது. தங்குவதற்கும் உணவும் நன்றாகவே இருந்தது. எங்கள் தேவைகளை நிறைவேற்ற நிர்வாகம் எடுத்துக் கொண்ட கவனமும் வெளிப்படுத்திய மரியாதையும் வேறெங்கும் பார்க்க முடியாதது.

இரவில் கடுமையான பனிப்பொழிவு. காலையில் எழுந்து பார்த்தால் அனைத்தும் வெள்ளை நிற அழகிய போர்வையால் மூடப்பட்டது போல் இருந்தது. ஹோட்டலிலிருந்து நகரத்தின் ஒரு பகுதியைப் பார்க்க முடிந்தது. கண் பார்வையில் அருகிலிருந்த சில மலைகளும் தெரிந்தன. இதுவரையிலும் இந்த இடத்திற்கு, மேற்கத்திய நாகரிகத்தின் தாக்கங்கள் வந்துசேரவில்லை. அதன் விளைவாக முற்றிலும் ஜப்பானியத் தன்மையுடன் இருந்தது. ஆகையால், கடந்த பல ஆண்டுகளாகவே மேற்குலகின் தொடர்ச்சியான செல்வாக்கிற்கு ஆட்பட்டிருக்கும் டோக்கியோ மற்றும் ஏனைய நகரங்களைக் காட்டிலும் மிகவும் ஆர்வ மூட்டுவதாக இந்த நகரம் வெளிநாடுகளிலிருந்து சுற்றிப்பார்க்க வருபவர்களுக்கு இருக்கிறது.

வெள்ளை நிற அழகிய போர்வையால் மூடப்பட்ட காட்சி, கியோட்டோ

இம்பீரியல் அரண்மனைகள் - கியோட்டோ

முன்னதாக கியோட்டோ ஜப்பானியப் பேரரசின் முக்கிய நகரமாக இருந்தது. ஒவ்வொரு ஆண்டும் சில மாதங்கள் பேரரசர் இங்கு வசிக்கிறார் என்றாலும் அதையும் மீறி இந்த நகரின் முக்கியத்துவம் குறைந்துபோனது என்பதுடன் இப்போது டோக்கியோவுக்கு அடுத்து, இரண்டாவது முக்கிய நகரமாகிவிட்டது. இருப்பினும், வணிக ரீதியாகவும் தொழில் ரீதியாகவும், கியோட்டோ இன்னும் முதன்மையான இடத்தில்தான் இருக்கிறது. ஏனெனில், இங்குதான் ஜப்பானின் சிறந்த, தரமான பொருட்கள் தயாரிக்கப்படுகின்றன. விற்கப்படுகின்றன.

கெடுவாய்ப்பாக எனக்கு நேரம் குறைவாகவே இருந்தது. ஆனால், இருக்கும் நேரத்தைச் சிறப்பாகப் பயன்படுத்தத் தீர்மானித்தேன். அதனால், காலை உணவுக்குப் பின் உடனடியாக இரண்டு இம்பீரியல் அரண்மனைகளைப் பார்க்கப் புறப்பட்டுவிட்டேன்.

இரண்டு அரண்மனைகளும் முற்றிலும் ஜப்பானிய பாணியில், அலங்கரிப்பில் இருந்தன; இந்த விஷயங்களில் டோக்கியோவில் பார்த்த அரண்மனைகளுடன் அழுத்தமாக மாறுபட்டிருந்தன. நுழைவாயிலில் பார்வையாளர் புத்தகம் ஒன்று வைக்கப் பட்டிருந்தது; எனது பெயரைப் பதிவு செய்யும் வாய்ப்பை அது அளித்தது.

இம்பீரியல் அரண்மனை வளாகம், கியோட்டோ

கூடத்தில் பெரிய அறிவிப்புகள்: புகைபிடிப்பது தடைசெய்யப் பட்டுள்ளது; ஓவர் கோட்டுகளையும் குடைகளையும் எடுத்துச் செல்ல வேண்டாமென்றும் கூறின. நுழைவாயில் அருகே காலணிகளையும் அகற்ற வேண்டியிருந்தது, ஆனால் எனக்குச் சிறப்பு அனுமதி அளிக்கப்பட்டது; என்னுடையதை அகற்றாமல், அதன்மேல் போடும்படியாக பெரியதாக ஒரு ஜோடி ஸ்லிப்பர்கள் எனக்குக் கொடுக்கப்பட்டன.

அரண்மனைகள் இருந்த வளாகம் சுமார் 26 ஏக்கர் நிலப்பரப்பை உள்ளடக்கியிருந்தது. உள்நுழைய ஆறு வாயில்கள் அமைந் திருந்தன. அரண்மனைகளுக்கு வெளியில் பல சிறிய கட்டடங்கள் முன்பு இருந்துள்ளன. ஆனால், அவை வெளிப்புற மதில்களுக்குள் இருந்தன; இந்தக் கட்டடங்களில் பிரபுக்கள் வசித்திருக்கின்றனர்.

அரண்மனைகளின் சில பகுதிகள் அரசக் குடும்பத்தினரின் பிரத்தியேகப் பயன்பாட்டில் இருந்துள்ளன. இப்போது அவை ஷின்டோ திருவிழாக்கள் நடத்தப் பயன்படுகின்றன. ‘ஸ்லைடிங்’ கதவுகள், காகிதத்தால் செய்யப்பட்டவை போல் தோன்றுகின்றன; சிறந்த கலைஞர்கள் சிலரால் வரையப்பட்ட அழகிய ஓவியங்கள் அவற்றை அலங்கரித்தன. இங்கும், பேரரசரின் சிம்மாசனம் ஒன்று இருப்பதைப் பார்த்தோம்: அதற்கு மேல், பல வண்ணங்களில் மெல்லிய பட்டுத்துணியால் அமைந்த ஒரு விதானம்.

அடுத்து நாங்கள் செரியோடன் என்று அழைக்கப்பட்ட இடத்தைப் பார்த்தோம். இந்த இடத்தில் பல ஓவியங்கள் காட்சிப்படுத்தப் பட்டிருந்தன. சில அசல் ஓவியங்கள்; பல நூற்றாண்டுகளுக்கு முந்தயவை. தாழ்வாரம் ஒன்று கோ-கோஷோ என்று அழைக்கப்படும் அரண்மனைப் பகுதிக்கு இட்டுச் சென்றது. அதன் மூன்று அறைகள் மட்டும் ஒப்பீட்டளவில் நவீனமாக இருந்தன. பிரகாசமான வண்ணங்களில் அலங்கரிக்கப்பட்டிருந்தன.

அந்த இடம் சம்பிரதாய நிகழ்வுகளுக்கும். அதிகம் முக்கியத்துவம் இல்லாத கூட்டங்கள் நடத்தவும் பயன்பட்டது. அரண்மனைகளைச் சுற்றிப்பார்க்க எனக்கு மூன்று மணிநேரம் மட்டுமே இருந்தது. அந்த இடத்தை முழுமையாகச் சுற்றிப்பார்க்க குறைந்தது ஒரு நாள் முழுவதும் தேவை.

அரண்மனைப் பகுதிகளைப் பார்த்தபின் ஜப்பானிய வாட்பயிற்சி (ஃபென்சிங்) பள்ளி ஒன்றைப் பார்த்தோம். ஆண்களும் பெண்களும் சிறுவர் சிறுமிகளும் இந்த அழகான, ஆரோக்கியமான உடற்பயிற்சிக்கு வருகின்றனர். ஏனைய விஷயங்களைப் போல்,

ஜப்பானின் அந்தத் 'தற்காப்பு' வகுப்பு முறையும் வேறு எந்த நாட்டிலுமிருந்து முற்றிலும் வேறுபட்டது. பயன்படுத்தும் பயிற்சி கம்புகள் நீளமானவை; அத்துடன் அவற்றை அவ்வளவு எளிதாக சுழற்றமுடியாதவை. மற்றவரை விஞ்சும்போதோ, அல்லது எதிரியைத் திடீரென முன்னேறித் தாக்கிவிட்டாலோ ஆர்வத்தை வெளிப்படுத்தும் வகையில் சிறு கூச்சலிடுகின்றனர்.

ராணுவ அறிவியல், ஆயுதங்கள் போன்றவற்றில் ஜப்பான் உலகளவில் மற்றவர்க்கு இணையாக இருக்கிறது. எனினும், அதன் மக்கள்'ஃபென்சிங்', மல்யுத்தம், தடகள விளையாட்டுகள் போன்ற பழைய விஷயங்களை இன்றும் பின்பற்றிவருகின்றனர்; சிறந்த உடற்பயிற்சி என்ற முறையில் மட்டுமின்றி தமது பழமையான பழக்க வழக்கங்களுடன் இருக்கும் தொடர்பை முற்றிலும் இழந்துவிடாமல் இருக்கவும் தொடர்ந்து பயிற்சி செய்கின்றனர்.

கட்சுரா

ஐந்தாம் தேதி கியோட்டோவின் மிகப் பெரிய யமி ஹோட்டலில் காலை உணவுக்குப் பின் நாங்கள் கட்சுரா-ரிக்யூ என்றழைக்கப்படும் ஓர் இம்பீரியல் தோட்டத்தைப் பார்க்கச் சென்றோம். ஜப்பானிய நிலப்பரப்பு-தோட்டக் கலைக்கு எடுத்துக்காட்டு என்று சொல்லமுடிகிற சிறந்த 'மாதிரி'. தோட்டம் மிகவும் தாக்கத்தை ஏற்படுத்துவதாக இருந்தது; செயற்கையாக அமைக்கப்பட்ட குளங்களும், சிறு பாலங்களும், நீர்ப்பகுதியைத் தாண்ட ஆங்காங்கே அமைக்கப்பட்டிருக்கும் கற்களும் ஒழுங்காக வெட்டப்பட்டு, அற்புதமான வடிவங்களில் வளர்க்கப்படும் மரங்களும், மேலும் பல விஷயங்களும் இணையாக ஆர்வமூட்டுவதாகவும் தாக்கத்தை ஏற்படுத்தவும் செய்தன. அந்தத் தோட்டம் நன்கு பராமரிக்கப் படுவது தெரிந்தது. ஆனால் அங்கிருந்த கட்டடங்கள் பற்றிச் சொல்ல ஏதுமில்லை. அவற்றில் பெரும்பாலானவை ஏறத்தாழ இடிந்து விழும் நிலையில் இருந்தன.

திரும்பும் வழியில் நிஷிஹோங்வான்ஜி என்ற பெரும் கோவிலுக்குச் சென்றோம். புதியதொரு கோவில் வளாகம் அது. இதற்கும் இதுபோன்ற மற்ற இடங்களுக்கும் இடையிலான வேறுபாடாக, புதியதாகவே தோன்றும் அதன் தோற்றம், நிலை இருக்கிறது; காலம் அதன் புதுமையை இன்னமும் சிதைத்துவிடவில்லை. அந்த இடத்தை எனக்குச் சுற்றிக் காட்டியது ஓர் இளம் தலைமை மதகுரு. அவர் ஆக்ஸ்போர்டில் மூன்றாண்டுகள் கல்வி பெற்றவர் என்பது

நிஷிஹோங்வான்ஜி கோவில்

வியப்பான தகவலாக இருந்தது. சில காலம் தான் இந்தியாவிலும் இருந்திருப்பதாகவும், டெல்லியில் கடந்த ஆண்டு நடந்த அந்த மாபெரும் தர்பார் நேரத்தில் (டில்லி தர்பார் 1903) அங்கு இருந்தார் என்ற கூடுதல் தகவலையும் என்னிடம் அவர் தெரிவித்தார்.

மலைப்பகுதியில் கட்சுரா கவா நதி வேகமாக இறங்கும் நீரோடையைப் பார்ப்பதற்கு உல்லாசப் பயணம் செல்வதில் 6ஆம் தேதி முழுமையையும் செலவிட்டோம். பயணத்தின் முதல் பகுதியாக ரயிலில் மூன்று மணி நேரத்திற்கும் குறையாமல் சென்றோம். அழகான மலைக் காட்சிகள் வழியாக இந்த ரயில் பாதை எங்களை அழைத்துச் சென்றது. அந்தக் காட்டு நீரோடை, ரயில் பாதையை வளைத்ததுபோல், பெரும் கற்பாறைகளின், கற்கள் ஊடாக அந்த ஓடை விரைந்தோடியது.

இந்தப் பகுதியில் அந்த ரயில் பாதையை நிர்மாணிப்பதில் பெரும் பொறியியல் சிரமங்களை நிச்சயம் சந்திக்க நேர்ந்திருக்கும். நிலப்பகுதியின் இயற்கைச் சூழல் சுரங்கப் பாதைகள் பலவற்றையும் அமைக்கவேண்டிய அவசியத்தையும் ஏற்படுத்தி இருக்கிறது. ரயில் பயணத்தின் முடிவில் இறங்கி நாங்கள், அதன் பின் ஒரு படகில் ஏறி அந்தக் காட்டாற்றின் வேகத்தை எதிர்த்துச் சென்றோம்.

நீரோடையின் படுக்கை அதிகம் பாறையாக இருந்தது; படகின் இயக்கத்துடன் மேலும் கீழும் வேகமாக அசைந்தபடி பயணித்த அனுபவம் மிகவும் கிளர்ச்சியாக இருந்தது. செங்குத்தான மலைகளுக்கு இடையில் மிக அழகான இயற்கைக்காட்சிகளின் ஊடாக சுமார் பதின்மூன்று மைல் அந்த நீரோடை செல்கிறது.

கடும் புயல் காற்றால் தூக்கிவீசப்படுவது போன்ற இரண்டு மணி நேரப் பயணத்திற்குப் பின் ராஷியாமாவை (இன்றைய அராஷியாமா- மூங்கில் வனம்) அடைந்தோம். பலரும் விரும்பும் கோடை வாசஸ்தலம் இது. வழக்கமான தேநீர் இல்லங்களும் விடுதிகளும் நிறைந்திருந்தன. செர்ரி-மரங்கள் முழுமையாகப் பூத்துக் குலுங்கும் பருவத்தில் இங்கு வந்திருந்தால், கண்கொள்ளாக் காட்சியாக இருந்திருக்கும்.

சரியான பருவ காலத்தில் பல ஆயிரம் மக்கள் அங்கு வருகை தருவார்கள்; வேறு எதற்குமல்ல, அனைத்து மரங்களும் பூத்துக் குலுங்கும் அற்புத காட்சியைக் கண்டு ரசிக்கத்தான். உலகில் வேறு எந்த நாட்டிலும் இத்தகைய காட்சியைக் காணமுடியாது. கியோட்டோவின் பௌத்த மதத்தின் ஆர்ச் பிஷப்பின் இல்லத்தில் தேநீர் அருந்தினோம். அவர் வீட்டைச் சுற்றியிருந்த சூழல் கவர்ந்து ஈர்த்தது. ஜப்பானியத் தேசத்தின் நாட்டுப்புறத்தில் மட்டுமே பார்க்க முடிகிற வீட்டிற்கு முற்றிலும் சிறந்த 'மாதிரி'யாக அவர் வீடு இருக்கக்கூடும்.

திரும்பி வருகையில் அது ஒரு வண்டிப் பயணமாக அமைந்தது; வழியில் இரண்டு நாடக அரங்குகளை பார்த்தோம். அவற்றில் தனித்துவமான, ஆனால், எங்களுக்கு புரியாத நிகழ்ச்சிகள் முழு வீச்சில் நடைபெற்றுக் கொண்டிருந்தன. மற்ற விஷயங்களில் காட்டுவதைப் போலவே ஜப்பானியர்கள் நடிப்பிலும் அதிக அக்கறை காட்டுகிறார்கள்; இங்கும் அதைப் பார்க்க முடிந்தது. நடித்துக்கொண்டு இருந்தவர்கள், அவர்கள் உயிர்வாழ்வது சிறப்பாக நடித்து காட்டுவதில்தான் என்பதுபோல் நடித்ததை எளிதாக புரிந்துகொள்ள முடிந்தது.

கியோட்டோ நகரம்

கியோட்டோவின் இரவு நேரத்து தெரு வாழ்க்கை அதன் சிறந்த அம்சங்களில் ஒன்றாகும்: வண்ணக் காகிதங்கள் மூடியிருக்கும் விளக்குகளால் சாலைகள் ஒளிர்ந்தன. சுறுசுறுப்பாக இயங்கும் கடைகள்; புன்னகையும், மகிழ்ச்சியுமாக இயங்கிய மக்கள் கூட்டம். இதற்கு இணை எங்குமில்லை என்பதுபோன்ற காட்சியை

உண்டாக்கின; தனித்துவமான அதன் அம்சங்களால் மறக்க முடியாததாக மாறிவிட்டது.

டிசம்பர் 7ஆம் தேதி முழுவதும் 'ஷாப்பிங்' செய்ய அர்ப்பணித்தேன்; பெரிய எம்போரியங்கள் அனைத்திற்கும் சென்றேன். ஜப்பான் தேசத் தயாரிப்பு என்று சொல்லமுடிகிற பல்வகை பொருட்கள் அதிக அளவில் காணப்படுகின்றன. அந்த இடத்தில் நாட்டிலேயே சிறந்த வகைப் பொருட்களைப் பார்க்க முடியும். மேலும் ஒவ்வொரு கடையிலும் பட்டுத் துணிகள், ஜரிகை வேலைப்பாடுகள் நிறைந்த பட்டுத் துணிகள், வெங்கலத்தால் பலவிதமான பொருட்கள் வரிசை வரிசையாய் வைக்கப் பட்டிருந்ததைப் பார்த்துத் திகைத்தேன்.

இந்தப் பொருட்கள் பலவற்றையும் வேறு பொருட்களையும் பெருமளவில் வாங்கினேன். மகிழ்ச்சியூட்டிய இந்தக் கடைகளை விட்டு வெளியில் வந்தபோது உலகின் விலையுயர்ந்த பொருட்களை வைத்திருக்கும் பணக்காரனாக உணர்ந்தேன். ஆனால் சட்டைப்பை மிகவும் மெலிந்துவிட்டது. எனினும், இந்தப் பரிமாற்றம் எனக்கு வருத்தம் தரவில்லை; ஏனென்றால் எனக்கு என்றென்றும் பெருமை தரக்கூடிய மகிழ்ச்சியை அளிக்கும் சில பொருட்களை வாங்குவதில் வெற்றியடைந்தேன்.

ஷாப்பிங் முடிந்தது. அன்று மாலை, ஓர் அமெரிக்க நண்பர், டாக்டர் ரோபியின் என்பவரின் விருந்தினராகச் சென்றேன். நான் அறிந்து கொள்ள வேண்டும் என்று எனக்காக ஏற்பாடு செய்யப்பட்டிருந்த ஜப்பானியக் கேளிக்கை நிகழ்வுக்கு என்னை அழைத்துச் சென்றார். டாக்டர் ரோபி, திரு.மோர்கனுடன் (இவர், புகழ்பெற்ற திரு.பீர்பான்ட் மோர்கனின் உறவினர்) இணைந்து அடிக்கடி இங்கு வந்து வசிக்கிறார்.

அந்தச் சந்தர்ப்பங்களில் அவர்கள் முற்றிலும் ஜப்பானில் நிலவும் வாழ்க்கை முறையைப் பின்பற்றுவார்கள். இதைப்போன்ற மனிதர்களை ஈர்க்கும் அளவிற்கு ஜப்பானும் அதன் பழக்க வழக்கங்களும் நுட்பமான வசீகரங்கள் சிலவற்றைக் கொண்டிருக்க வேண்டும். சிறிது காலம் என்றாலும், சிறந்ததாக நினைக்கும் ஒரு வாழ்க்கை முறையை அவர்கள் பின்பற்றுகிறார்கள்.

அதுமட்டுமல்ல திரு.மோர்கன் ஜப்பானியப் பெண் ஒருத்தியைத் திருமணம் செய்துகொள்ளும் அளவுக்கு ஜப்பானை விரும்பி இருக்கிறார். அந்தப் பெண்மணியும் இவருடன் அமெரிக்காவுக்குச் சென்றுவிட்டார்.

8ஆம் தேதி, கியோட்டோவின் பெரும் பௌத்த ஆலயத்தின் ஆர்ச் பிஷப் என்னைச் சந்திக்க வந்தார். வந்தவர், அந்த மதத்தின் முழு நியமனங்களையும் பின்பற்றியதுபோல் இருந்தார். தோற்றம் மிகவும் வசீகரிப்பதாக இருந்தது. எனது மரியாதைக்குரிய விருந்தினரிடம் அவரது புதிரான மதம் சார்ந்து, அவருக்குள் இருப்பதுபோல் தோன்றும் சுமையை மொழிபெயர்ப்பாளர் ஒருவரின் உதவியுடன் இறக்கி வைக்க துணிச்சலான முயற்சியை மேற்கொண்டேன்.

இந்த ஜப்பான் மதத்திற்கும் இந்தியாவில் இந்துக்கள் பின்பற்றும் மதத்திற்கும் உள்ள வித்தியாசத்தையும் அல்லது ஒற்றுமையைக் கண்டறிவதற்கும் உண்மையில் விரும்பினேன். இந்தத் திசையில் எனது முயற்சியில் நான் பெற்ற வெற்றியெல்லாம் வழக்கமான கண்ணியமான குனிந்து வணங்கலும் இணக்கமான புன்னகையும் மட்டுமே.

அவரது கருணை என்னையறியாமல் எனக்கு வேடிக்கையைத் தந்தது; எடுத்துக்காட்டாக, மிகவும் சம்பிரதாயமாக நடந்த எங்களுக்கு இடையேயான உரையாடலின்போது ஐரோப்பாவில் கல்வி கற்கும் மகன் ஒருவன் அவருக்கு இருப்பது தெரியவந்தது. ஆனால் அவரது பையன் படிக்கும் பள்ளியின் பெயரையோ அல்லது அவன் எந்த ஊரில் அல்லது நாட்டில் படிக்கிறான் என்பதையோ அவரால் நினைவுகூர முடியவில்லை.

அப்பகுதியின் பெரும் மதகுரு, அவரது இதயத்திற்கு மிக அருகில் ஆன்மாவில் வைத்திருக்க வேண்டிய மத விஷயத்தில் அவரிடம் வெளிப்படையாக பார்க்கமுடிந்த அலட்சியம் என்னை வியப்பில் ஆழ்த்தியது. எனினும், இந்த விஷயத்தில், அவர் தனித்து நிற்கவில்லை. ஏனெனில், ஆக உயர்ந்தவர் முதல் கீழ் நிலையில் இருப்பவர் வரை ஜப்பானில் அனைத்து வகுப்பாரிடமும் இதே மாதிரியான ஆர்வமின்மையைக் கவனித்தேன்.

அவர்களில் எவருக்கும் உறுதியான நம்பிக்கைகள் இருப்பதாகத் தெரியவில்லை. புறத்தோற்றத்தில் அவர்கள் தம் மதத்தைக் காட்டிக்கொள்ளும் வழியாக, மடாலயத்திற்குச் செல்வதும், வணங்கும் தெய்வத்திற்குப் பொதுவிடத்தில் பூக்களை சமர்ப்பிப்பதுடன் முடிந்துவிடுகிறது.

பகலில் மற்ற கோவில்களுக்கு சென்றேன்; அவற்றில் ஒன்றில் உச்சரிக்க முடியாத பெயருடன் ஒரு கடவுளைப் பார்த்தேன்.

பழைய பல்லக்கு, காளை மாடுகள் இழுத்துச் செல்லும் வண்டி,
கியோட்டோ அருங்காட்சியகம்

ஆனால் குவானன் கோவிலில் இருந்த கருணை தேவிக்கு 33,333 வடிவங்களை வைத்திருப்பதிலிருந்து இது வேறுபட்டிருந்தது.

கியோட்டோவின் பெரிய அருங்காட்சியகம் ஒன்றையும் பார்வையிட்டேன், பிரெஞ்சுப் பாணியில் அமைந்த கட்டடம். அதற்குள் வைக்கப்பட்டிருக்கும் பொருட்கள் நிச்சயமாக டோக்கியோவின் புகழ்பெற்ற அருங்காட்சியகத்தைக் காட்டிலும் மிகவும் உயர்ந்தவை.

இந்த அருங்காட்சியகம் அந்த நாட்டில் உருவான அனைத்து வகைப் பொருட்களின் மிகவும் வித்தியாசமான சேகரிப்புகளைக் கொண்டிருந்தது.

குறிப்பாக ஒரு விஷயம் என் ஆர்வத்தை மிகவும் தூண்டியது. அதுவும் அந்தப் பொருளின் இன்றைய வடிவமைப்பில் பார்க்க முடிகிற ஒற்றுமையின்மையின் காரணத்தால். அது, ஆண்கள் சுமந்து செல்லும் வகையில் வடிவமைக்கப்பட்டிருந்த பழைய பல்லக்கு. அத்துடன் காளை மாடுகள் இழுத்துச் செல்லும் சில பழைய வண்டிகளையும் அங்கு பார்த்தேன். பழங்காலத்தில் பேரரசர் அதில் பயணம் மேற்கொள்வார் என்றார்கள். இப்போதெல்லாம் அவர் விரைவு ரயில்களில் பயணிக்கிறார். நவீனக் கண்டுபிடிப்புகள் வடிவமைத்த அனைத்து சொகுசு வசதிகளாலும் அவர் சூழப்பட்டிருக்கிறார்.

அடுத்து நாரா மாநகரத்திற்குப் பயணம்...

16

நாரா - ஓசாகா - கோபே

டிசம்பர் 9 அன்று நாராவுக்குச் சென்றேன். ரயில்வே ஸ்டேஷனில் ஆளுநரும் காவல்துறை அதிகாரிகளும் வழக்கமான வரவேற்பை அளித்தனர். அரை ஜப்பானிய விடுதியொன்றில் மதிய உணவு. அதன்பின், அந்தப் பழமையான நகரத்தைச் சுற்றிப் பார்க்கச் சென்றேன். நூற்றுக்கணக்கான ஆண்டுகளுக்கு முன்பு ஜப்பானின் தலைநகராக இருந்திருக்கிறது. முதலில் புகழ்பெற்ற கலை அருங்காட்சியகத்தைப் பார்வையிட்டேன். பின்னர் ஓர் அழகான பூங்கா வழியாகப் பயணித்தேன். அடர்த்தியான, நல்ல நிழல் தரும் மரங்கள் நிறைந்திருந்தன; நூற்றுக்கணக்கான மான்கள் இயல்பாக சுற்றித் திரிந்தன.

பார்வையாளர்கள் அந்த இடத்தை நெருங்கியபோது, ஏராளமான மான்கள் ஏதாவது உணவு கிடைக்குமா என்று அவர்களை நோக்கி நெருங்கி வருகின்றன. கண்பார்வையில் வியாபாரிகள் ரொட்டி விற்கின்றனர். அவற்றை வாங்கி அந்த விலங்குகளுக்கு ஒருவர் உணவளிக்கலாம். அவற்றை நோக்கி வீசியவுடன், அந்த ரொட்டியை உண்பதற்காக ஆர்வத்துடன் தமக்குள் சண்டையிடத் தொடங்குகின்றன.

பார்வையாளர்களை மான்களிடமிருந்து பாதுகாக்க அவற்றின் கொம்புகளை வெட்டுவது அவசியமானது. இந்த நடைமுறை

நூற்றுக்கணக்கான மான்கள் சுற்றித் திரிந்த ஓர் அழகான பூங்கா, நாரா

தொடர்ந்து மேற்கொள்ளப்படுகிறது. பூங்கா பெரும் இயற்கை அழகுடன் விளங்கியது. உண்மையில், இத்தகைய அழகான பூங்காவை இதுவரையிலும் பார்த்ததில்லை. அழகான, நன்கு பராமரிக்கப்பட்ட சாலைகள் அதன் வழியாகச் செல்கின்றன. ஆலயம் ஒன்றைப் பார்க்க முடிந்தது.

நாரா நகரின் மற்றொரு பகுதியில் அமைந்திருந்த ஒரு கோவிலுக்குச் சென்றேன். புத்தரின் மிகப் பெரிய சிலை அங்கிருந்தது; ஜப்பானிலேயே மிகவும் பெரியது. ஐம்பத்து மூன்றரை அடி உயரம் கொண்டது. முற்றிலும் வெண்கலத்தால் செய்யப்பட்டது. சிலையின் முகம் மட்டுமே பதினாறு அடி உயரமும் ஒன்பது அடி அகலமும் இருக்கும்.

கால்களை குறுக்காக மடித்தபடி புத்தர் உட்கார்ந்த நிலையில் இருந்தார். கீழைத் தேசத்தில் நாம் பொதுவாக பார்க்கமுடிகிற

இதைப் போன்ற உருவங்களின் ஆழ்ந்த தியானத் தோற்றம் சிறப்பாகக் கவனிக்கத்தக்கது. கி.பி.749ம் ஆண்டில் இந்தச் சிலை வார்க்கப்பட்டதாகக் கூறுகிறார்கள்.

எனக்கு அன்றைய நாள் மிகவும் சுவாரஸ்யமாக இருந்தது. எனினும் மிகவும் சோர்வாக உணர்ந்தேன். சிறப்பானதொரு இரவு உணவைச் சாப்பிடும் சரியான நேரத்தில் கியோட்டோவை அடைந்ததில் மகிழ்ச்சியடைந்தேன்.

கியோட்டோவிலிருந்து சில மைல்கள் தூரத்திலிருந்த மற்றொரு இம்பீரியல் தோட்டத்தைப் பார்ப்பதில் 10ஆம் தேதி மதியம் முழுவதும் போயிற்று.

அரசக் குடும்பம் அந்த இடத்தைப் பார்வையிட வரும்போது அவர்கள் பயன்படுத்த அமைக்கப்பட்ட மூன்று சிறிய தேநீர் இல்லங்களைப் பார்த்தோம். தோட்டம், அழகான இடத்தில் நன்கு அமைக்கப்பட்டிருந்தது. இதைப் போன்ற நிலப்பரப்பு தோட்டக் கலை விஷயங்களில் ஜப்பானியர்கள் எவ்விதமான முன்னேற்றத்தை அடைந்திருக்கிறார்கள் என்பதற்கான சிறந்த எடுத்துக்காட்டாக அந்தத் தோட்டம் இருந்தது.

கெய்ஷா நடனப் பள்ளி

கெய்ஷா பள்ளி பார்க்க வேண்டிய ஒன்று. மற்றவரை மகிழ்விக்கும் புத்திசாலித்தனமான, கலையான, கவர்ச்சிகரமான கெய்ஷா நடனம் அங்கு சொல்லித் தரப்படுகிறது. அதற்குத் துணையாக அமைகின்ற நேர்த்தியான விஷயங்களான பாடுதல், நடனம் ஆடுதல் போன்றவையும அத்துடன் மலர் அலங்காரமும் கற்பிக்கப் படுகின்றன. கெய்ஷா பாடங்களில் வளரும் நிலையில் உள்ளவர்கள் கற்றுக்கொள்ள வேண்டிய முதன்மையான பாடம், மகிழ்வூட்டும் விதத்தில் பழகுவது. அதுவும் குறிப்பாக எதிர் பாலினத்தவர்களுடன் பழகுவதில் இருக்கிறது.

பள்ளியில் பல அறைகள் இருக்கின்றன. ஒவ்வொன்றிலும் வெவ்வேறு பாடங்கள் சொல்லித் தரப்படுகின்றன. எடுத்துக் காட்டாக, ஓர் அறையில் சின்னஞ்சிறு குழந்தைகள் நடனம் கற்றுக் கொண்டிருப்பதைப் பார்த்தோம்; மற்றொன்றில் வாத்தியங்களில் இசைப் பாடங்கள் கற்றுக்கொண்டிருந்தனர்.

இந்தக் குழந்தைகளின் கல்வி மிகவும் சிறு வயதிலேயே தொடங்குகிறது. அத்துடன் பாடங்கள் எப்போதும் வயது முதிர்ந்த பெண்களால் நடத்தப்படுகின்றன. அனைத்து வயதிலும்

‘மையாகோ-ஓ-டோரி’ – கெய்ஷா நடனம்

மாணவர்கள் இருந்தனர்: சிறியவர்கள் முதல் முழுமையாக வளர்ந்த இளம் பெண்கள் வரையிலும்.

கியோட்டோவின் சிறந்த விஷயங்களில் ஒன்றாக அல்லது ஒட்டுமொத்த ஜப்பானுக்கும் உரியதாக ‘மையாகோ-ஓ-டோரி’ என்று அழைக்கப்படும் நடனம் உள்ளது. பொதுவாக இந்த நடனம், குளிர்காலத்திற்குப் பின் இயற்கை புத்துயிர் பெறும் வசந்த காலத்தில் நிகழ்த்தப்படுகிறது. ஓர் உயிர்த்தெழுதலின் அடையாளமாக இந்த நடனம் இருக்க முடியும். ஏனெனில், குளிர்காலம் முடிந்து இலைகள் மீண்டும் துளிர்க்கத் தொடங்கும் பருவத்தில் மட்டுமே இந்த நடனம் நடத்தப்படுகிறது. இலையுதிர் காலத்தில் ஜப்பானுக்குப் பயணம் மேற்கொண்டிருப்பதில் எனக்குப் பெரும் ஏமாற்றமே; நாட்டின் சிறந்த நிகழ்வுகளில் ஒன்றைப் பார்க்கும் இன்பத்தை இழந்திருந்தேன்.

அதுமட்டுமின்றி, அந்த நடனம் குறித்து நான் கேட்கமுடிந்த பல விவரங்கள் என் கற்பனையை மேலும் விசிறிவிட்டன. இறுதியில், அதைக் காணவேண்டும் என்ற ஆசை என்னுள் மிக வலுவாக ஊன்றிவிட்டது. செல்வாக்கு மிக்கவர்களின் உதவியுடன் பருவம் தவறி நிகழ்த்தக்கூடாது என்றிருந்த பழமைவாத ஜப்பானிய நண்பர்களின் தவறான கருத்தை வென்றுவிட முடியுமா என்று முயன்றேன்.

இறுதியில் அந்த விஷயத்தைத் திருப்திகரமாக ஏற்பாடு செய்ய முடிந்தது. இருப்பினும், மிகுந்த சிரமத்திற்குப் பின்னரே அது நடந்தது.

அந்த இடத்தில் அமைந்திருந்த சிறந்த தேநீர் இல்லம் ஒன்றில் நடன நிகழ்வு பெரும் பகட்டுடனும் ஆரவாரத்துடனும் நடைபெற்றது. சிறந்த, மிகவும் வசீகரமான கெய்ஷாக்களின் நடனம் சிறப்புடன் தேர்வு செய்யப்பட்டு நடந்தது.

அந்த இடம் அழகிய வண்ணக் கொடிகளாலும் பல்வேறு வடிவங்களில் ஏராளமான லாந்தர் விளக்குகளாலும் அலங்கரிக்கப்பட்டிருந்தது. சிந்தனையோட்டம் மிக்க எவரோ லாந்தர்களுக்கு அலங்காரப் பொருளாக, எனது 'கோட்-ஆஃப் ஆர்ம்ஸ்'ஐ (அரசச் சின்னங்களுடன் கூடிய மேலங்கி) பயன்படுத்தும் அளவுக்குச் சென்றிருந்தார்.

நடன அறையின் ஒரு ஓரமாக சொகுசான மெத்தைகள் தரையில் போடப்பட்டிருந்தன. நானும் எனது குழுவினரும் அங்கு அமர்ந்த பிறகு நடனம் தொடங்கியது.

முதலாவதாக, முக்கிய நிகழ்விற்கு முன் நடைபெறும் நடனமாக கார்ப்ஸ் டி பாலேவின் உருப்படி இருந்தது.[1] நடனக் கலைஞர்கள் வழக்கமான நளினமான சபை வணக்கம் ஒன்றை நிகழ்த்தினர். அதன்பின், அமர்ந்திருந்த இசைக்கலைஞர்கள் பக்கம், பின் பக்கமாகவே நகர்ந்து ஒதுங்கி நின்றனர். அவர்கள் அதே பாலினத்தைச் சேர்ந்தவர்கள், ஆனால், வயதில் முதிர்ந்தவர்கள்.

நடன நிலைகளாலும் சைகைகளாலும் நடனம் தன்னை உருவாக்கிக் கொண்டது. அனைத்தும் மிகவும் நளினமான அசைவுகளின் உச்சம். கண்களுக்கு மிகவும் மகிழ்ச்சியாக விருந்தாக இருந்தது. நிச்சயமாக நாங்கள் பார்த்துக் கொண்டிருந்த நடனம் என்று அழைக்கப்பட்ட அந்த நிகழ்வு எம் மனத்தில் பெரும் வசீகரத்தை ஏற்படுத்தியது.

இந்த வசீகரம்தான் மேற்கு நாடுகளின் நடனத்திற்கும் இதற்குமிருக்கும் மொத்த வித்தியாசம். மேல்திசை நாடுகளில் ஆண்களும் பெண்களும் கால்களால் நடனமாடுகிறார்கள். ஆனால், ஜப்பானில் நடனம் பெரும்பாலான கீழ்த்திசை நாடுகளைப்போல் கைகள், தோள்பட்டை மற்றும் உடல்களின் பல்விதமான அசைவுகளைக் கொண்டிருக்கும்.

---

1. கார்ப்ஸ் டி பாலே என்பது பிரதான கலைஞர்களும் சோலோ கலைஞர்களும் தவிர மற்றவர்களை உள்ளடக்கிய குழு. இவர்கள் நிரந்தரமாக பாலே நடன நிறுவனத்தோடு பிணைந்திருப்பவர்கள். பிரதான கலைஞர்களின் பின்னணியில் நிறைந்திருப்பார்கள்

உண்மையில், இந்த நடனத்தில் பாதங்களின் இயக்கத்திற்கு மிகக் குறைவான முக்கியத்துவமே இருக்கின்றன. நடனத்தின் ஊடாக பல சிக்கலான உருவாக்கங்கள், மேம்படுத்தல்கள் இருந்தன. அவை ஒவ்வொன்றும் வசந்த காலத்தில் வாழ்க்கையின் சில காலகட்டங்களைக் குறிக்கின்றன. ஒவ்வொரு நடன நிகழ்விற்குப் பிறகும் கெய்ஷாக்கள் சுமார் பத்து நிமிடங்கள் ஓய்வு எடுத்தனர். அந்த நேரத்தில் மற்றவர்கள் எங்களருகில் வந்து சிற்றுண்டி வழங்கினர்.

கெய்ஷாக்கள் அணிந்திருக்கும் ஆடைகள் கவனிக்கத் தகுந்தன. பலவிதமான, பிரகாசமான வண்ணங்களில் ஆடைகள் இருந்தன. நடனமாடுபவர்கள் முன்னும் பின்னும் அசைந்து ஆடும்போது, அவை அணிந்திருந்தவர்களுக்கு எழில் மிக்க சிறிய வண்ணத்துப் பூச்சிகளின் தோற்றத்தை அளித்தன. அந்த மாபெரும் இறுதி நிகழ்வு நடன வடிவத்தில் இருந்தது.

ஒவ்வொரு பெண்ணும் வெவ்வேறு தேசத்தின் கொடியைப் பிடித்திருந்தனர். எனது கபுர்தலா ராஜ்ஜியத்தின் கொடியும் மறக்கப்படாமல் இடம்பெற்றிருந்தது. நிகழ்ச்சி முடிவடையும் போது 'இந்தோ-பன்சாய்' என்ற கூக்குரல் உரத்து எழுப்பப்பட்டது. இவ்வாறு மிகவும் மகிழ்வளித்த ஒரு மாலைப் பொழுது முடிவுக்கு வந்தது. அதன் ஊடாக முற்றிலும் புதுமையான மற்றும் தனித்துவமான மகிழ்ச்சியின் வடிவத்தைக் கண்டேன்.

பிவா ஏரி

டிசம்பர் 11 ஆம் தேதி இரண்டு மணி நேரப் பயண தூரத்தில் இருந்த பிவா ஏரிக்கு உல்லாசப் பயணம் மேற்கொண்டோம். இந்த ஏரி மிகவும் பெரியது; தாழ்வான மலைகளால் சூழப்பட்டுள்ளது. அருகில் பல அழகிய கிராமங்கள் காணப்பட்டன. மிக அழகிய பரந்த நிலப்பரப்புக் காட்சியாக என் கண்ணுக்குத் தோன்றியது. அங்கு வந்தது ஒரு பயன்மிக்க வருகை என்ற எண்ணத்தை ஏற்படுத்தியது. பிவா ஏரி அந்தப் பெயரை மெய்யான ஒன்றிலிருந்து அல்லது கிட்டார் வாத்தியத்தின் வடிவத்தை ஒத்திருக்கிறது என்பதிலிருந்து பெறுகிறது. தோராயமாக, ஜெனீவா ஏரியின் அளவுக்குப் பெரிதாக உள்ளது. இந்த ஏரி கடல் மட்டத்திலிருந்து சுமார் 350 அடி உயரத்தில் உள்ளது. அதற்குள் சிறிய தீவுகள் உள்ளன. பல நூற்றாண்டுகளுக்கு முன்பு ஏற்பட்ட பூகம்பத்தால் அவை தோன்றின என்று கூறப்படுகிறது.

திரும்பும்போது எங்கள் பயணம் படகுகளில் மூலம் மேற்கொள்ளப்பட்டது, கால்வாய் ஒன்றின் வழியாக படகுகள் எங்களை அழைத்துச் சென்றன. மலைகளின் வழியாக மிகச் சிரமமான உழைப்பில் சுரங்கப்பாதை ஒன்று உருவாக்கப்பட்டு இந்தக் கால்வாய் செல்கிறது.

வளர்ந்து வரும் ஓட்சு என்ற செழிப்பான நகரம் ஏரியின் தென் கரையில் உள்ளது. அங்கு சிறப்பான கலைநயம் மிக்க, அழகான மட்பாண்டங்கள் செய்யப்படுகின்றன. இங்கு நான் குறிப்பிடும் சுரங்கப்பாதை கணிசமான நீளம் கொண்டது; பயணத்தின் ஒரு பகுதி முழுமையான இருளில் இருந்தது. அவ்வப்போது நாங்கள் பகலின் வெளிச்சத்தில் வெளிப்படுவோம். அந்த நேரத்தில் எல்லாம் கற்பனையில் காண்பது போன்ற மிக அழகிய இயற்கைக் காட்சிகளால் நாங்கள் சூழப்பட்டிருப்பதைக் கண்டோம்.

கால்வாயின் நீளம் சுமார் பதினைந்து மைல்கள் இருக்கும். அதன் அகலம் தோராயமாக ஐம்பது அடி இருக்கலாம். அது முற்றிலும் அசாதாரணமானதொரு பொறியியல் சாதனை. சரக்கு மற்றும் பயணிகளின் போக்குவரத்திற்கான நீர்வழியாக மட்டும் இது செயல்படவில்லை. இது ஒரு நீர்ப்பாசனத் திட்டத்தின் பகுதியாகும். இதன் மூலமாக அருகிலிருந்த பிரதேசத்தின் ஒரு பகுதிக்கு நீர் கிடைக்கிறது.

பாரசீகத்தின் முன்னாள் பிரதமர் மிர்சா அலி அஸ்கர் அடாபெக்-ஐ-ஆஸம், சில அரசியல் காரணங்களுக்காக, சமீபத்தில் அந்த நாட்டை விட்டு வெளியேற வேண்டிய கட்டாயம். அவர் உலகப் பயணத்தில் இருந்தார். செல்லும் வழியில் அங்கு தங்கியிருந்தார். அன்று இரவு விருந்திற்கு, அவரும் அவரது மகனும், நண்பர் ஒருவரும் எனது விருந்தினராக இருந்தனர். அழகான பாரசீக மொழியைப் பேசும் வாய்ப்பை, மறந்திருந்த எனது மொழியறிவைப் புதுப்பிக்கும் வாய்ப்பை அன்று முழுமையாகப் பயன்படுத்திக் கொண்டேன்.

எனது இந்தியச் சமையற்காரர் பல சுவையான பதார்த்தங்கள் செய்து அவர்களுக்கு அளித்தார். எனது விருந்தினர்கள் அதிகம் அவற்றை மெச்சி ருசித்து உண்டனர். பாரசீகத்தை விட்டு அவர்கள் புறப்பட்டதிலிருந்து இதைப் போன்று உணவை அனுபவித்து உண்ணும் வாய்ப்பு அதிகம் கிடைக்கவில்லை என்று கூறினர். அவர்கள் நாட்டுச் சமையலை மிகவும் ஒத்ததாக இவை இருந்தன என்று அனுபவித்துக் கூறினார்கள்.

ஒசாகா

நாங்கள் 12ஆம் தேதி காலை கியோட்டோவிலிருந்து ஒசாகாவுக்குப் புறப்பட்டோம், அந்த இடத்தை நாங்கள் ஒரு மணி நேரத்தில் அடைந்தோம். ஜப்பானின் பர்மிங்ஹாம் என ஒசாகா சிறப்புடன் அழைக்கப்படுகிறது. ஒப்புயர்வற்ற அதன் உற்பத்தித் தொழிலால் அவ்வாறு பேசப்படுகிறது. கடந்த ஆண்டு இங்கு மாபெரும் தொழில்துறை கண்காட்சி ஒன்று நடைபெற்றுள்ளது. அதற்கு வருகை தந்தப் பார்வையாளர்கள் தங்குவதற்கு பிரத்தியேகமாகக் கட்டப்பட்ட வசதியான ஹோட்டலில் மதிய உணவுண்டோம்; அதன் பிறகு, சுற்றுலாவைத் தொடங்கினோம்.

ஜப்பானியத் துருப்புகளுக்கான பெரிய முகாமொன்று இங்கு உள்ளது. ஓரளவுக்கு ராணுவ முக்கியத்துவம் வாய்ந்த இடமாகக் கருதப்படுகிறது. முதலாவது, இம்பீரியல் நாணயச்சாலை. ஆரம்பத்தில் இதை ஆங்கிலேயர்கள் தொடங்கியுள்ளனர். இப்போது முற்றிலும் ஜப்பானியர்களுக்கு இயங்குகிறது. இந்தியாவில் நாம் பார்க்க முடிகிற இதைப்போன்ற எந்த இடத்தைக் காட்டிலும் பெரிது. அதன் இயக்குநர் அந்த இடத்தை எனக்குச் சுற்றிக் காட்டினார்.

இயந்திரங்களும் வேலை செய்யும் முறையும் மிகவும் நவீனமானவை. அத்துடன் தங்கம் மற்றும் வெள்ளி நாணயங்களை

இம்பீரியல் நாணயச்சாலை, ஒசாகா

உருவாக்கும் செயல்முறை மிகவும் சுவாரஸ்யமானது. ஆண்டுக்கு 40,000,000 யென் வெள்ளி நாணயங்கள், 10,000,000 யென் தங்கம் நாணயங்கள் என்ற விகிதத்தில் இங்கு தயாரிக்கப்படுகின்றன. தேச நலன் சார்ந்து அதன் திடீர் அவசரநிலையை எதிர்கொள்வதற்காக, பல மில்லியன் யென் மதிப்பின் அளவுக்கு தேசிய சேமக்காப்பு நிதி அங்கு வைக்கப்பட்டுள்ளதை அறிந்து வியந்தேன்.

நாணயச் சாலையிலிருந்து ஜப்பானின் மிக முக்கியமான ராணுவ ஆயுதங்கள் தயாரிக்கும் இடத்திற்குச் சென்றோம். தலைமை இயக்குநர் வரவேற்பறையில் எனக்காகக் காத்திருந்தார். தொழிற்சாலையின் பல்வேறு துறைகளுக்குப் பொறுப்பான அதிகாரிகள் பலரும் அங்கு எனக்கு அறிமுகம் செய்துவைக்கப் பட்டனர்.

அங்கிருந்து ஓர் அதிகாரி தொழிற்சாலையைச் சுற்றிக் காட்டினார். அவர் பிரான்சில் இரண்டு ஆண்டுகள் வசித்தபோது கற்றுக்கொண்ட பிரெஞ்சு மொழியைச் சிறப்பாகப் பேசினார். மேலோட்டமான ஆய்வுதான் என்றாலும் இரண்டு மணி நேரத்திற்கும் மேல் எடுத்துக் கொண்டது. எனினும், நேரம் அனுமதித்திருந்தால் ஒரு நாள் முழுவதையும் அங்கு எளிதாகப் போக்கியிருக்கலாம். துப்பாக்கிகள், வெடிமருந்துகள், ஃபீல்டு-துப்பாக்கிகள், சீய்ஜ்-துப்பாக்கிகள், டார்பிடோக்கள், குண்டுகள் முதலியன அங்கு தயாரிக்கப்படுகின்றன.

இந்தச் செயல்முறைகள் மிகவும் சிக்கலானவை. அவற்றைச் சரியான முறையில் விவரிக்க நிபுணத்துவமும் சிறப்பு அறிவும் தேவை. அத்தகைய அறிவு எனக்கு இல்லை. இந்த அற்புதமான இடத்தின் தொழில்நுட்பப் பகுதியை எடுத்துரைத்து நியாயம் செய்ய என்னால் இயலவில்லை. என்றாலும், ஜப்பானியர்களால் வெளிப்படையாக காட்சிப்படுத்தப்பட்டிருக்கும் அற்புதமான இயந்திரவியல் விஷயங்களைப் பார்த்து என்னால் வியக்காமலும் பாராட்டாமலும் இருக்க முடியவில்லை!

முப்பது முதல் நாற்பது அடி நீளம் கொண்ட ப 15,000 முதல் ப 20,000 மதிப்புள்ள பெரிய துப்பாக்கிகள் தயாரிக்கப்படுவதைக் கண்டேன். அத்தகைய துப்பாக்கியைப் பயன்படுத்துகையில் ஒவ்வொரு முறை சுடும்போதும் சுமார் ப100 செலவாகும் என்று கூறினார்கள். நான் பார்த்த, பயங்கரமான விளைவுகளை ஏற்படுத்தும் இந்தத் துப்பாக்கிகள் அநேகமாக இப்போது மஞ்சூரியாவில் ரஷ்யர் களுக்கு எதிராகப் பயன்படுத்தப்பட்டு வருகின்றன.

ஆயுதத் தொழிற்சாலையில் சுமார் நான்காயிரம் பணியாளர்கள் பணிபுரிகின்றனர். நான் அங்கு சென்றிருந்த நேரத்தில் அவர்களது வேலை நேரம் காலை ஆறு மணி முதல் இரவு பத்து மணி வரையிலும் இருந்தது. நீண்ட நேர வேலையும், அதிக அழுத்தமும் வரக்கூடும் என்று எதிர்நோக்கும் நிகழ்வுகள் குறித்த ஒரு முன்னுணர்வுடன் ஜப்பானிய அரசாங்கம் செயல்படுவதைச் சுட்டிக்காட்டுவதாக இருந்தன.

உபகரணங்கள், இயந்திரங்கள், சாதனங்கள், கருவிகள் என்ற அளவில் ஜப்பானிய ஆயுதத் தொழிற்சாலை சிறிய அளவில்தான் தயாரிக்கப்படுகின்றன. எனினும் இவற்றை ஐரோப்பாவிலுள்ள ஆம்ஸ்ட்ராங், க்ரூப், க்ரூசோட் போன்ற நிறுவனங்களின் தயாரிப்புக்கு இணையாகவே உள்ளன. சில ஆண்டுகளுக்கு முன்பு வரை ஜப்பான் தனது துப்பாக்கிகளுக்கும், கப்பல்களுக்கும், போர்த் தளவாடங்களுக்கும் ஐரோப்பாவிற்குச் சென்றது. ஆனால், இப்போது இந்த விஷயத்தில், பெரிய அளவிலான கப்பல்கள் தவிர்த்து, ஏனையவை அனைத்தையும் ஜப்பான் சுயமாகவே தயாரித்து அளிக்கிறது.

கப்பல் கட்டுமானத்திலும் அந்நாட்டின் கட்டுமானப் பொறியாளர்கள் பெரும் முன்னேற்றங்களைக் கண்டுள்ளனர். ஏற்கெனவே பலவற்றில் சாதித்திருப்பதைப் போல், இந்த விஷயத்திலும் ஜப்பான் கூடிய விரைவில் முழுமையாக, சுதந்திரமாக தயாரிக்கும் நிலையை எட்டும். மேற்கூறியவை தவிர்த்து, ஜப்பானிடம் ஒரு பெரிய கடற்படை ஆயுதத் தளமும் கப்பல் கட்டும் தளங்களையும் பெற்றுள்ளது.

கோபே

ஒசாகாவிலிருந்து மாலை ரயிலில் புறப்பட்ட நாங்கள், இரவு உணவு நேரத்திற்கு கோபே என்ற இடத்தை அடைந்தோம். இது ஜப்பானில் எனது கடைசி இரவு.

அடுத்த நாள் டிசம்பர் 13, கோபேயின் அழகிய தெருக்களில் சுற்றித் திரிந்தேன். கடைகளில் ஏறி இறங்கினேன். அருவி ஒன்றையும் பார்த்தேன். அந்த இடத்தின் ஈர்ப்புகளில் ஒன்றாக இருந்தது. அருகிலிருந்த சிறிய தேநீர் இல்லத்தில் தேநீர் அருந்தினேன்.

அன்றிரவு எஸ்.எஸ்.கோனிக் ஆல்பெர்ட் என்ற ஸ்டீமரில் பயணம் மேற்கொண்டோம். 'Norddeutscher Lloyd' நிறுவனத்தைச் சார்ந்த

எஸ்.எஸ்.கோனிக் ஆல்பெர்ட்

கப்பல். கோனிக் ஆல்பர்ட், கீழ்த்திசை கடல் பரப்பில் இயங்கிக் கொண்டிருக்கும் மிகப்பெரிய, சிறந்த ஸ்டீமர்களில் ஒன்று. 11,000 டன்களுக்கு மேல் எடையுள்ள கப்பல். டைனிங் ஹால், பெண்களுக்கான சலூன், மியூசிக் ரூம் ஆகியன அனைத்தும் மிகுந்த வசதியுடனும் விரிவான முறையிலும் அமைந்திருந்தன. ஜெர்மனியின் சில பழைய அரண்மனைகளின் சிறந்த தைல வண்ண ஓவியங்கள் டைனிங் ஹாலில் காட்சிக்கு வைக்கப்பட்டிருந்தன.

கப்பலில் எனது பயன்பாட்டிற்காக ஒதுக்கப்பட்டிருந்த இடம் சிறப்பாக இருந்தது. சிறிய வரவேற்பறையை உள்ளடக்கியது போல் படுக்கையறை. அருகில் குளியலறை. வசதிகள் எனக்கு நிறைவாக இருந்தன. என்னைச் சுற்றிக் காணப்பட்ட சொகுசும் ஆடம்பரமும் நான் பயணித்திருக்கும், சில நேரங்களில் வேறு வழியின்றி ஏற்றுக்கொள்ள வேண்டியிருந்த தன்னிச்சையாக நடந்துகொள்ளும் P&O (The Peninsular and Oriental Steam Navigation Company) நிறுவனம் வழங்கும் வசதிகளுடன் மனத்தளவில் ஒப்பிட்டு பார்க்க வைத்தன.

'ஜெர்மனியில் தயாரிக்கப்பட்ட' ஒரு கப்பலில் எனக்கு அளிக்கப்பட்ட வசிப்பிடம் மற்றும் வசதிகள் குறித்த மேற்கூறிய விளக்கமும், P&O கப்பலுடனான இந்த ஒப்பீடும் முகஸ்துதிக்காகக் கூறப்படவில்லை. வழங்கப்பட்ட உணவு தரத்தில் சிறப்பாக இருந்தது. இருப்பினும், பிரெஞ்சுக் படகுகளில் பொதுவாகக் காணப்படும் சமையல் பக்குவத்தில் செய்யப்படும் ஒரு சிறிய

தரமேம்பாட்டை ஒருவர் தவறவிடக்கூடும். தந்தி வாத்தியங்கள் நிறைந்த பேண்டு இசைக்குழு இரவு உணவின்போது அந்தச் சூழலுக்கு உயிரூட்டி உற்சாகப்படுத்தியது.

உயர்வான தங்குமிடத்துடன் இந்த ஸ்டீமர் பெரிதாக இருந்தபோதிலும், பயணிகளின் எண்ணிக்கை (பெருமளவில் அமெரிக்கர்களும் ஜெர்மானியர்களும் பயணித்தனர்) குறைவாக இருந்தது. கீழ்த்திசை நாடுகளை நோக்கிச் செல்லும் இந்த நீராவிக் கப்பல் எப்போதாவதுதான் முழுமையான அளவில் பயணிகளையும் ஏற்றிச் செல்லும் என்று கூறினார்கள்.

கேப்டன் பொலாசெக், ஆறு அடி நான்கு அங்குல உயரம் கொண்ட ஜாலியான ராட்சத மனிதர். அவரது நட்புணர்விற்கும் அவர் கூறிய வேடிக்கையான கதைகளுக்கும் முடிவேயில்லை. மற்ற அதிகாரிகளும் மரியாதையாக நடந்து கொண்டனர். எனினும், கடமைகளை செய்வதில் மிகவும் கண்டிப்பாக இருந்தனர். அவர்களை மேல் தளத்திலோ அல்லது பயணிகளுடன் சகோதர உணர்வுடன் பேசிக்கொண்டு நிற்பதையோ அரிதாகவே பார்க்கமுடிந்தது. கப்பலின் உலாவும் தளம் வழக்கத்திற்கு மாறாக மிகவும் விசாலமானதாக இருந்தது. அத்துடன் உடற்பயிற்சிக்கான சிறந்த இடமாகவும் அமைந்தது.

நாங்கள் புறப்பட்ட அந்த நாளில், ஜப்பானின் அற்புதமான, அழகிய உள்நாட்டுக் கடலைக் கடந்து சென்றோம். நிஜத்தில் தீவுக்குள் ஒரு கடல் உருவாகியுள்ளது. ஜப்பான், ஒரு கடலுக்குள் உள்ளது எனலாம். உள்நாட்டு கடல் முழுவதும் ஏராளமான தீவுகள் ஆங்காங்கே காணப்படுகின்றன. அத்துடன் அவற்றுக்கிடையிலான நீர்வழி சில நேரங்களில் மிகவும் குறுகியதாக இருக்கும்; இரண்டு கப்பல்கள் ஒன்றையொன்று கடக்க முடியாது. கப்பல் செலுத்துவதை கடினமானதாக ஆபத்தானதாக இது ஆக்குகிறது.

எரிமலை வெடிப்புகள் உருவாக்கிய பல ஆயிரம் தீவுகள் உள்நாட்டுக் கடலில் இருப்பதாக ஜப்பானியர்கள் அறிவிக்கிறார்கள். மேலும் அவற்றில் ஏராளமான கிராமங்களும் இருக்கின்றனவாம். பொருட்களை விற்கும் வர்த்தகப் படகுகளும் தீவுகளுக்கிடையில் சென்று வருகின்றன. மக்களுக்கு அவை மிகவும் முக்கியத்துவம் வாய்ந்தவை. மாலை நேரம், இந்த அற்புதமான கடலின் முடிவுக்கு எங்களைக் கொண்டு சேர்த்தது. நிலப்பகுதி நெருங்கியது. நாங்கள் ஷிமோனோசெகியை அணுகினோம். கண்ணுற்ற இயற்கைக்காட்சி அதிக அளவில்

அழகுணர்ச்சியைத் தூண்டுவதாக, மிகவும் பிரும்மாண்டமாகத் தோன்றியது.

டிசம்பர் 15 அதிகாலையில் பலத்த மழையில் நாகசாகியை அடைந்தோம். கரையை அடைந்தபின் நாகசாகி ஹோட்டலில் லேயர்டு இணையர்களுடன் மதிய உணவு சாப்பிட்டேன். (திரு.லேயர்டு பிரிட்டிஷ் தூதர்.)

ஜப்பானுக்கு குட்பை

பிற்பகலில் நாங்கள் மீண்டும் கப்பலேறினோம். அற்புதமான விஷயங்களாக நான் பார்த்த, அதிகமாக வியந்து நோக்கிய அந்த நிலப்பரப்பை வருத்தத்துடன் நீண்ட நேரம், இறுதியாகப் பார்த்து நின்றேன். இந்த இடத்திற்கு எனது பயணம் மிகக் குறுகிய காலமே. காலமும் சூழ்நிலைகளும் எதிர்காலத்தில் என்மீது கருணை காட்டினால், மிகக் குறுகிய காலத்தில் எனது நேசத்திற்குரிய இடமாகிவிட்ட இந்தத் தேசத்திற்கு மீண்டும் ஒரு முறை வருகை தருவேன்.

நாகசாகி துறைமுகத்தின் பாதுகாப்பு ஆழ்ந்த யோசனையுடன் திட்டமிட்டு செயல்படுத்தப்பட்டிருப்பது வெளிப்படையாய் தெரிந்தது. ஒரு ரஷ்ய சக பயணி, சுற்றியுள்ள மலைகளில் தெரிந்த பலத்த கோட்டை மதிற்சுவர்களை என்னிடம் சுட்டிக்காட்டினார். அத்துடன் துறைமுகத்தைச் சுற்றி பெருமளவிற்குக் கன்னி வெடிகள் புதைக்கப்பட்டிருக்கலாம் என்று நம்புவதற்குக் காரணம் இருப்பதாகவும் கூறினார்.

நான் உரையாடிக் கொண்டிருந்த ரஷ்யர், ஜப்பான் முழுவதும் தங்கு தடையின்றிப் பயணம் செய்ததாக உறுதியாகச் சொன்னார். ஆனால், தன்னை எந்நேரமும் யாரோ பின் தொடர்ந்தார்கள் என்றும், அவரது இயக்கங்கள் அனைத்தும் ஜப்பானிய அதிகாரிகளால் கவனிக்கப்பட்டன என்று சந்தேகப்படுவதாகவும் கூறினார்.

பாகம் 4

ஷாங்காய் நோக்கிப் பயணம்

17

ஷாங்காய் - ஹாங்காங் - ஜோஹோர் சிற்றரசு

அடுத்த நாள் பலத்த எதிர்க்காற்று வீசியது. கொந்தளித்த அலைகளில் கப்பல் உருண்டோடியது, அதிகமாகத் தாவிக் குதித்தது. அதன் விளைவாக எனது அறைக்குள்ளே நான் அடைபட்டிருந்தேன். கொந்தளிப்பான கடல் பயணத்திற்குப் பின் 17ஆம் தேதி ஷாங்காய் கரையை அடைந்தோம்.

கப்பல் இரண்டு நாட்கள் அங்கு இருக்கும் என்றார்கள். ஆகவே, கரைக்குச் சென்று ஆஸ்டர் ஹவுஸ் ஹோட்டலில் தங்கினேன். அன்று மாலை ஷாங்காய் அமெச்சூர்கள் 'One Summer Day' என்ற முக்கியமான மேடை நிகழ்ச்சியை அளித்தனர். மிகவும் ரசிக்க முடிந்த நிகழ்வு.

18ஆம் தேதி, நீதிமன்றத்தில் கலவையான தீர்ப்பாயம் ஒன்றைப் பார்வையிட்டேன். அதன்பின் நீதிமன்றத்தை ஒட்டியிருந்த சிறையைப் பார்க்கச் சென்றேன். சிறை வளாகம் வெளிநாட்டவர் குடியேற்றப் பகுதியில் இருந்தாலும், சிறையின் நிலையும், அதிலிருந்த கைதிகளின் நிலையும் சிறப்பானது இல்லை என்றாலும் மோசமாக இல்லை எனலாம். சமீபத்தில் ஜப்பானில் நான் பார்த்திருந்த சிறை வளாகத்துடன் அந்த இடத்தை ஒப்பிட முடியாது. இந்தக் கருத்து சிறையின் நிலைக்கும் நிர்வாகத்திற்கும் பொருந்தும்.

பெரும் இடப் பற்றாக்குறை நிலவியதாகத் தோன்றியது; அவலமான நிலையில் இருந்த சிறைவாசிகள் அவர்களது தேவைக்கு போதாத மிகச்சிறிய இடத்தில் அடைக்கப்பட்டிருந்தனர். ஷாங்காயில் சிறைச் சித்திரவதையும் காட்டுமிராண்டித்தனங்களும் நடை பெறாமல் வெளிநாட்டு அரசாங்கங்கள் நிச்சயமாகப் பார்த்துக் கொள்கின்றன. ஆனால், சீனாவின் சிறைகளில் மிகப் பயங்கரமான கொடுமைகள் இன்னமும் நிகழ்ந்து கொண்டுதான் இருக்கின்றன என்று என்னிடம் கூறப்பட்டது.

மதிய உணவுக்குப்பின், சீனாவிலிருக்கும் பிரிட்டிஷ் படைப் பிரிவின் அட்மிரல் சர் சைப்ரியன் பிரிட்ஜை, கடற்படையின் முதன்மைக் கப்பல் அலாக்ரிட்டியில் சந்தித்தேன். அட்மிரல் என்னை மிகவும் மரியாதையுடன், முழுமையான கடற்படை மரியாதையுடன் வரவேற்றார்.

ஒரு சீனப் போர் வீரனைப் பார்க்க வேண்டும் என்ற ஆவல் எனக்கு இருந்தது. எனது விருப்பத்தை சர் சைப்ரியனிடம் தெரிவித்தேன். உடனே அவர் அந்தக் கப்பலின் லெப்டினன்ட்டை என்னுடன் வருவதற்குப் பணித்தார். ஸ்டீம் படகு ஒன்றையும் எனது பயன்பாட்டுக்குக் கொடுத்தார்.

சில மைல்களுக்கு அப்பால், சுமார் நான்காயிரம் முதல் ஐந்தாயிரம் டன்கள் எடை கொண்ட சீனக் கப்பல் ஒன்று நங்கூரமிட்டு நின்றிருந்தது. அந்தக் கப்பலுக்குச் சென்றோம். கமோடோர் அந்தஸ்தில் சீன அதிகாரி ஒருவர் அந்தக் கப்பலின் தலைமைப் பொறுப்பில் இருந்தார். இங்கிலாந்து சென்று பயிற்சி மேற்கொண்டவராம். அவர் என்னை நன்கு கவனித்துக் கொண்டார். அழைத்துச் சென்று கப்பல் முழுவதும் சுற்றிக் காட்டினார்.

எனது எதிர்பார்ப்புக்கு மாறாக, வியக்கத்தக்க தூய்மையுடனும் செயல்திறனுடன் கப்பல் இருந்தது. ஒரேயொரு வெளிநாட்டவர் மட்டும் கப்பலில் இருந்தார். ஓர் ஆங்கிலேயர்; பீரங்கிச் சுடும் பயிற்சி அளிப்பவர்.

கப்பலுக்குச் சென்றபோதும் புறப்படும் போதும் எனக்கு மரியாதை அளித்த சீனக் கடற்படையினர் மாற்றியமைக்கப்பட்ட நீல நிறச் சீருடை ஒன்றை அணிந்திருந்தனர். அவர்களது நீண்ட ஜடை நேர்த்தியாகச் சுருட்டப்பட்டு தலை உச்சியில் ஒரு சிறிய கருப்புத் தலைப்பாகை கொண்டு மூடப்பட்டிருந்தது. ஜப்பானியர்களுடன் நடந்த போரினால் சீனக் கடற்படை நலிவடைந்து இருந்தது. அந்த இழப்பிலிருந்து அவர்கள் மீண்டதாகத் தெரியவில்லை.

அந்த அடிப்படையில் அப்போது அவர்களிடம் நடுத்தர அளவிலான கப்பல்கள் இப்போது (நான் பார்த்துக் கொண்டிருந்தது போல்) சில இருந்தன. புறப்படுகையில் கமோடோர் என்னைக் கௌரவிக்கும் விதமாக பீரங்கிக் குண்டு வெடித்து மரியாதை செலுத்த ஏற்பாடு செய்தார். இது ஓர் அசாதாரண நடவடிக்கை. தலைமை கடற்படை அதிகாரியோ, ராணுவ அதிகாரியோ அல்லது முக்கியமான சிவில் உயரதிகாரிகளோ, அதிகபட்சம் மூன்று குண்டுகள்தாம் சுடப்படும். எனது மரியாதைக்கு அதைக்காட்டிலும் அதிக எண்ணிக்கையில் குண்டுகள் வெடிக்கப்பட்டன.

நான் 'La Chinoise' எனும் இடத்தில் சாப்பிடுவதைப் புறக்கணித்திருந்தால் எனது அனுபவம் முழுமையடையாமல் இருந்திருக்கும். வாய்ப்பு இரண்டு அமெரிக்க நண்பர்களிடமிருந்து சீன இரவு விருந்திற்கான அழைப்பின் வடிவில் வந்தது. இரண்டு அமெரிக்கர்கள் தவிர்த்து, மதிப்புமிக்க சீனர்கள் சிலரும் எங்களுடன் விருந்துக்கு வந்திருந்தனர். அந்த விருந்துக்கான உணவு முழுவதும் ஒரே நேரத்தில் மேஜை மீது வைக்கப்பட்டது; அவற்றைப் பார்த்தவுடன் அந்த உணவின் மீது முதலில் எனக்கு ஒருவிதமான வெறுப்பே ஏற்பட்டது, சாப்பிடத் தொடங்கிய உடனேயே அந்த எண்ணம் மறைந்துவிட்டது.

'பறவை கூடு சூப்' என்ற ஒன்றும் சமைக்கப்பட்ட வாத்தும் ரொட்டியும் மிகவும் நன்றாக இருந்தன. கத்திகளும் முட்கரண்டி களுக்கும் பதிலாக சாப்ஸ்டிக்குகள் பயன்படுத்தப்பட்டன. முதலில் அவற்றைப் பயன்படுத்திச் சாப்பிட முயன்றோம். சிரமமாக இருந்தது. எங்களது விகாரமான முயற்சிகளில் வெற்றி பெற்ற பிறகு அவற்றைப் பயன்படுத்துவது எதிர்பார்த்தது போல் அவ்வளவு மோசமானதாக இருக்கவில்லை.

இந்த வகை இரவு விருந்துகளில் இரண்டு விருந்தினர்களுக்கும் இடையில் பெண் ஒருத்தி இருப்பாள். அவர்கள் பாடல்கள் பாடுவார்கள். அந்தப் பாடும்-பெண்கள் நாகரிகமாகவும் இருக்கவேண்டும் என்பது விதி. பெண்கள் அனைவரும் சரியான நேரத்தில் ஒரு பாடல் பாடினர். பஞ்சாபின் மலை மாவட்டங்களில் பாடப்படும் பாடல்களின் தன்மையை வலுக்கட்டாயமாக எனக்கு நினைவூட்டியது. இரண்டுக்கும் இடையில் தனித்துவமான ஒற்றுமை இருந்தது.

வெவ்வேறு நாடுகளில் பழக்கவழக்கங்கள் வெவ்வேறாக இருக்கின்றன. இரவு விருந்து ஒன்றில் விருந்தினர்களுக்கு

சீனப் பெண்கள்

இடையில் இசைக் கலைஞர்கள் பலர் சீரான முறையில் அமர வைக்கப்படுவதால் உண்டாகும் தாக்கத்தை இதைப் படிப்பவர்களால் கற்பனைசெய்து பார்க்கமுடியும். ஒவ்வொரு பாடகியும் தனக்குப் பிடித்தமான பாடல் வரிகளைப் பாடினாள். பாடிய - பெண்கள் தீவிரமான கடமை உணர்வுடன் இருந்தார்கள். அத்துடன், உணவு போன்ற வடிவங்களில் வழங்கப்படும் எதையும் அவர்கள் மறுத்துவிட்டார்கள்.

இருப்பினும், விருந்தினர்களுக்கு தேவைப்படும் எதற்கும் உதவ அவர்கள் தயாராக இருந்தனர். பெண்கள் அனைவரும் சிவப்பு நிறத்துடன், கருநிற முடியுடன் இருந்தனர். அவர்கள் இனத்தைச் சார்ந்தவர்களில் தனித்த நல்ல தோற்றத்துடன் இருந்தனர். நேர்த்தியான விலையுயர்ந்த ஆடைகளை அணிந்திருந்தனர். அழகாகத் தோன்றினாலும், ஜப்பானிய இளம் பெண்களிடம் பார்க்க முடிகிற, மறுக்க முடியாத பண்பான, வசீகரம் இவர்களிடம் முற்றிலும் இல்லை.

சூயஸுக்குக் கிழக்கில், என் கருத்துப்படி ஷாங்காய் பெருமளவுக்கு மிகச்சிறந்த நவீன நகரம். அற்புதமான கட்டடங்களும் சிறந்த, நன்கு பராமரிக்கப்பட்ட சாலைகளும், நவீனச் சாதனங்களும், வசதிகளும் இன்னும் பிறவும் நிறைந்த நகரம். இந்தியாவிலிருக்கும் எந்த நகரத்தைக் காட்டிலும் மிகவும் நவீனமானதாக இருந்தது.

வானிலை, மிகக் கடுமையான குளிராக மாறியது, தவிர்க்க முடியாத பனிப்பொழிவு. காலநிலை விஷயத்தைப் பொறுத்தவரை, பஞ்சாபின் சில பகுதிகளுக்கு இணையான அட்சரேகையில்

ஷாங்காய் இருந்தாலும், இந்த இடத்தின் வானிலை பஞ்சாபைக் காட்டிலும் முடிவற்ற குளிராக உள்ளது. சைபீரிய ஸ்டெப்பி வெளிகளிலிருந்து வீசும், பனிப்பாறைகளை உரசிவரும் காற்று ஷாங்காய் மீது வீசுவதால் வானிலையில் இந்த வித்தியாசத்தைப் பார்க்க முடிகிறது. வெப்பநிலை மிகவும் குறைந்து போகிறது.

ஹாங்காங் நோக்கிப் பயணம்

நாங்கள் 19ஆம் தேதி காலை வூசங் என்ற இடத்திற்குப் புறப்பட்டோம். அங்கு எங்கள் ஸ்டீமர் நங்கூரமிட்டு நின்றது. இறுதியாக சுமார் பத்து மணியளவில் புறப்பட்டோம். மேலும் சில பயணிகள் அங்கு எங்களுடன் ஏறிக்கொண்டனர்.

நாங்கள் ஹாங்காங்கை நெருங்கிய போது வானிலை மிகவும் இனிமையானதாக மாறியது, மிகச் சமீபத்தில் நாங்கள் அனுபவித்த ஆர்டிக் நிலைமைகளிலிருந்து மிகவும் ஏற்கத்தக்க மாற்றம். பரந்த இயற்கைக் காட்சிகளைப் பார்த்துக் கொண்டே ஹாங்காங் துறைமுகத்தில் நுழைகிறோம். துறைமுகம், மூன்று புறத்திலும் மலைகளால் சூழப்பட்டுள்ளது. உலகின் மிகச்சிறந்த துறைமுகங்களில் ஒன்றாக கூறப்படுவதற்கு இதுவும் ஒரு காரணம்.

கிழக்கின் சிறந்த இயற்கைத் துறைமுகங்களில் ஒன்றைக் கைப்பற்றிய, பிரிட்டிஷ் அரசியல்வாதிகளின் போற்றத்தக்க தொலைநோக்குப் பார்வை அங்கு வெளிப்படுகிறது. இந்தத்

ஒரு பிரெஞ்சு அதிகாரியும் அவரது மனைவியும் –
ஷாங்காய் வூசாங் துறைமுகத்தில்

துறைமுகம் போர்க்காலத்தில், நிலக்கரி எரிபொருள் நிரப்பும் இடமாகவும், கடற்படைத் தளமாகவும் அவர்களால் பயன்படுத்தப்பட்டது.

அதுமட்டுமின்றி, ஏனைய நாடுகளின் மதிப்பீட்டில் அந்த இடம் முக்கியத்துவம் இல்லாத ஒன்றாகக் கருதப்பட்ட நேரத்தில் இதை அவர்கள் கைப்பற்றினர். விஷயங்கள் இப்போது நாம் பார்க்க முடிவதுபோல், (அவர்களது தொலைநோக்குப் பார்வையின் காரணமாக) பிரிட்டானியர்கள் சூயஸ் முதல் ஹாங்காங் வரையில் கடற்படைத் தளங்களின் முழுமையான சங்கிலி ஒன்றைப் பெற்றுள்ளனர். போரின் போது அவற்றின் மதிப்பைக் குறைத்து மதிப்பிட முடியாது. மதியம் நான்கு மணிக்கு கோவ்லாங் (இன்றைய கோவ்லூன்) துறைமுகத்தில் நங்கூரமிட்டோம், அதிக தாமதத்திற்குப் பின், கரைக்குச் சென்று அங்கிருந்து 'ஃபுனிகுலர்' (சிறிய ரயில்வழி) மூலம் பீக் ஹோட்டலை அடைந்தோம்.

டிசம்பர் 22 அன்று பீக் ஹோட்டலிலிருந்து கீழிறங்கிய நான், அல்பியன் என்ற முதன்மைக் கப்பலில் இருந்த ரியர் அட்மிரல் கர்சன் ஹோவைச் சந்திக்கச் சென்றேன். முழுமையான கடற்படை மரியாதையுடன் வரவேற்கப்பட்டேன். வார்டுரூமில் (போர்க் கப்பலின் கமிஷண்டு ஆபிஸர்ஸ் மெஸ்) அட்மிரல் மற்றும் அதிகாரிகளுடன் மதிய உணவு. அதன்பின் அந்த மிகச்சிறந்த கப்பலை எனக்குச் சுற்றிக்காட்டினர். பிரிட்டிஷ்-சீன கடற்படையில் சமீபத்தில் சேர்க்கப்பட்ட மிகவும் சக்திவாய்ந்த கப்பல்.

எல்லா எதிர்பாரா நிகழ்வுகளுக்கும் எல்லா நேரங்களிலும் தயார் நிலையில் இந்தக் கடற்பகுதியில் பிரிட்டானியர்கள் வலுவான கடற்படை ஒன்றைப் பராமரிக்கிறார்கள். இந்தக் கீழைப் பிரதேசத்தில் ஏதேனும் நடக்கும் என்றால், இந்தக் கலங்கள் எந்தத் தருணத்திலும் புறப்படக்கூடிய திறனுடனும் தயார்த்தன்மையுடன் பராமரிக்கப்படுகின்றன. இந்தக் கப்பல்களில் சாதனங்களோ அல்லது பணியாளர் எண்ணிக்கையிலோ எதுவும் குறைவில்லை என்பதை ஓர் ஆய்வின் மூலம் அறிந்துகொள்ள முடியும். எந்த நேரத்திலும் அவற்றிற்கு ஒதுக்கப்பட்டுள்ள பணியைச் செய்வதற்கு அவை முழுத் தகுதியுடன் இருக்கின்றன.

நான் ஹாங்காங் திரும்பியதும், அரசாங்க மாளிகையில் ஆளுநர் திரு.மே அவர்களைச் சந்தித்தேன். அதன்பின் முக்கியத் தெருக்களில் ஓர் உலா மேற்கொண்டேன். தெருக்கள் சிலவற்றில் சிறந்த ஐரோப்பிய மற்றும் சீனக் கடைகளைப் பார்த்தேன். அங்கு பல்வேறு வகையான பொருட்கள் விற்பனைக்கு இருந்தன.

ஹாங்காங் கடைவீதி

அழகான பொதுக் கட்டடங்கள், ஹாங்காங்

கீழ்த்திசை நகரங்களில் மிகச் சிறந்த ஒன்றாக ஹாங்காங் உள்ளது; அழகான பொதுக் கட்டடங்கள், வங்கிகள், பொழுதுபோக்கு இடங்கள் போன்றவை உள்ளன. சாலைகள் உயர்ந்து செங்குத்தாகச் செல்வதால் வண்டிப்பயணம் சிரமமாக இருக்கிறது. அதன் விளைவாக, பெரும்பாலான போக்குவரத்து 'ரிக்ஷாக்கள் மற்றும் சீன ஜம்பான்கள்' மூலம் நடைபெறுகிறது.

நகரம் குன்றின்மீது கட்டப்பட்டதுபோல் தெரிகிறது. கடற் கரையிலிருந்து கூர்மையாக உயர்ந்து செல்கிறது. இதனால் வண்டி போக்குவரத்து கடினமாகிறது. நாங்கள் ஆளுநருடனும் அவரது மனைவியுடனும் உணவருந்தினோம், அதன்பின் சிட்டி ஹாலில் நடனம் ஒன்றுக்குச் சென்றோம். அந்த நிகழ்வில் நகரத்தின் முக்கியக் குடிமக்களும், துறைமுகத்துப் போர் வீரர்களின் அதிகாரிகளும் ஏராளமாக கலந்துகொண்டனர். அந்தக் கட்டடம் பெரியது. நடனத்திற்கும் அல்லது பொதுப் பொழுதுபோக்கிற்கும் ஏற்ற வகையில் மாற்றப்பட்டிருந்தது.

டிசம்பர் 23 அன்று, அட்மிரல் கர்சன்-ஹோவ் தனது நீராவிப்படகை எனக்குக் கொடுத்து உதவினார். அதில் பயணித்து கோவ்லாங்கில் எங்கள் கப்பலை அடைந்தோம்.

கிறிஸ்துமஸ் தினம் முழு மரியாதையுடன் கப்பலில் கொண்டாடப் பட்டது. நன்கு அலங்கரிக்கப்பட்டு, ஒளியூட்டப்பட்ட ஓர் அழகான மரம், டைனிங்-சலூனில் அமைக்கப்பட்டது, மாலை நேரத்தில் ஜெர்மன் பாணியில் பழங்காலத்து முறையில் உண்மையான மகிழ்ச்சி கொண்டாட்டம் நடந்தது. இசைக்குழு கவனமாக தேர்ந்தெடுக்கப்பட்ட பொருத்தமான சங்கீதங்களை வாசித்தது. அங்கு கூடியிருந்த அனைவரும் மிகவும் ரசித்து மகிழ்ந்தனர்.

சிங்கப்பூர்

27ஆம் தேதி அதிகாலையில் நிலம் தென்பட்டது. சிங்கப்பூரை மத்தியானம் அடைந்தோம். காலநிலையில் ஏற்பட்டிருந்த வேறுபாடு மிகவும் தெளிவாகத் தெரிந்தது. முற்றிலும் வெப்பமண்டல வானிலை மிகுந்த ஈரப்பதத்துடன் இருந்தது. வெளிப்படையாகத் தெரிந்த மண் வளமும், சுற்றியிருந்த பிரதேசத்தின் பசுமையும் சிலோனை வலுக்கட்டாயமாக நினைவூட்டின.

அங்கு ராஃபிள்ஸ் ஹோட்டலில் தங்கியிருந்தேன். பெரிய ஹோட்டல், வசதியாகவும் இருந்தது. மதியத்திற்குப் பின்

தாவரவியல் பூங்காவைப் பார்க்கச் சென்றேன். மண்ணின் வளம், ஈரமான, கதகதப்பான வளிமண்டல சூழ்நிலை ஆகியன, அனைத்து வகைத் தாவரங்களும் மிகச் சிறப்பாக வளரும் வகையில் பயனுள்ளதாக அமைந்திருந்தன. மனத்திற்கு உகந்த முறையில் அந்த இடம் அமைந்து, நன்கு பராமரிக்கப்பட்டதாக இருந்தது.

ஜாவாவுக்கு நீராவிக் கப்பல் ஒன்றைப் பிடிக்கும் நோக்கம்தான் இந்த இடத்திற்கு நான் வந்தது. ஆனால் ஜனவரி 1ஆம் தேதி வரை கப்பல் எதுவும் புறப்படவில்லை. இதனால் ஆறு நாட்கள் தாமதம் உண்டானது. வேறு வழியின்றி, புறப்படும் நேரம் வரை நாங்கள் பூங்காக்களையும் அருகிலிருந்த இடங்களையும் சுற்றிப் பார்த்து திருப்தி அடைய வேண்டிய கட்டாயம் ஏற்பட்டது.

ஜோஹோர் பயணம்

29ஆம் தேதி காலை ரயிலில் ஜோஹோரைப் பார்க்கப் புறப்பட்டேன். ஒரு மணி நேரம் பயணம் மட்டும். இறங்கியபின், படகு ஒன்றில் ஏறினோம். சுமார் பத்து நிமிடங்களில் எங்கள் இலக்கை அடைந்துவிட்டோம். மலாய் தீபகற்பத்தின் தூரத்தில் ஒரு மூலையில் அமைந்திருந்த ஒரு சுதந்திர பிரதேசம், ஜோஹோர். இதுவரை தனது சுயாட்சியைப் பாதுகாப்பதில் வெற்றி பெற்றுள்ளது. அந்தந்த சுல்தான்களின் கீழ் ஒரு கூட்டமைப்பாக மாற்றியுள்ள மலாய் மாநிலங்கள் ஜோஹோரின் அருகில் இருக்கின்றன.

மலாய் தீபகற்பம் முழுவதும் நடைமுறையில் பிரிட்டானியர்களின் ஆட்சியின் கீழ் உள்ளது. கிழக்கின் மான்டே கார்லோ என்ற பெயரை ஜோஹோர் பெற்றுள்ளது. மேலும் இங்கு சூதாட்டம் கட்டுப்பாடின்றி அனுமதிக்கப்படுகிறது. ஆனால் சுல்தானின் குடிமக்களுக்கு மட்டுமே அதற்கு அனுமதி உள்ளது. வெளியில் தெரியாத காரணங்களுக்காக வெளிநாட்டினர் அதில் பங்கேற்க தடை விதிக்கப்பட்டுள்ளது.

ஜெட்டியில் இறங்கியதும், சுல்தானின் தனி உதவியாளர்களில் ஒருவரான கேப்டன் தாவூத் என்னைச் சந்தித்தார். ஆஸ்திரேலியாவில் அவர் இருந்த காலத்தில் ஆங்கிலிகன் மரபிலான பல விஷயங்களுடன் ஓர் அழகான ஆஸ்திரேலிய மனைவியையும் தன்னுடன் கொண்டு வந்துவிட்டார். விருந்தினர்களும் நாட்டிற்கு வருகை தருவோரும் தங்குவதற்கு அரசால் பராமரிக்கப்படும் ஜோஹோர் ஹோட்டலுக்கு உதவியாளர் எங்களை அழைத்துச் சென்றார்.

சீன வேலையாட்களின் முட்டாள்தனம் நாடறிந்த ஒன்று. முட்டாள்தனத்தின் உச்சத்தை வேலையாட்களில் ஒருவன் வெளிப்படுத்தியதைப் பார்த்தேன். மினரல் வாட்டர் பாட்டில் ஒன்றைக் குளிர்விக்கும்படி அவனிடம் சொல்லப்பட்டது. அந்தப் பாட்டிலை பனிக்கட்டிகளுக்குள் புதைத்து வைக்கும் வழக்கமான முறையை அவன் பின்பற்றவில்லை. அதற்குப் பதிலாக, எல்லையற்ற சிரத்தையுடன் அந்தக் கட்டிகளை மிகச்சிறிய துண்டுகளாக பொடியாக்கி, பின்னர் அவற்றைப் பாட்டிலில் நிரப்ப முயன்றான். இத்தகைய முட்டாள்தனத்தை எந்த நாட்டிலும் எவரும் விஞ்ச முடியாது.

நல்லதொரு காலை உணவுக்குப் பின், சுற்றியிருந்த இடங்களைக் காட்டுவதற்கு உதவியாளர் எங்களுடன் வந்தார். முதலில் சென்ற இடம், சுல்தானின் அரண்மனை. இது சாதாரண வசதியான வசிப்பிடமாக இருக்கிறது என்பதைத் தவிர்த்து சிறப்பானது என்று சொல்வதை நியாயப்படுத்த எதுவும் இல்லை என்று கூறலாம். அங்கு, விரைவில் இங்கிலாந்துக்குக் கல்வி கற்கச் செல்லவிருக்கும் சுல்தானின் மூன்று இளம் வயது மகன்களைப் பார்த்தேன்.

அரண்மனையை விட்டு வெளியேறும்முன், அந்த சிற்றரசின் அரசவைச் சின்னங்களைப் பார்வையிட்டேன். அரண்மனையின் ஏனைய நகைகளுடன், அழகான தங்கத்திலும் வெள்ளியிலும் செய்யப்பட்ட தட்டுகள், அரசுச் சின்னம் மற்றும் சில வெளிநாட்டு அலங்காரப் பொருட்கள் இருந்தன. அதன்பின் அந்த இடத்தைப் பார்த்துவிட்டு, அரசின் மசூதியையும் சிறை வளாகத்தையும் பார்த்தேன்.

ஜோஹோர் சுல்தான்

அடுத்து, சீன மற்றும் மலாய் நகரங்கள். அந்தப் பகுதிகள் திறமையாக மேற்பார்வை செய்யப்படுகின்றன என்பது என்னுள் தாக்கத்தை ஏற்படுத்தியது. இயற்கையான வெப்பமண்டலக் காட்சிகள் ஏராளமான பசுமையான மரங்களுடன் சேர்ந்து சுற்றுப்புறத்திற்கு ஒருவிதமான அழகிய தோற்றத்தைக் கொடுத்தன. ரப்பர் மரங்களின் பூர்வீகம் ஜோஹோர். அரசு வருவாயின் பெரும்பகுதியின் மூலாதாரம் இவை. ஐரோப்பிய அதிகாரிகள் பலர் சுல்தானின் சேவையில் உள்ளனர்.

ஒரு பொறியாளர், ஒரு மருத்துவர், துருப்புக்களின் கமாண்டண்ட் என்று அவர்கள் சுமார் 300 பேர் உள்ளனர். ஏறத்தாழ அவர்கள் அனைவரும் பதான்கள். அந்த அதிகாரிகளில் ஒரு பஞ்சாபியும்

உண்டு. அவர் என்னைப் பார்க்க வந்திருந்தார். நான் புறப்படுவதற்கு சற்று முன்பு, சுல்தான் இப்ராஹிம் அலி கான் (அவரது நாட்டுப்புற முகாமிடத்திலிருந்து இதற்காகச் சிறப்பாக வந்திருந்தார்) என்னைச் சந்திக்க வருகை தந்தார்.

அந்த இளவரசர் ஆங்கிலப் பழக்கவழக்கங்களுக்குப் பெரிதும் மாறியிருந்தார். வெள்ளை நிற 'டக் சூட்' அணிந்து வந்திருந்தார். சற்றே முரட்டுத்தனமான பாணி. அவருக்கு விருப்பமான விலங்கான குதிரைகளுடன் அவர் செய்த பல சாகசங்களும் விபத்துகளும் அவரை ஒரு ஹீரோ ஆக்கியுள்ளன. ஒரு சந்தர்ப்பத்தில் குதிரை ஒன்று வாயில் உதைத்ததால் பெரும்பாலான பற்களை இழந்துவிட்டார். பல் செட் ஒன்றை இப்போது வைத்துக் கொண்டுள்ளார். மேல் வரிசையிலும் கீழ் வரிசையிலும் இரண்டு முன் பற்களில் வைரங்கள் பதிந்துள்ளன. சிரிக்கவோ பேசவோ அவர் வாயைத் திறக்கும்போதெல்லாம் அற்புதமாகப் பிரகாசிக்கின்றன.

சுல்தான் அடிக்கடி ஐரோப்பாவிற்குப் பயணம் செய்துள்ளார். இந்த விஷயத்தில் மற்றவர்கள் போலவே எங்களிடையே பேச பொது விஷயம் இருந்தது; அதனால் விரைவில் நாங்கள் சிறந்த நண்பர்கள் ஆகிவிட்டோம். விவாதிக்க பல விஷயங்களும் மனிதர்களும் இருந்ததை அறிந்தோம். அத்துடன் பரஸ்பரம் சுவாரஸ்யமான

ஜோஹோர் சுல்தான் இப்ராஹிம் அலி கான்

கதைகளையும் பரிமாறிக் கொண்டோம். ஐரோப்பாவிற்கு மீண்டும் ஒரு பயணம் மேற்கொள்ள வேண்டும் என்ற எண்ணம் இருப்பதாக சுல்தான் கூறினார். அங்கேயே இரண்டு ஆண்டுகள் தங்கியிருப்பாராம்.

இவ்வளவு காலம் நாட்டிலிருந்து விலகி இருக்க அனுமதி பெறுவதில் எப்படி அவர் வெற்றி பெற்றார் என்று அவரிடம் கேட்டேன். அவருக்கு ஒரே வியப்பு. அப்படி யாரிடமாவது அனுமதி கேட்கும் எண்ணமே தனக்குத் தோன்றவில்லை என்று கூறினார்.

ஜோஹோரில் மிகவும் அனுபவித்த சுவாரஸ்யமான பயணத்தை முடித்துவிட்டு, மாலையில் சிங்கப்பூர் திரும்பினோம். இரவு உணவுக்குப் பின் மலாய் தியேட்டர் ஒன்றுக்குச் சென்றோம்.

டச்சு நாடகம் ஒன்றை நிகழ்த்த கலைஞர்கள் முயற்சி செய்தனர். ஆனால், அதை முற்றிலுமாகக் கொலை செய்வதில் அவர்கள் வெற்றி பெற்றனர். மேலும் ஐரோப்பிய இசையை மலாய் சொற்களில் மாற்றியமைத்து அவர்கள் பாட முயன்றது மிக மிக நகைச்சுவையாக இருந்தது. ஆடைகள், அவற்றின் அசல்களின் மோசமான பிரதிகளாக இருந்தன. தீவிர நாடகம் என்று முனைந்து நகைச்சுவை ஆபரா நடத்தும் நோக்கத்தில் வடிவமைக்கப்பட்டதாக அது இருந்தது.

டிசம்பர் 30 அன்று காலையில் பெய்த மழை, என்னை அறைக்குள்ளேயே அடைத்துவிட்டது. மதியம், ஜோஹோர் சுல்தானின் அழைப்பின் பேரில், சிங்கப்பூரிலிருந்த அவரது அரண்மனையில் அவருடன் தேநீர். அவருக்குச் சிங்கப்பூரில் இரண்டு அரண்மனைகள் உள்ளன. ஒன்று பெரியது மற்றொன்று சிறியது. இரண்டும் அழகான அறைகலன்களுடன் சிறப்பாக அலங்கரிக்கப்பட்டிருந்தன. இரண்டும் அலங்காரமான இயற்கைப் பூங்காக்களுக்கு மத்தியில் அமைந்துள்ளன.

தனது பிரம்மச்சரிய ஆண்டுகளின் இல்லம் என்று அவர் அழைத்த அரண்மனைக்குள் என்னை வரவேற்றார். அதிகமான நேரத்தை இங்கு செலவிடுகிறார். அவரது மதிப்புமிக்க பந்தயக் கோப்பைகள் பலவற்றை அங்கு பார்த்தேன். அவரது குதிரைகள் சிலவற்றையும் பார்க்க முடிந்தது. அற்புதமான சிறந்த குதிரைகள். அவரிடம் கார்களும் இருந்தன. அவை எப்படி இயங்குகின்றன என்பதையும் அவர் நன்கு அறிந்திருக்கிறார்.

ஜோஹோர் சுல்தானின் சிங்கப்பூர் அரண்மனை

ஜாவாவிற்குப் பயணம்

டிசம்பர் 31 அன்று ஜாவாவிற்கு நான் ஏறிய ஸ்டீமரை எழுநூறு டன் எடையுள்ள ஒரு மோசமான தொட்டி என்றுதான் சொல்ல வேண்டும். ஸ்டீமர் உலர்ந்த மீன்களையும் ஏற்றிச் சென்றது அன்று எனது கெடுவாய்ப்பாக அமைந்தது. அதனால் அந்தச் சிறு கலம் மோசமான வாசனையால் நிறைந்திருந்தது. படகு முழுவதும் மொய்த்திருந்த, தளத்திலேயே சாப்பிட்டு, தூங்கி, குளித்த சீன மற்றும் மலாய்க்காரர்களின் பெருந்திரள் வேறு.

கேப்டன் ஆழ்ந்த அனுபவசாலியாக இருந்தார். அவரும் இரண்டு அதிகாரிகளும் ஆங்கிலேயர்கள். குறிப்பாக கேப்டன் மிகக் கண்ணியமானவராக இருந்தார். முன்பக்கத் தளத்திலிருந்த அவரது கேபினைப் பயன்படுத்திக் கொள்ள என்னை அனுமதித்தார். அங்கு மீன் வாசனை குறைவாகவே ஊடுருவியிருந்தது.

எங்களைச் சூழ்ந்திருந்த மோசமான, அசௌகரியமான நிலையை நாங்கள் பொறுத்துக்கொண்டோம். அந்தப் பயணம் அனுமதித்த சூழலில் கிடைத்த சுகத்தைப் பெற்றுக் கொண்டோம். நல்லவேளை அந்தப் பயணம் இரண்டு நாட்களுக்கு மேல் நீடிக்கவில்லை. என் வாழ்வில் முதன்முறையாக நிலநடுக்கோட்டைக் கடந்தேன்.

ஆனால், ஐரோப்பியப் பயணிகள் குறைவாக இருந்ததால், உலகைச் சுற்றி கற்பனையாக வரையப்பட்டிருக்கும் அந்தக் கோட்டை கப்பல் கடக்கும்போது பலரும் பின்பற்றுவதாக கூறப்படும் வழக்கமான நடவடிக்கைகள் இல்லை. அத்துடன் மீனின் வாசனையை எதிர்த்துப் போராடுவதிலேயே நாங்கள் மிகவும் மும்முரமாக இருந்தோம் என்பதால் அதற்குக் கொடுக்கப்பட வேண்டிய கவனத்தை நில நடுக்கோடு ஒருவேளை குறைவாகப் பெற்றிருக்கலாம்.

அவ்வப்போது வீசிய கடுமையான காற்றும் மழையும் பெரும் வெப்பத்தைத் தணித்தன. ஆனால், அவை குறுகிய காலத்திற்கு மட்டுமே நீடித்தன. அதனால், அசௌகரியம் ஓரளவுதான் குறைந்தது. இரண்டாவது நாள் முழுவதும் நிலப்பரப்பை பார்த்தபடியே பயணித்தோம்; அவை ஹாலந்துக்குச் சொந்தமான சிறிய தீவுக் கூட்டம்.

பாகம் 5

நெதர்லாண்ட்ஸ் இந்தியா - டச்சு இந்திய காலனி

18

படேவியா - பைட்டென்ஸார்க் சுற்றுப்பயணம்

கிழக்குலகின் மிகப்பெரிய பிரிட்டிஷ் அல்லாத காலனி என்பதால் 'நெதர்லாண்ட்ஸ் இந்தியா' எப்போதும் எனது ஆர்வத்தைக் கிளறும் பிரதேசம். ('நெதர்லாண்ட்ஸ் இந்தியா' டச்சு கிழக்கிந்திய கம்பெனியின் காலனியாக இருந்த இன்றைய இந்தோனேசியாவை உள்ளடக்கிய பிரதேசம்.)

ஜனவரி 3ஆம் தேதி நாங்கள் படேவியாவை (இன்றைய ஜாகர்த்தா, இந்தோனேசியாவின் தலைநகரம்) நெருங்கினோம். ஒப்பிட்டுப் பார்க்கவும் வேறுபாடுகள் என்னென்ன என்று அறிந்துகொள்ளவும் இறுதியில் வாய்ப்பு கிடைத்ததை நினைத்து மகிழ்ச்சியடைந்தேன். ஒரு காலனியச் சக்தியாக ஹாலந்து மூன்றாம் இடத்தில்தான் இருக்கிறது. அத்துடன் ஜாவாவைக் காட்டிலும் வேறு எங்கும் அவர்களது ஆட்சிக்குச் சாதகமாக நிலை இல்லை; அத்துடன் அங்கு போன்று கடுமையாக விமர்சிக்கப்படுவதையும் எங்கும் பார்க்க முடியாது.

சுமத்ரா, போர்னியோ, செலிபெஸ் மூன்றும் முற்றிலும் டச்சு ஆட்சியின் கீழ் உள்ளன. அருகிலுள்ள பல சிறிய தீவுகளும் அதில் அடக்கம். அனைத்தையும் சேர்த்து மொத்த மக்கள் தொகை, நாற்பது மில்லியனுக்கும் அதிகமாக இருக்கும். எல்லாவற்றிலும் ஜாவா மிக முக்கியமானது. அத்துடன் உலகில் வேறு எந்த

நாட்டிலும் இல்லாத அடர்த்தியான மக்கட்தொகையைப் பெற்றுள்ளது. இங்கு குறிப்பிடும் நாற்பது மில்லியன் மக்களில், ஜாவா இருபத்தைந்து மில்லியனுக்குக் குறையாத மக்கள் தொகை கொண்டது; அல்லது மொத்தத்தில் பாதிக்கு மேல் இருக்கும்.

தற்போது அதன் வசமிருக்கும் காலனிகளைப் பல நூற்றாண்டுகளாக ஹாலந்து ஆட்சி செய்து வருகிறது. எனினும், பூர்வீக இனங்களுடன் தொடர்ந்து யுத்தம் செய்துகொண்டிருக்க வேண்டிய சூழல்; அத்துடன் அவை ரத்தம் சிந்தப்படும் போர்களாகவே இருக்கின்றன. தற்சமயம், சுமத்ராவில் உள்ள ஆச்சினீஸ் இனத்தவர்கள் டச்சு ஆட்சியாளர்களுக்கு எப்போதாவதுதான் தொந்தரவு தருகின்றனர். இந்த மக்கள், ஜாவாவில் வசிப்பவர் களைக் காட்டிலும் மோதல் மனநிலையும் ஆக்ரோஷமான குணமும் கொண்டவர்கள். இப்போது அங்கு அமைதியும் சாந்தியும் ஆட்சி செய்கின்றன.

நெப்போலியன் ஹாலந்தை ஆக்கிரமித்த நேரத்தில், டச்சுக் காரர்களின் உடைமைகள் எடுத்துக் கொள்ளப்பட்டன அல்லது முன்னேற்பாட்டின்படி ஆங்கிலேயர்களின் வசம் ஒப்படைக்கப் பட்டன. இந்த விஷயம் பொதுவாக வெளியில் தெரியாமல் இருக்கலாம் அல்லது பெரும்பாலான மக்கள் அதை மறந்திருக்கலாம். ஐந்து ஆண்டுகளுக்குப்பின் ஹாலந்து மீண்டும் சுதந்திரம் பெற்றவுடன் அந்த நாட்டிடம் திரும்பவும் ஒப்படைக்கப்பட்டன.

இப்போது பிரிட்டிஷ் இந்தியா என்று அழைக்கப்படுவதன் பகுதியாகத்தான் ஜாவா இருந்தது என்று எடுத்துரைக்க அதிகச் சான்றுகள் உள்ளன. ஒரு காலத்தில் அதன் மக்கள் இந்து மதத்தைப் பின்பற்றினர். முகமதியப் படையெடுப்பின் விளைவாக, அவர்கள் நபியைப் பின்பற்றும் மனிதர்களாக மாறினர்.

இன்றுவரை அப்படித்தான் இருக்கிறார்கள். இருப்பினும், அந்த மதத்தைப் பின்பற்றினாலும், அவர்கள் பழமைவாதிகளாக எவ்வகையிலும் இல்லை என்பதை ஒப்புக்கொள்ள வேண்டும். மக்கள் தங்கள் வீடுகளில் தனிப்பட்ட முறையில் இன்றுவரை இறை உருவங்களை வழிபடுவதில் ஈடுபட்டுள்ளனர், ஒரு தலை முறையிலிருந்து மற்றொரு தலைமுறைக்கு, மரபாக ஸ்வீகரிக்கப் பட்ட வழக்கத்தின் தாக்கத்தை இது வெளிப்படுத்துகிறது. முகமதிய மதத்தால் முற்றிலும் அதை ஒழிக்க முடியவில்லை.

படேவியா

எங்கள் ஸ்டீமர் காலை ஏழு மணிக்கு டேன்ஜங் பிரையோக் துறைமுகத்தை அடைந்தது, அதன் பின்னர், அங்கிருந்து இருபது நிமிடங்கள் ரயில் பயணத்திற்குப் பின் படேவியாவை அடைந்தோம். நாங்கள் ஹோட்டல் டெஸ் இண்டீஸில் தங்கினோம். நான் தங்குவதற்கு ஹோட்டலின் அனெக்ஸ் முழுவதும் ஒதுக்கப்பட்டிருந்தது. அது ஒரு பெரிய கட்டடம். உயர்தரமான அறைகள், நல்ல வசதிகளுடன் இருந்தன. அறைகலன்கள் முதலியன உண்மையில் வசதியான பயன்பாட்டிற்கு தக்கனவாக இருந்தன. தரையில் பளிங்குக் கற்கள் பரவப்பட்டிருந்தன. அத்துடன் ஜாவாவில் எல்லா இடங்களிலும் பார்க்க முடிவது போல், படுக்கைகள் மிகப்பெரிய அளவில் இருந்தன. எனக்கு அளிக்கப்பட்டிருந்த படுக்கை 8க்கு 6 அடி அளவு இருந்தது.

ஹோட்டலுக்குள் நாங்கள் வந்த சிறிது நேரத்திலேயே எங்களுக்கு முதல் உணவு பரிமாறப்பட்டது. இதுவரையிலும் பெற்ற அனுபவங்களில் இது மிகவும் சுவாரஸ்யமான ஒன்றாக இருந்தது. அந்த உணவை 'ரைஸ் டேஃப்ள்' (Riz-tafel) என்று சொல்கிறார்கள். அதாவது 'உணவு மேஜை'. மதியம் ஒரு மணிக்கு அது பரிமாறப்படுகிறது.

அனைத்தும் ஒரேநேரத்தில் ஒருவருக்கு முன்னால் வைக்கப் படுகின்றன. கறியாகச் சமைக்கப்பட்ட இறைச்சி, கோழி, மீன், முதலியன. அத்துடன் ஒரு பெரிய சூப் பிளேட்டில் தாராளமாக சோறும் வைக்கப்பட்டிருந்தது. முன்னால் வைக்கப்படும் மேஜையிலிருந்து உணவுகளையும் பதார்த்தங்களையும் ஒருவர் தனக்குத் தானே எடுத்துப் போட்டுக்கொண்டு சாப்பிட வேண்டியதுதான்.

அந்த மதிய உணவுக்குப்பின் பெரும்பாலான மக்கள் மறைந்து விடுகிறார்கள்; அதாவது வெளியில் வருவதில்லை.

கடைகளும் வணிக வளாகங்களும் மூடப்படுகின்றன. தாற்காலிகமாக அந்த இடம் முழுவதும், எல்லாவற்றிலும் எல்லோரிடத்திலும் ஓர் இனிமையான சோம்பேறித்தனம் பரவுகிறது. பெரும் வெப்பமான வானிலை போனதும், ஆறு மணிக்கு ஒருவகை உயிர்த்தெழுதல் நடைபெறுகிறது. மீண்டும் வாழ்வின் அறிகுறிகள் தென்படத் தொடங்குகின்றன.

இந்தப் புதிய இடம் எப்படி இருக்கிறது என்று பொதுவாக தெரிந்துகொள்ள மாலையில் சுற்றிப் பார்க்கப் புறப்பட்டேன். அப்போது டச்சு துருப்புக்களின் முகாம்களை எட்டிப் பார்க்க முடிந்தது. அவர்களுடைய வாழ்க்கை முறையை அவதானிக்க மிகவும் ஆர்வமாக இருந்தேன். டச்சுக்காரர்கள், ஐரோப்பியர்கள், அந்த நாட்டைச் சேர்ந்த துருப்புக்கள் என்று அனைவரும் ஒரேயிடத்தில்தான் வசிக்கின்றனர்; ஒன்றாகவே உண்கின்றனர். அந்த நாட்டைச் சேர்ந்தவர்களும் டச்சுக்காரர்கள் அணியும் சீருடையில் தலைக்கவசங்களில். இருந்தனர். அனைத்து இனத்தையும் சேர்ந்த துருப்புக்களின் மொத்த எண்ணிக்கை சுமார் நாற்பதாயிரம் இருக்கும்.

நகரம் நன்கு திட்டமிட்டு வடிவமைக்கப்பட்டு அமைந்திருந்தது. பெரும்பாலும் தாக்கம் ஏற்படுத்தாத ஒரு மாடிக் கட்டடங்கள். எனினும், அவை பிரம்மாண்டமானவை, நல்ல முறையில் கட்டப்பட்டிருந்தன. அத்துடன் அனைத்தும் விசாலமான வராந்தாக்களுடன் அமைந்திருந்தன. நன்கு அமைந்திருந்த தெருக்கள், அவற்றின் இருபுறமும் பாதசாரிகளின் வசதிக்காக நடைபாதைகளுடன் காணப்பட்டன. வாட்டர்லூ ப்ளீன் என்று அழைக்கப்படும் பெரிய சதுக்கம் ஒன்றில் ராணுவத்தின் இசைக்குழுவினர் நல்ல, தேர்ந்தெடுத்த இசையை வாசித்துக் கொண்டிருந்தனர். ஏராளமான, இசைப்பிரியர்கள் அங்கு கூடி அதை ரசித்துபடி நின்றிருந்தனர்.

மாலை 7 மணிக்கு. (இது மற்றவரைப் பார்க்கச் செல்லும் வழக்கமான நேரமாம்) பிரிட்டிஷ் தூதர் திரு. ஃப்ரேசர் என்னைப் பார்க்க வந்தார். திரு. ஃப்ரேசர் பெரிய வியாபாரம் ஒன்றில் ஈடுபட்டிருக்கும் வணிகரும்கூட. என்னை அவர் 'ஹார்மோனி' என்ற சிவிலியன் கிளப்புக்கு அழைத்துச் சென்றார், கம்பி இசைக்கருவிகள் கொண்டு இசை வழங்கும் பேண்டு குழுவினர் வாசித்துக் கொண்டிருந்தனர். திறந்த வெளியில் அமைக்கப் பட்டிருந்த சிறிய மேசைகளில் இருந்த குளிர்பானங்களை அருந்தி மகிழ்ச்சியில் திளைத்துக் கொண்டிருந்த பலருக்கும் செவியுணவாக அது இருந்தது. ஒருவர் ஏங்கும் ஒருவிதமான ஓய்வு. ஆனால் இதைப்போன்ற மாறுப்பட்ட விஷயங்களுக்கான வாய்ப்புகள் வரம்பற்றதாக இருக்கும் இந்தியாவில் இவை அரிதாகவே கிடைக்கக்கூடும்.

கூட்டத்தினர் தேர்ந்தெடுக்கப்பட்ட மனிதர்களாக இருந்தனர்; அவர்களில் நன்கு உடையணிந்த சில பெண்களும் சீருடை அணிந்த

டச்சு அதிகாரிகளும் இருந்தனர். கிளப் ஒரு வசதியான, விசாலமான, ஒழுங்குடன் அமைந்த இடம். பொருத்தமான பளிங்கு தரைகளுடன் இருந்தது. இது மிகவும் பிரபலமான உல்லாசத்திற்கான இடமாக இருக்கும்போல் தோன்றியது. ஒன்பது மணிக்கு வழக்கமான முறையில் ஹோட்டலில் இரவு உணவு வழங்கப்பட்டது. அது ஜாவாவின் பொதுவான இரவு உணவு நேரமாம்.

மறுநாள் காலை அருங்காட்சியகம் பார்க்கச் சென்றேன். அற்புதமான பொருட்களின் சேகரிப்பு அங்கு இருந்தது. சில பழங்காலத்தவை. மற்றவை நவீன காலத்தைச் சேர்ந்தவை. டச்சு கிழக்கு இந்தியக் கம்பெனியின் காலத்தில் நடைமுறையிலிருந்த கலை மற்றும் அறிவியல் தொடர்பான விஷயங்களை விளக்கும் பொருட்களும் இருந்தன.

சேகரிப்புகளில் நான் பார்த்த சில பொருட்கள் எனக்கு மிகவும் ஆர்வமூட்டின. தீவின் பல்வேறு பகுதிகளில் அவ்வப்போது தோண்டி எடுக்கப்பட்ட கல் உருவங்கள் அவை. சிறந்த முறையில் வகைப்படுத்திக் காட்சிப்படுத்தப்பட்டிருந்தன. இந்த உருவங்கள் எல்லா அம்சங்களிலும் இன்று இந்தியக் கோவில்களில் நாம் பார்க்கமுடிகிற உருவங்களை ஒத்திருந்தன. எடுத்துக்காட்டாக விநாயகர், சிவன், கிருஷ்ணரின் உருவங்களை என்னால் அடையாளம் காண முடிந்தது. உண்மையில், இந்து புராணங்களில் உலவும் அனைத்து கடவுள்களும் அங்கு இருப்பதாகத் தோன்றியது.

இத்தகைய உருவங்கள் அங்கு இருந்ததும், அவற்றின் பெரும் தொன்மையும், பிற சூழ்நிலைகளையும் மனத்தில் கொண்டு பார்க்கையில் கடந்த காலத்தில் இந்து மதம்தான் இங்கே வழக்கத்தில் இருந்தது என்பதை ஊகிப்பது கடினமாக இல்லை. பழங்காலத்தில் அந்த மக்களோடு இந்து மதம் தன்னை இணைத்துக்கொண்டது என்பதை அங்கு காட்சிக்கு வைக்கப்பட்டிருந்த பந்தன்கள் (வெற்றிலை செல்லங்கள்), தங்கத்திலும் வெள்ளியிலும் செய்யப்பட்ட பலவகையான பாத்திரங்கள் போன்ற ஏராளமான வீட்டு உபயோகப் பொருட்கள் மூலமும், நம் தேசத்தில் இப்போதும் புழக்கத்தில் இருக்கும் பலவகையான, பல வடிவங்களில் ஆன பொருட்கள் மூலமும் சான்றுகளாகக் கொண்டு அறிந்துகொள்ள முடிந்தது. தோற்றம், பயன்பாடு இரண்டிலும் ஒத்திருந்ததால் அவற்றை உடனடியாக அடையாளம் கண்டுகொண்டேன். இவை பல விதத்திலும் ஆர்வமூட்டின என்றாலும் அந்த உணர்வையும் தாண்டி அடிப்படையில் அவை மிகவும் அரிதானவை, மதிப்புமிக்கவை.

கவர்னர் ஜெனரலுடன் ஒரு சந்திப்பு

அடுத்ததாக கவர்னர் ஜெனரலின் மாளிகைக்குச் சென்றேன். அது ஒரு கம்பீரமான கட்டடம். ஆனால், எளிமையாகவும் போதுமான அளவுக்கும் மட்டும் அறைகலன்கள் கொண்டதாகவும் இருந்தது. அந்தப் பகுதிக்கே பொதுவான பளிங்குத் தளங்கள் அங்கும் இருந்தன. குறிப்பாக விசாலமான வரவேற்பு அறைகள் உயர்ந்த முறையில் பராமரிக்கப்பட்டிருந்தன. எனினும் இந்த அரண்மனை, அடிக்கடி பயன்படுத்தப்படுவதில்லை. பெரும் வரவேற்பு நிகழ்விற்கோ அல்லது வேறு நிகழ்ச்சிகளுக்காக கவர்னர் பைட்டென்ஸார்கிலிருந்து (Buitenzorg - இன்றைய போகோர், இந்தோனேசியா) இங்கு வரும்போதோ மட்டுமே உபயோகப் படுகிறது.

இந்தத் தேசத்தில் வசிக்கும் ஐரோப்பியர்கள் தம் வாழ்வின் அம்சமாக இப்பகுதியின் பூர்வீக உடையை, ஆடை அணியும் முறையைப் பாதியளவுக்கு ஏற்றுக்கொண்டிருக்கிறார்கள். நாளின் கணிசமான பகுதியை அந்த ஆடையை அணிந்துதான் கழிக்கிறார்கள். பெண்களைப் பொறுத்தவரை, ஒரு சரோங், அது இல்லையெனில் ஒருவிதமான துணியை இடுப்பில் கட்டிக் கொள்கிறார்கள். உடலில் தளர்வாக பொருந்தும் ஒருவகை ரவிக்கையை அணிகிறார்கள்.

முதலில் கூறப்பட்டது, சில நேரங்களில் உள்ளூர் கலைத் திறனை வெளிப்படுத்தும் சிறந்த மாதிரியாக, விலை மதிப்பில் பெரிதும் வேறுபடுவதாக இருக்கும். இப்படி அரைகுறையான, அலட்சியமாக அணிந்த உடையுடன் காலணியும், காலுறைகளும், தொப்பியும் இல்லாமல் நாள் முழுவதும் சுற்றுகின்றனர். மதிய உணவிற்கும், விவரிக்கப்படும் இந்த மெலிதான ஆடைகளை அணிந்துதான் அமர்கிறார்கள். மதியத்திற்குமேல் வெளியில் செல்லும் போது மட்டுமே ஐரோப்பிய ஆடைகளை மாற்றிக் கொள்கிறார்கள்.

காலநிலையின் தேவைகளை எதிர்கொள்வதற்காக, இந்தியாவில் வசிக்கும் பெண்கள் இத்தகைய ஆடைகளை ஏற்று அணிய வேண்டும் என்று யோசனை தெரிவிக்கப்பட்டால், ஓர் ஆங்கிலோ-இந்தியப் பெண்ணின் உடலில் வெளிப்படும் அதிர்ச்சியைக் கற்பனை செய்து பாருங்கள்!

அங்கு சென்றவுடன் இவற்றைப் பார்த்த எனக்கு முதலில் ஏற்பட்ட வியப்பு மிகவும் பெரியது. அந்தத் தேசத்தின் உடையில், சிவப்பு தலைமுடியும், நீல நிறக் கண்களும் கொண்ட பெண்கள் ஐரோப்பிய

தேசத்தைச் சேர்ந்தவர்கள்தானா என்பது சிறிது நேரம் எனக்குப் புரியவில்லை. அவர்களின் வாழ்க்கை முறையை வைத்து ஒப்பிடுகையில், அவர்களைக் காட்டிலும் பலவிதத்திலும் தாழ்ந்தவர்களென அவர்கள் கருதும் மக்களை வென்ற பிறகும் ஓரளவிற்கு அந்த மக்களின் பழக்கவழக்கங்களை ஏற்றுக்கொண்டு பின்பற்றும் ஒரே ஐரோப்பிய இனம் டச்சுக்காரர்கள் மட்டுமே என்பது கவனிக்கத்தக்கது.

அத்துடன், டச்சுக்காரர்கள் அந்த நாட்டவரின் பொதுவான ஆடைகளை அணிகிறார்கள்; அவர்களைப் போன்றே குளிக்கவும் செய்கிறார்கள். அத்துடன் பெருமளவிற்கு அந்த மக்கள் சாப்பிடும் உணவையே சாப்பிடுவதையும் ஒருவர் பார்க்க முடியும்.

இந்த நாட்டில் கடவுச்சீட்டு முறை கடுமையாகக் கடைப் பிடிக்கப்படுகிறது; ஒருவர் தனது சீட்டை வந்த மூன்று நாட்களுக்குள் அதிகாரிகளின் பார்வைக்கு அளிக்கவேண்டும் என்பது கட்டாயம்.

கடைகள் கவனத்தை ஈர்க்கும் தோற்றத்துடன் காணப்பட்டன. அனைத்து ஐரோப்பிய நாடுகளின் பல்வேறு வகைப் பொருட்களும் அவற்றில் நிறைந்திருந்தன. பம்பாயிலோ அல்லது கல்கத்தாவிலோ இருக்கும் பெரும்பாலான பெரு நிறுவனங்களின் பின்பற்றும் நடைமுறைகளைக் காட்டிலும் இவை சிறந்த ஏற்பாடாக உள்ளதைக் கண்டேன். அங்கு ஒருவர் பெரும்பாலும் இங்கிலாந்தில் தயாரிக்கப்பட்ட பொருட்களைத்தான் வாங்க வேண்டும் அல்லது வாங்காமல் போக வேண்டும்.

பிற்பகலில் நான் சுற்றிப் பார்க்கச் சென்றபோது, வெவ்வேறு இனங்களைச் சேர்ந்தவர்கள் வாழும் பகுதிகளைப் பிரிப்பதற்கு டச்சுக்காரர்கள் செய்த ஏற்பாடுகள் எனக்குள் தாக்கத்தை ஏற்படுத்தின. ஒரு பகுதி, ஐரோப்பியச் சமூகத்தின் பிரத்தியேகப் பயன்பாட்டிற்காக ஒதுக்கப்பட்டிருந்தது; மற்றொரு பகுதி மலாய்க்காரர்களுக்கு; மற்றொரு பகுதி சீனர்களுக்கு.

மிகக் குறைவான எண்ணிக்கையில் இருக்கும் ஜப்பானியர்கள் ஆசியர்கள் என்ற பிரிவின் கீழ் எடுத்துக் கொள்ளப்படவில்லை என்பது ஆர்வமூட்டும் ஒன்று. விரும்பிய இடத்தில் வசிக்க அவர்கள் அனுமதிக்கப்பட்டுள்ளனர். நிலையாக அங்கு தங்கப் போவதில்லை என்பதாலும், சுற்றிப்பார்க்க வந்திருக்கிறோம் என்பதாலும், நாங்கள் இந்தியாவைச் சார்ந்தவர்கள் என்பதும் ஐரோப்பியர்கள் வசிக்கும் இடத்தில் தங்குவதைத் தடுக்கவில்லை!

அடுத்துச் சென்ற இடம் 'கான்கார்டியா'. அது ராணுவத்தினருக்கான கிளப். நான் பார்த்திருந்த 'ஹார்மோனி' கிளப்பைக் காட்டிலும் உயர்ந்ததாக இருந்தது. டவுன் ஹாலையும் பார்க்க முடிந்தது. அதில் முன்னாள் கவர்னர்களின் சிறந்த ஓவியங்கள் பல இருந்தன.

நாங்கள் ஜனவரி 5ஆம் தேதி பைட்டென்ஸார்க்கிற்குப் புறப்பட்டபோது பலத்த மழை பெய்தது.

பைட்டென்ஸார்க்

ரயிலில் பெட்டி ஒன்றை முன்பதிவு செய்திருந்தேன். போதுமான அளவுக்கு வசதியாக இருந்தது. பெரும்பாலானவை தோலால் மூடப்பட்ட இருக்கைகள், அல்லது சாதாரண பிரம்புகளால் அமைக்கப்பட்டிருந்தன. இந்தியாவில் இருக்கும் பிராட் கேஜ் மற்றும் மீட்டர் கேஜ் ரயில் பாதைகளுக்கு இடைப்பட்டதாக இந்த ரயில் பாதை இருந்தது. நிலையங்களின் பெயர்கள் ரோமன் மற்றும் ஜாவானிய எழுத்துகளில் எழுதப்பட்டிருந்தன. எழுத்துமுறை நிச்சயமாக டச்சு மொழியில்தான் இருந்தது.

சுமார் இரண்டரை மணிநேரப் பயணத்திற்குப் பிறகு பைட்டென்ஸார்க் சென்றடைந்தோம். மழை, பயணம் முழுவதும் தொடர்ந்தது, ஆனால், பயண வழியின் இயற்கைக்காட்சியின் அழகைப் பார்க்க முடியாமல் போகும் அளவிற்கு இல்லை. ரயில் பாதையின் இருபுறமும், கண்ணுக்கு எட்டிய தூரம் வரை, கற்பனையில் பார்க்கமுடிகிற, மிக அதிக அளவு அடர்த்தியான வெப்பமண்டல தாவரங்களைப் பார்த்தோம்.

பைட்டென்ஸார்க் கடல் மட்டத்திலிருந்து சுமார் இரண்டாயிரம் அடி உயரத்தில் உள்ளது, ஆனால், உயர்ந்து செல்லும் பாதை மிகவும் எளிதாகவும் படிப்படியாகவும் இருந்தது. எங்கள் இடத்தை அடைந்தபின் ஹோட்டல் பெல்வியூக்குச் சென்றோம். ஒருவிதத்தில் ஹோட்டலுக்கு மிகவும் பொருத்தமான பெயரிடப்பட்டதாகத் தோன்றியது. ஹோட்டலின் வராந்தாவிலிருந்து பார்த்த இயற்கைக் காட்சிகளைக் குறிப்பிட்டுச் சொல்லவேண்டும். அவ்வளவு நன்றாக இருந்தன. அழகான மரங்கள் நிறைந்த காடும், வளமான, பள்ளத்தாக்குமாக விரிந்து பரந்திருந்தது. அங்கு எங்களது வருகை 'ரைஸ் டேஃப்ள்' நேரத்துடன் ஒத்துப்போனது; நான் படேவியாவில் எங்களது அனுபவத்தை விவரித்ததைப் போலவே இந்த இடத்திலும் நடந்தது.

பைட்டென்ஸார்க் வானிலை படேவியாவில் நிலவியதைக் காட்டிலும் பெருமளவிற்கு மேம்பட்டதாக இருந்தது. அனைத்து விதத்திலும் படேவியாவைக் காட்டிலும் மிகவும் இனிமையான தாகவும் குளிர்ச்சியாகவும் இருந்தது. இந்த அட்சரேகையில், இந்த இடம் பூமத்திய ரேகைக்கு அருகாமையில் இருப்பதால், ஆண்டின் எல்லாக் காலங்களிலும் வானிலை ஒரே சீராகவே இருக்குமாம். அத்துடன் பகலும் இரவும் சமமான நேரம் கொண்டவை. இது மழைக்காலம் என்பதால், தினமும் மழை பெய்கிறது.

பைட்டென்ஸார்க்கின் வானிலை உடல் நலத்தின் மேம்பாட்டிற்கு உகந்ததாக இருக்கிறது. அதனால் படேவியாவைச் சேர்ந்த பலரையும் இங்கு வசிப்பதற்கு ஈர்க்கிறது, இதன் மூலம் அவர்கள் வெப்பத்தையும் அந்தப் பிரதேசத்தின் அசௌகரியங்கள் பலவற்றையும் தவிர்க்கிறார்கள். இந்தக் காரணங்களுக்காக கவர்னர் ஜெனரலின் பிரதான மாளிகை செழுமையான வெப்பமண்டலத் தாவரங்கள் நிறைந்த ஓரிடத்தில் அமைந்துள்ளது. கனாரி மரம் ஓர் அற்புதமான மரம். அதிக உயரத்திற்கு வளரக்கூடியதும்கூட. மற்ற நாடுகளில் இந்த மரம் பற்றி நான் கேள்விப்பட்டதே இல்லை. இந்தத் தீவின் பூர்வீக மரமாக இருக்கலாம் என்று நம்புகிறேன்.

சிறந்த வானிலையும் உற்சாகமூட்டும் சுற்றுப்புறங்களையும் பெற்றிருந்தபோதிலும் பைட்டென்ஸார்க் உயிர்ப்புடன் இல்லாதது போல் தோன்றியது. இங்கு வசிக்கும் டச்சுக்காரர்களிடம் இதைக் கவனிக்க முடிகிறது. மனத்தளவில் சோர்வூட்டும் இந்த வெப்ப மண்டல பிரதேசத்தில் நீண்ட காலமாக வசிப்பதால் அவர்களிடம் உள்ளார்ந்திருக்கும் பழமைவாதம் மேலும் அதிகரித்திருக்கிறது.

ஜனவரி 6ஆம் தேதி புகழ்பெற்ற தாவரவியல் பூங்காக்களைப் பார்த்து பயனுள்ளதாகவும் மகிழ்ச்சியானதாகவும் இருந்தது. நிச்சயமாக அவை உலகின் மிகச்சிறந்த பூங்காக்கள். பல சதுர மைல் பரப்பளவு கொண்டவை. இந்தப் பகுதியில் மரங்கள் வளர்ப்பு மிக உயர்ந்த நிலையில் பின்பற்றப்படுகிறது. மண்ணும் தட்பவெப்பநிலையும், ஈரப்பதமும் அனைத்து வகையான தாவரங்களும் மிகச் சிறந்த நிலையில் வளர்வதற்குத் தம் உதவியை தளராமல் வழங்கும்போது, நிச்சயமாக இது சிரமமில்லாத விஷயமே.

குறிப்பாக இந்த அழகான தோட்டம், பல்வேறு பகுதிகளாகப் பிரிக்கப்பட்டு அமைந்திருந்த விதத்தைப் பார்த்து வியந்து போனேன். ஒரு சிறிய ஆற்றின் இருபுறமும் சரிவுகளும் அடுக்கடுக்கான அமைப்புகளும் இருந்தன. இந்தப் பூங்கா

ஏற்படுத்திய தாக்கங்கள் அவர்களது மிக உயர்ந்த திறன்களுக்கான எடுத்துக்காட்டாக இருந்தன.

ஐரோப்பாவில் மிகவும் புத்திசாலித்தனமான தோட்டக்காரர்கள் என்ற நற்பெயர் டச்சுக்காரர்களுக்கு உண்டு. ஜாவாவில் வசிக்கும் அவர்களது சந்ததியினர் அவர்களது பரம்பரைத் திறனை இழக்கவில்லை என்று சொல்லலாம். இந்தத் தாவரவியல் பூங்காவை ஒத்திருக்கும். இணையான தரத்துடன் மற்றுமொரு இடத்தைச் சொல்ல வேண்டும் என்றால் இலங்கையில் கண்டிக்கு அருகிலிருக்கும் பாரதின்யா பூங்காவைக் கூறலாம். ஆனால், அந்தத் தோட்டம் மிகவும் நன்றாக இருந்தாலும் பைட்டென்ஸார்கில் இப்போது நான் விவரிக்கும் பூங்காவிற்கு அடுத்த இரண்டாவது இடத்தைத்தான் அது பிடிக்க முடியும்.

நான் பைட்டன்ஸார்கில் பார்த்த மற்றொரு இடம் மன நோயாளிகளின் புகலிடம்/நல மையம். ஆர்வமூட்டிய இடம். யதார்த்தத்தில் தாவரவியல் பூங்காவைப் போல் அவ்வளவு இனிமையானதாக அந்த இடம் இல்லை என்றுதான் சொல்ல வேண்டும். ஆனால், கவர்னர் ஜெனரல் அந்த இடத்தை நான் கட்டாயம் பார்க்க வேண்டும் என்று எனக்கு ஆலோசனை கூறியிருந்தார். கீழைப்பிரதேசத்தின் சிறந்த நிறுவனம் என்றும் கூறினார்.

இங்கு அந்த மையத்தைப் பார்த்த பின், அவரது விவரிப்பைக் குறைத்து மதிப்பிட முடியாது என்று தோன்றியது. நிறுவனத்தின் இயக்குநரும் மருத்துவரும் என்னுடன் வந்து, பார்க்க வேண்டிய அனைத்தையும் சுற்றிக் காண்பித்தார்கள். வளாகத்தில் ஐரோப்பிய நோயாளிகள் தங்கு தனிப்பகுதியும், மற்றொரு பகுதி ஆசியாவைச் சேர்ந்தவர்களுக்கு என்று அமைந்திருந்தன. அதற்குள், ஆண்களுக்கும் பெண்களுக்கும் தனித்தனி இடங்கள்.

அந்த மையம் முதல்தரமாக பராமரிக்கப்படுகிறது. கெடுவாய்ப்பாக அங்கு வசிக்கும் நோயாளிகளுக்குத் தேவையான அனைத்தும் கிடைக்கிறது; ஏன் சில வசதிகளும் அளிக்கப்படுகின்றன. ஆபத்தான மனநோயாளிகள் என்று தனிப்பகுதிகளில் வைத்திருக்கப் படுவோரின் இடத்திற்கு என்னை அழைத்துச் சென்றனர். மிகவும் பதட்டமாக உணர்ந்தேன், ஆனால், எனக்கு எதுவும் நடக்காது என்று சமாதானப்படுத்துவதுபோல், மருத்துவர் எனக்கு முன்னால் நடந்து சென்றார். சில நோயாளிகள் ஏதோ விளையாடிக் கொண்டிருந்தனர்.

ஸ்கோர் எதுவும் வைத்துக் கொள்வதாகத் தெரியவில்லை. மற்றவர்கள், பல்வேறு விதமான வழிகளில் தம்மைத் தாமே மகிழ்வித்துக் கொண்டிருந்தனர். சிலர் அவர்களால் முடிந்த அளவு மகிழ்ச்சியாக இருந்தனர்; மற்றவர்கள் நீண்ட நாட்களாக மனச்சோர்வில் ஆட்பட்டவர்களாக இருந்தனர்; சிலர் தம்மைத் தாமே அடித்துக் கொண்டனர். ஒருவர் தன்னை இங்கிலாந்தின் அரசர் என்று கூறிக்கொண்டார்; மற்றொருவரோ மிகவும் தீவிரமாக தன்னை ஸ்பெயினின் மன்னர் என்று சொல்லிக் கொண்டார். அவர்களது நடத்தைக்கும் செயல்களுக்கும் அவர்கள் பொறுப்பானவர்கள் என்று சொல்லமுடியாத. இவர்கள் போன்ற மனிதர்களைப் பார்ப்பது மிகவும் பரிதாபமாக இருந்தது.

அடுத்த நாள், அதிகாலையிலேயே ரயிலில் அங்கிருந்து புறப்பட்டோம்.

20

போரோபோடோயர் கோவில்

அடுத்த நாள் காலை, சீக்கிரமாகவே ரயிலில் புறப்பட்டோம். கீழிறங்கும் பாதையில் பயணம் மிகவும் சுவாரஸ்யமாக இருந்தது. ரயில் பாதையின் இருபுறமும் ஜாவாவின் மிக அழகான இயற்கைக் காட்சிகள் பரந்த ஓவியமாய் விரிந்தன.

மிகப் பெரிய தேயிலை, காபி தோட்டங்கள் பலவற்றைக் கடந்து ரயில் சென்றது. அந்தத் தோட்டங்களின் உரிமையாளர்களான செல்வவளம் மிக்க மனிதர்கள் வாழ்கின்ற மகத்தான முறையைப் பார்க்கமுடிந்தது. அவர்கள் இல்லங்கள் மிகவும் நன்றாக இருந்தன. தோட்டத்தின் உரிமையாளர்கள் அனைவரும் 'அவர்களின் கீழிருந்த அனைத்திற்கும் மன்னர் போல்' தோன்றினர்.

மற்றொரு வகையிலும் அந்த ரயில் பயணம் சுவாரஸ்யமாக இருந்தது. ரயிலில் இருந்தபடியே ஜாவாவின் மிக உயரமான சிகரங்களில் சிலவற்றைப் பார்த்தோம். அநேகமாக, அவை 8,000 முதல் 9,000 அடி உயரம் இருக்கலாம். உண்மையில் அவை எரிமலைகள். நாங்கள் பயணித்த ரயில் நிஜத்தில் 5,000 அடி உயரம் வரை சென்றது. சரிந்து செல்லும் கோணம் குறைவாக இருக்கும் வகையில் ரயில் பாதை சில இடங்களில் வட்ட வடிவில் அமைந்திருந்தது.

ரயிலில், சிற்றுண்டிகளுக்கான பெட்டிகள் எதுவும் இணைக்கப் படவில்லை. ஆனால் தீவிர அசௌகரியம் ஏதும் ஏற்படவில்லை. ஏனெனில், பெரிய ரயில் நிலையங்களில் கூடைகளில் 'ரைஸ் டேஃபிள்' கிடைக்கும். ரயிலிலும் அதை எடுத்துச் செல்ல முடியும். மதியம் பேண்டோங் (இன்று பேண்டங்) என்ற இடத்தை அடைந்தோம். அங்கிருந்து ஹோட்டல் ஹோமனுக்கு காரில் சென்றோம்.

சுற்றுப்பயணத்தில் இருக்கும் ஒருவர் ஒப்பிட்டுப் பார்ப்பதைத் தவிர்க்க முடியாது. இந்த டச்சு இண்டீஸில் ஏதோவொரு ஹோட்டலில் நுழையும் போதெல்லாம் இதை நான் செய்வதை உணர்ந்தேன். இதே அளவிலிருக்கும், இதே அளவு முக்கியத்துவமும் பெற்றிருக்கும் இந்திய நகரங்களில் நமக்குப் பழக்கமான எவற்றைக் காட்டிலும் தங்குமிடம், பணிபுரிபவர்கள், தூய்மை போன்றவற்றில் இவை உயர்ந்தவையாக உள்ளன. சாதாரண அறை ஒன்றிற்கு, அனைத்தும் உட்பட, கட்டணம் ஒரு நாளைக்கு ஐந்து முதல் பத்து குல்டன் (Gulden) ஆகும். (இந்திய ரூபாய் 1/8/0, ஒரு குல்டன்).

பொதுவாக இங்கு ஹோட்டல்கள் ஒரு மாடிக் கட்டடங்களாக இருக்கின்றன. ஹோட்டல் அளவுக்கு நீண்டு செல்லும் ஒரு வராந்தாவும் இருக்கிறது. பெரும் அசௌகரியமான அம்சம் ஒன்றைச் சுட்டிக்காட்ட வேண்டும். தங்கும் அறையிலிருந்து குளியல் அறைகள் பொதுவாக மிகவும் தள்ளி இருக்கின்றன. சில இடங்களில் அவற்றை இணைக்கும் பாதை, மேலே கூரையுடன் இருக்கும். ஆனால், பெரும்பாலும் வெயில் மற்றும் மழையிலிருந்து எவ்விதப் பாதுகாப்பும் இன்றி திறந்த வெளியாகவே இருக்கின்றன. அதுபோல் சுகாதார வசதிகள், நவீன காலத்தவையாக இல்லை என்பதைச் சொல்லத்தான் வேண்டும். இப்பகுதி மக்களைப் போல் ஐரோப்பியர்களும் குளியல் தொட்டியைப் பயன்படுத்துவதைத் தவிர்க்கின்றனர்; நீரை மொண்டு உடலில் ஊற்றிக் கொண்டுதான் குளிக்கின்றனர்.

ஓரிடத்தை அடைந்தவுடன் வழக்கமாக நான் மேற்கொள்ளும் மாறாத நடைமுறையை இங்கும் தொடர்ந்தேன்; பேண்டோங்கை அடைந்தவுடன் நகரத்தைச் சுற்றிப்பார்க்க புறப்பட்டுவிட்டேன். இந்த இடம், அந்தப் பகுதியின் தலைமையகம் மட்டுமின்றி, டச்சுப் பிரதிநிதியின் இருப்பிடம் என்ற பெருமையும் கொண்டிருக்கிறது. ஆகவே, ஒருவிதத்தில் முக்கியமான இடங்களில் ஒன்று. மலைகளால் சூழப்பட்ட ஒரு பீடபூமியில் இந்த நகரம் வியக்கத்தக்க

வகையில் அமைந்துள்ளது. இதனால், ஜாவாவின் பெரும்பாலான இடங்களின் வானிலையைக் காட்டிலும் உயர்வான தட்ப வெப்பநிலையை ஒருவர் இங்கு அனுபவிக்க முடியும்.

ஒதுங்கி, உள்நாட்டில் அமைந்திருக்கும் இந்த நகரத்தில் சில நல்ல கடைகள் இருப்பதைக் கண்டு ஆச்சரியப்பட்டேன். ஆனால், பேண்ட்டோங்கில் உல்லாசப் பயணிகளை ஈர்க்கும் வகையில் எதுவும் இல்லை என்றுதான் சொல்லவேண்டும். சிறப்பான அரசாங்க பிரதிநிதியின் கட்டடம், சில ஐரோப்பியர்களின் இல்லங்கள் தவிர்த்துப் பார்ப்பதற்கு எதுவும் இல்லை.

எனினும், ஆர்வமூட்டும் காட்சியாக, அந்த நாட்டின் பூர்விக மக்கள் வசிக்கும் வித்தியாசமான வீடுகள் இருக்கின்றன; மூங்கில் பிளாச்சுகள் மற்றும் பிரம்புகள் கொண்டு அமைக்கப்பட்டு கீற்றோலைகள் வேயப்பட்டவை. தொலைவிலிருந்து பார்க்கையில் பெரிய கூடைகள் போல் தோன்றுகின்றன.

'இந்தியன் சீஃப்' பள்ளி

ஜனவரி 8 அன்று காலை 'இந்தியன் சீஃப்' என்ற பள்ளிக்குச் சென்றேன், பள்ளி குறித்துக் கிடைத்தத் தகவல் இயல்பை மீறிய ஆர்வத்தை எனக்கு ஏற்படுத்தியது. அந்த நாட்டின் பிரபுக்கள் மற்றும் மேற்தட்டு மனிதர்களின் மகன்கள் படிப்பதற்கான ஒரே பள்ளி இதுதான். கல்வியும் பயிற்சியும் மட்டுமின்றி, அவர்களுக்கு டச்சு மொழி அறிவும் கிடைக்கிறது. குறைந்த எண்ணிக்கையில் மிக உயர்ந்த வர்க்கத்தினரின் மகன்கள் மட்டுமே இங்கு கல்விகற்க முடியுமாம்.

டச்சுக்காரர்களின் உள்ளார்ந்த பழமைவாதம் இந்த விஷயத்தில் உடனடியாக வெளிப்படுகிறது. அதிகமான மக்கள் டச்சு மொழியைக் கற்றுக்கொள்வதை அவர்கள் கடுமையாக எதிர்க்கிறார்கள் என்று கூறப்படுகிறது. மக்கள், டச்சுக்காரர்களைக் காட்டிலும் அதிகம் கற்றவர்களாக மாறிவிடுவார்களாம். ஐரோப்பிய மொழிகளில் டச்சு மட்டுமே இங்கு கற்றுத்தரப் படுகிறது.

பள்ளியின் இயக்குநர் என்னை ஹோட்டலுக்கு வந்து சந்தித்து, பள்ளிக்கு அழைத்துச் சென்றார், அங்கு தலைமையாசிரியர் என்னை வரவேற்றார். அனைத்து வகுப்புகளையும் எனக்குச் சுற்றிக் காட்டினார். சிறுவர்கள் பல்வேறு பாடங்களைப் படித்துக் கொண்டிருந்தனர். மாணவர்களின் வாசித்தல் வகுப்பு ஒன்றைப்

பார்க்க வாய்ப்புக் கிடைத்தது; குரல்வளையிலிருந்து எழும் டச்சு மொழியின் ஒலிப்புகளை அவர்கள் முயன்றது எனக்கு வேடிக்கையாக இருந்தது. அவர்களது நாட்டின் மொழி மிகவும் மென்மையாக, இசையைப் போன்றதல்லவா? எனவே, அம்மாணவர்களுக்கு டச்சு உச்சரிப்பு மிகக் கடினமாக இருந்திருக்க வேண்டும்.

சிறுவர்கள் பலரும் சுல்தான்களின் மற்றும் அந்நாட்டுப் பிரபு வம்சத்தைச் சேர்ந்த உயர் பொறுப்பில் இருப்பவர்களின் மகன்கள். மாணவர்கள் அனைவரும் அவர்களது வழக்கமான உடையான சரோங் மற்றும் குறுஞ்சட்டை (ஜாக்கெட்) அணிந்திருந்தனர். ஹ௸க்களும், காலுறைகளும் அணிந்திருக்கவில்லை. இந்த இளம் பிரபுக்களும், நாட்டின் பொதுமக்களும், ஐரோப்பியத் தேசத்தின் சிவில் ஆடைகள் அணிவது தடைசெய்யப்பட்டிருப்பதும் வேடிக்கையாக இருந்தது.

எனினும், ஐரோப்பியர்களுக்கும் இந்நாட்டவர்க்கும் பிறந்த கலப்பினத்தவர்களுக்கு, உடையணிவதைப் பொறுத்தவரை ஐரோப்பிய அந்தஸ்து வெளிப்படையாக அளிக்கப்படுகிறது. ஆண்களின் தலைமுடி எப்போதும் வெட்டப்படுவதில்லை என்பது கவனிக்கவேண்டிய ஒன்று. ஒன்றுதிரட்டப்பட்டு தலையின் பின்புறம் கொண்டைபோல் முடியப்படுகிறது. தலைமுடி ஏன் வெட்டப்படுவதில்லை என்று கேட்டதற்கு, 'அடாத்' அதாவது பழக்கம் என்று பதில் வந்தது.

சிறுவர்களது கையெழுத்து எப்படி இருக்கும் என்று கேட்டேன். எழுத்துகள் சுத்தமான மற்றும் எளிமையான அரபு மொழியில் இருந்தன. மலாய் மொழியின் எழுத்தை இது குறிக்கிறது. ஆனால், ஜாவானிய மொழியின் எழுத்துகள் முற்றிலும் வேறுபட்டவை. என்னால் அவற்றை அடையாளம் காண முடியவில்லை. மாணவர்கள் படித்துக் கொண்டிருந்த மற்ற பாடங்கள் பற்றி குறிப்பாகச் சொல்வதற்கு எதுவும் இல்லை. எண் கணிதம், வாசித்தல், எழுதுதல், புவியியல், போன்ற வழக்கமான பாடங்கள்தாம். இந்தப் புவியியல் ஆய்வுப் பாடம் முக்கியமாக ஹாலந்து மற்றும் ஜாவாவில் மட்டுமே சொல்லித் தரப்படுகிறது.

பள்ளி வளாகத்தைச் சுற்றிப் பார்த்தபின், மாணவர்களின் 'டார்மிட்டரிகளைப்' பார்த்தேன். சந்தேகத்திற்கு இடமின்றி நல்ல வசதியுடன், ஐரோப்பியப் பாணியிலான அறைகலன்களுடன் இருந்தன. ஓர் அறையில் இரண்டு சிறுவர்கள் தங்குகின்றனர்.

அங்கேயே அவர்கள் உணவும் சாப்பிடுகின்றனர். அவர்களுக்குப் பழக்கமான முறையில் பிரத்தியேகமாக தயார் செய்யப்பட்ட உணவு. பள்ளி முதல்வர் அருகில் வந்ததும், சிறுவர்கள் அவர் முன் முழந்தாளிட்டு வணங்கினர்; உயர்ந்தவருக்கு அவர்கள் மரியாதை செலுத்தும் முறை அது.

ஜாகர்த்தா

ஒரு மணிக்கு அங்கிருந்து புறப்பட்டோம். அசம்பாவிதம் ஏதுமற்ற பயணத்திற்குப் பின் மாலை ஏழு மணிக்கு மாவோஸை அடைந்தோம். தங்குவதற்கு வசதியான பங்களா கிடைத்தது. மாவோஸ் அரசாங்கத்தின் தங்கும் விடுதி; அல்லது, ஜாவாவில் அழைக்கப்படுவதுபோல், 'பாஸக்ரஹன்' (Passagrahn). ஜாவாவில் ரயில்கள் பகலில் மட்டுமே இயக்கப்படுகின்றன என்பதால், இத்தகைய பயணியர் பங்களாக்கள் அவசியம்.

ஜாகர்த்தாவுக்கு பிற்பகலில் போய்ச் சேர்ந்தோம்; இந்தப் பெயர் அநேகமாக யோக்கியகர்த்தா என்ற சம்ஸ்கிருதச் சொல்லிலிருந்து பெறப்பட்டிருக்கலாம். ஹோட்டல் மதாரம் என்ற இடத்தில் தங்கினோம். நகரம் மிகவும் தாழ்வான இடத்தில் இருந்தது. அத்துடன் சில நாட்களாக மழையும் பெய்யவில்லை. அதனால் கடும் வெப்பமாக இருந்தது.

'பங்கா' (விசிறி) இல்லாமல் போனது வருத்தமான விஷயம்தான். ஆனால், மின் விசிறி வசதி இருக்கும் படேவியா நகரத்தைத் தவிர்த்து, அந்த நாட்டில் எந்த இடத்திலும் நான் பங்காவைப் பார்க்கவில்லை. ஹோட்டலில் மொழிப் பிரச்சனை மிகவும் தீவிரமாக இருந்தது; ஏனெனில் பணிபுரிபவர் எவருக்கும் ஆங்கிலம், பிரெஞ்சு அல்லது ஜெர்மன் என்று எந்த மொழியும் தெரியவில்லை.

ஹோட்டலின் ஐரோப்பிய மேலாளரால் எங்களது தேவைகளைச் சரியாக விளக்க முடியவில்லை. இரவு உணவுக்கு ஆட்டிறைச்சி கேட்டோம். யாருக்கும் புரியவில்லை. இறுதியில் எங்களில் ஒருவர் செம்மறி ஆடு கத்துவதைப் போல் சப்தம் எழுப்பி எங்கள் தேவையைத் தெரிவித்தோம். அதைக் கேட்ட புத்திசாலித்தனம் மிகுந்த மேலாளர், தாமதம் செய்யாமல் ஆட்டிறைச்சியைக் கொண்டு வரச் செய்தார்.

அங்குப் பேசப்படும் பல சொற்கள் நாம் இங்கு பயன்படுத்துபவை என்பது விந்தையானது: எடுத்துக்காட்டாக, 'ரொட்டி', 'மிர்ச்சா' (மிளகு), ஆகியன இரு மொழிகளிலும் உள்ளன. சந்தேகமின்றி

மேலும் பல ஒற்றுமைகளும் காணப்படுகின்றன. அதுமட்டுமின்றி ஜாவானிய மொழியின் பல சொற்கள் சம்ஸ்கிருதத்திலிருந்தும் அரேபிய மொழியிலிருந்தும் பெறப்பட்டவையாம். ஆகவே, துல்லியமாக அவை ஹிந்துஸ்தானி சொற்கள் போலவே உள்ளன.

ஹிந்துஸ்தானியில் ராஜஸ்தான் அல்லது இளவரசர்களின் நிலம் என்று அழைக்கப்படும் 'வர்ஸ்டன்லேண்ட்' என்று அழைக்கப் படுகிற நிலத்தில் நாங்கள் நின்றிருந்தோம். காரணம், அந்த இடம் ஜாகர்ட்டா என்ற சுல்தானின் வசிப்பிடமாக இருந்ததாம். அருகில் சோலோகர்த்தா மாநிலமும் இருக்கிறது. ஜாகர்த்தாவின் சுல்தான் அந்தப் பகுதியை டச்சு அரசாங்கத்திற்கு குத்தகைக்கு கொடுத்துள்ளார். டச்சுப் பிரதிநிதியின் தலைமையகமாகவும், டச்சு காலனியாகவும் இந்த இடம் இருக்கிறது. அந்த 'ரெசிடென்சி' நகரத்தின் சிறந்ததொரு இடத்தில், கிராட்டோன் என்று அழைக்கப்படும் சுல்தான் அரண்மனையின் அகழிக்கு எதிரே அமைந்துள்ளது.

டச்சுக்காரர்களின் வீடுகள் மிகவும் சொகுசாகத் தோன்றின; அடர்த்தியான, அகலமான மரங்கள் அடர்ந்த அவென்யூக்களின் எதிரில் அமைந்திருந்தன. உலகின் அந்தப் பகுதியின் வணிகர்கள் நிச்சயம் துணிவும் சுறுசுறுப்பும் மிக்கவர்கள். ஜாகர்த்தா போன்ற ஒதுங்கி உள்நாட்டில் இருக்கும் நகரத்திலும் சிறந்த கடைகள் இருந்தன, வளமாகத் தெரிந்தன. முடிதிருத்தும் கடை நடத்தும் ஒரு பிரெஞ்சுக்காரர் அனைத்து நவீன உபகரணங்களுடன் தொழில் நடத்துகிறார். ஏனைய கடைகளும் உயர் தரமானதாகவே இருந்தன.

ஜாவாவின் பிற பகுதிகளைக் காட்டிலும் அதிக அளவு இங்கே பூர்வீக மனிதர்களின் நடமாட்டம் காணப்படுகிறது. ஒருவேளை, பூர்வீக இனத்தைச் சேர்ந்த ஆட்சியாளரின் அரண்மனை இங்கு இருப்பது ஒரு காரணமாக இருக்கலாம். மக்கள் பயன்படுத்தும் குடையின் அளவு, நிறம் அல்லது அதன் வகை ஆகியவற்றின் அடிப்படையில் மனிதர்களின் அந்தஸ்தில் இருக்கும் வேறுபாட்டை ஒருவர் கவனிக்க முடியும். வண்டிகளை ஓட்டும் நபர்களின் நிலையும், அவர்கள் வைத்திருக்கும் குடையின் அளவு அல்லது வகையின் அடிப்படையில் குறிக்கப்படுகிறது. குடை ஒவ்வொன்றும் வெவ்வேறு முக்கியத்துவம் கொண்டிருக்கிறது.

போரோபோடோயர் கோவில்

உலகப் புகழ்பெற்ற போரோபோடோயர் (இன்றைய போரோபுடூர்) கோவிலுக்குச் செல்ல 10 ஆம் தேதி சீக்கிரமாகவே புறப்பட்டோம்.

போரோபோடோயர் கோவில் ஓவியம்

போரோபோடோயர் (இன்றைய போரோபுடூர்) கோவில்

ஒவ்வொரு ஏழு மைல் தொலைவிலும் நாங்கள் குதிரைகள் மாற்றிக்கொண்டோம். எங்களுடையது ஒரே நேரத்தில் நான்கு குதிரைகள் இழுக்கும் வண்டி; எனினும் அந்த இடத்தை அடைய எங்களுக்குப் பயணம் மூன்றரை மணிநேரம் ஆனது. சாலை நன்றாகவும் அகலமாகவும் இருந்தது; சாலையின் ஒருபுறம் நீராவியால் ஓடும் டிராம்வே இருந்தது. அந்த டிராம் வண்டியுடன் கணிசமான தூரம் இணையாகப் பயணித்தது மகிழ்ச்சியான நல்லதொரு அனுபவம்.

நீராவி டிராம்வே அந்த நாட்டில் பிரபலமாக உள்ளது. வெவ்வேறு இடங்களில் அடிக்கடி பார்க்க முடிகிற ஒன்று. முக்கியமான நகரங்கள் மற்றும் கிராமங்களில் ஊடாக செல்லும் இந்த டிராம்வேகள், அப்பகுதிகளில் வசிப்போருக்கு பெரும் வசதியாக இருக்கின்றன. பயண வழியில் ஓர் ஓய்விடத்திற்கு, திறந்த சந்தைக்கு வந்துசேர்ந்தோம். பார்க்கத் தகுந்த இடமாகத் தோன்றியதால் அந்த இடத்தில் இறங்கினோம்.

சுற்றியுள்ள கிராமங்களிலிருந்து கிராமவாசிகள் விளை பொருட்களைச் சந்தைக்குக் கொண்டு வருகின்றனர். பல்வேறு பொருட்களை விற்பனைக்கு வைக்கின்றனர். ஆடைகள், பழங்கள், காய்கறிகள், அனைத்து வகையான வீட்டு உபயோகப் பொருட்கள், வீட்டுக்குத் தேவையான பொருட்கள் என்று பலதரப்பட்ட பொருட்கள் விற்பனைக்கு இருந்தன. சிறந்த தரமான பழங்கள் ஏராளமாக சந்தையில் விற்பனைக்கு இருந்தன.

ஜாவாவுக்கு நான் செல்லும் வரையிலும், இவ்வளவு கச்சிதமான சுவையுடன் மங்குஸ்தான் பழத்தை ருசித்ததில்லை. அதற்கான வாய்ப்புகள் அங்கு எனக்கு அதிகம் கிடைத்தன. அவற்றை நான் விட்டுவிடவில்லை. ஆர்வமூட்டிய மற்றொன்று துரியன் பழம். அதை முயன்று பார்க்க தீவிரமாக ஆசைப்பட்டேன். ஆனால், பழத்தின் வாசனை மிகவும் வெறுக்கத்தக்கதாக இருந்தது. போதுமான தைரியம் எனக்கு வரவில்லை. பழத்தின் வாசனை மிகவும் சக்தி வாய்ந்தது. எந்த அளவுக்கு என்றால், ஒரு சில நிமிடங்கள் ஓர் அறையில் அதை வைத்திருந்தால், சிறிது நேரத்தில் அந்த இடம் கிட்டத்தட்ட வசிக்க முடியாத இடமாகிவிடும். அந்த வாசனையின் வெறுப்பை வென்றவர்கள், சுவைத்துவிட்டு மிகுந்த சுவையான பழம் என்கிறார்கள்.

நான்கு மணி நேர அலுப்பூட்டும் பயணத்தின் முடிவில், எங்கள் கண்முன்னால், திடீரென்று தோன்றிய அந்த அற்புதமான கோவிலின் வடிவம் வியப்பைத் தந்தது. கோவிலின் அளவும்

பிரம்மாண்டமும் எங்களைத் திகைப்பில் ஆழ்த்தின. ஆனால், அந்தக் கட்டடம் இப்போது அழிந்து கொண்டிருக்கும் நிலையில் இருப்பது பரிதாபமானது. ஒரு காலத்தில் அந்த இடம் ஓர் அற்புதமான கோவில் வளாகமாக இருந்திருக்க வேண்டும் என்று உணர்வதற்குத் தெளிவான பார்வை தேவை.

அருகில் சென்றதும் அந்த வளாகம் ஓர் ஐந்நூறு கெஜம் சதுர பரப்பளவைக் கொண்டிருக்கும் என்று என்னால் யூகிக்க முடிந்தது; கட்டடக்கலை பாணியை ஓரளவுக்கு, மேலோட்டமாகப் பார்த்ததுமே, எவ்விதச் சந்தேகமுமின்றி அற்புதமான இந்த இடம் எவ்வாறு உருவாகியிருக்கும் என்பதும், அதில் தெரிந்த இந்து கட்டடக்கலை பள்ளியின் தாக்கமும் மனத்தில் எழுந்தன. கெடுவாய்ப்பாக கோவில் எப்போது கட்டப்பட்டிருக்கும் என்பதை வெளிப்படுத்தும் பதிவுகள் எதுவும் இல்லை. ஆனால், பழங்காலத்துப் புத்த மன்னர் ஒருவர் சுமார் இரண்டாயிரம் ஆண்டுகளுக்கு முன் கட்டியிருக்கலாம் என்று பாரம்பரியச் செய்திகள் கூறுகின்றன.

கோவிலுக்குள்ளிருந்தோ அல்லது அதைச் சுற்றியிருக்கும் இடத்திலிருந்தோ தோண்டி எடுக்கப்பட்ட கல்வெட்டு ஒன்றில் 'ஸ்ரீ மகாராஜா மாதரம்' என்று சம்ஸ்கிருத எழுத்துகள் பொறிக்கப் பட்டிருப்பது பாரம்பரியச் செய்திகளுக்கு சான்றளிக்கின்றன. 'மகாராஜா மாதரம்' இதைக் கட்டியிருக்கலாம் அல்லது அவரது ஆட்சிக் காலத்தில் கட்டப்பட்டிருக்கலாம் என்பதை அது சுட்டிக் காட்டுகிறது.

நூற்றாண்டுகளாக இந்தக் கோவில் உலகத்திற்கு முற்றிலும் தெரியாமலே இருந்திருக்கிறது. கடந்த ஐம்பது ஆண்டுகளில்தான் தொல்பொருள் ஆராய்ச்சியாளர்கள் இந்தக் கோவிலின் மதிப்பைக் கண்டறிந்தனர். மதிப்புமிக்க இந்த நினைவுச்சின்னத்தை அகழ்ந்தெடுக்கும் செயலில் இறங்குவதற்கு டச்சு அரசாங்கத்திற்குத் தூண்டுதல் அளித்து, வலியுறுத்தியுள்ளனர். விழித்துக் கொண்ட டச்சு அரசாங்கம் இந்த விஷயத்தில் கடமையை அறிந்து செயலில் இறங்கியது. அதன் எதிர்காலத்தைக் கணக்கில் கொண்டு இந்த இடத்தின் பாதுகாப்பு மற்றும் பராமரிப்பில் முனைந்துள்ளது; இதுபோன்ற மற்ற நினைவு சின்னங்களுக்கும் அது உறுதியளித்துள்ளது.

இந்தக் கோவில் ஒரு சிறு குன்றின் மீது அமைந்துள்ளது. அதன் உச்சியை அடைவதற்குப் படிகள் அமைக்கப்பட்டுள்ளன. முதல் தளத்தில் நடந்தபடி சுற்றிப் பார்க்கையில் கோவிலின் பரப்பளவு

எவ்வளவு என்பது குறித்த அறிவு நமக்குக் கிடைக்கும். எங்களுக்குச் சுற்றிப்பார்க்க ஏறத்தாழ ஒரு மணிநேரம் ஆயிற்று. வேறு எங்கும் காணப்படும் கற்சிற்பங்களைக் காட்டிலும் சிறந்த சிற்பங்களை இங்கு நாங்கள் பார்த்தோம். அழகான இந்தச் சிற்பங்கள், இந்து இதிகாசமான மகாபாரதத்தின் கவிதைகளின் சம்பவங்களை விரிவாக விளக்குகின்றன என்று அசாதாரண நம்பகத்தன்மையுடன் கூறமுடியும்.

அந்த இதிகாச விவரங்கள் வியக்கத்தக்க வகையில் வடிக்கப் பட்டுள்ளன. நூற்றுக்கணக்கான ஆண்டுகளாக இயற்கையின் பாதிப்புகள் மற்றும் புறக்கணிப்புக்கும் பிறகும், கோவிலின் பெரும்பான்மை கற்சிற்பங்கள் சேதமடையாமல் மிகச் சிறந்த நிலையில் பாதுகாப்புடன் இருப்பது எங்களை வியப்பிலாழ்த்தியது. ஒருவர் மகாபாரதத்தைப் படித்திருந்தால், சிற்பங்களில் காணப்படும் கதையைப் பின்பற்றுவது கடினம் அல்ல. அந்த இதிகாசத்தின் முக்கியமான வரலாற்றுப் பகுதிகள் பலவும் இங்கு சித்தரிக்கப்பட்டிருந்தன. குறிப்பாக போர்க்காட்சிகள் மிகச் சிறப்பாக செதுக்கப்பட்டுள்ளன.

படையின் முன்வரிசையில் அரசன் ஒருவன் தனது கம்பீரமான யானையின் மீது பகட்டாக சென்று கொண்டிருக்கிறான்; அவனைப் பின்தொடர்ந்து வீரர்கள் சிலர் நடந்தும், சிலர் ரதங்களிலும் சென்றனர். அனைவரும் ஈட்டிகள், வாட்கள், வில்லும் அம்புகளும், வேறு பல ஆயுதங்களும் ஏந்தியிருந்தனர். சிற்பங்கள், நம் கற்பனையை நிச்சயம் கவர்ந்தன. உடைகள், ஆயுதங்கள், விலங்குகள், தேர்கள் போன்ற அனைத்தும் நுணுக்கமான விவரங்களுடன் அசாதாரண ஆற்றலுடன் வடிக்கப்பட்டு நிஜத்தில் பார்ப்பது போன்ற உணர்வை நமக்கு ஏற்படுத்தின.

அவர்களது நுண்கலைகளின் நிலையையும் தரத்தையும் வைத்து ஒரு தேசத்தின் அல்லது மக்களின் நாகரிகம் எந்த அளவில் இருந்தது என்பதை மதிப்பிட முடியும் என்றால் கோவில் கட்டப் பட்டிருக்கக்கூடிய அந்தக் காலகட்டத்தில் இந்திய மக்கள் நாகரிகத்தில் மிகவும் முன்னேறியவர்களாக இருந்திருக்க வேண்டும்.

நான் விவரித்துக் கொண்டிருக்கும் இந்தப் படைப்பை மனத்தில் கருக்கொள்வதற்குத் தேவையான கலைப்பார்வையை எதுவும் விஞ்சமுடியாது. அந்தக் காலகட்டத்தில் இருந்திருக்கக்கூடிய வேலைத்திறமையை, செய்துமுடிக்கத் தேவையான திறனைக் காட்டிலும் சிறந்த அல்லது இணையான ஒன்றை நினைத்துப்

பார்ப்பது கடினம். கோவில் கட்டுமானப் பாணியும், அதன் தொடர்பான வேறு விஷயங்களும் சந்தேகத்திற்கு இடமின்றி ஒன்றைச் சுட்டிக்காட்டுகின்றன: அதற்குத் தேவையான மனிதர்கள் நிச்சயமாக இந்தியாவிலிருந்து இங்கு வரவழைக்கப்பட்டு வேலையில் அமர்த்தப்பட்டிருக்க வேண்டும்.

அன்றைய காலகட்டத்தின் சாதனைகளையும், வேலையைச் செய்து முடிப்பதற்கான திறன் மக்களிடம் உள்ளார்ந்து இருந்தது என்பதையும் இப்போது நினைத்துப் பார்க்கையில், கலைத்தன்மை சிறிதும் இல்லாத இன்றைய உருவாக்கங்களுடன் ஒப்பிடும்போது வருத்தமாக இருக்கிறது. இத்தகைய மதிப்புமிக்க கலை நம்மிடமிருந்து தொலைந்து போனது புதிராகவும் மிகவும் வருத்தமாகவும் இருக்கிறது.

கோவிலின் முதல் அடுக்கில் அல்லது முதல் தளத்தில் நான் பார்க்க முடிந்த அற்புதங்களை மட்டுமே இங்கு விவரித்துள்ளேன். ஆனால், மற்றவற்றிற்கும் இவை பொருந்தும். (இது போல் மொத்தம் நான்கு தளங்கள் உள்ளன). ஓர் அடுக்கின் மேல் மற்றொன்று என்பதாக அமைந்துள்ளன; ஆனால், ஏறுவதற்குக் கடினமான படிகள் மூலம்தான் அங்கு செல்லமுடியும். நான் விவரித்த முதல் அடுக்கைப் போல், மற்ற அடுக்குகளும், பாணியிலும் சிறப்பியல்பிலும் ஒரே மாதிரியானவை. அனைத்திற்கும் அப்பால், ஒரு காலத்தில், கோபுரம் போன்ற அமைப்பு ஒன்று இருந்திருக்க வேண்டும். ஏனெனில், கட்டுமானத்தில் அந்தக் கோபுரத்தின் அடித்தளம் இருந்திருக்கக் கூடிய இடத்தை எளிதில் அறியமுடிந்தது.

கோவிலின் உச்சியிலிருந்து, சுற்றியிருந்த மலைகளின், பிரதேசத்தின் மனத்தை மயக்கும் காட்சிகளைப் பார்க்கமுடிந்தது. பறவைகளின் ‘ட்வீட்’ சத்தங்களும், காற்றின் பெருமூச்சு மட்டுமே உடைத்த அந்த நிசப்தமான சூழலின் நடுவில் அங்கே நின்றபடி அந்த மகத்தான கடந்தகாலத்தைக் கற்பனை செய்து பார்த்தேன். அதுபோன்ற காலகட்டம் அதன் மகிமைகளுடன் நிச்சயம் திரும்பி வராது.

கோவிலுக்கு அருகில் இருந்த சிறிய ஓய்வு விடுதியில் மதிய உணவு சாப்பிட்டோம். அதன்பின் திரும்பும் பயணத்தைத் தொடங்கினோம்.

21

சோலோகர்த்தா சுல்தானுடன் ஒரு சந்திப்பு

உடல் முழுவதும் நனைந்தபடியான பயணம்; வழி முழுவதும் மழை கொட்டித் தீர்த்தது. மாலை ஆறு மணிக்கு எங்கள் ஹோட்டலை அடைந்தோம். ஜாகர்த்தா சுல்தான் என்னை அழைத்துச் செல்ல அனுப்பிய அரசு சாரட் எங்கள் இடத்திற்கு வருவதற்குமுன், விருந்து உடைக்கு மாறுவதற்கு எனக்குச் சிறிது நேரம் கிடைத்தது. வண்டியில் டச்சு ரெசிடென்சிக்குச் சென்றேன். பிரதிநிதியும், அவரது பணியாளர்களும் வாயிலில் என்னை வரவேற்றனர். ஆங்கிலத்தில் கொஞ்சம் உரையாடினோம். முன்னேற்பாட்டின்படி, அங்கு சென்றவுடன் சுல்தான் சார்பாக என்னை வரவேற்கத் தயாராக இருப்பதற்காக, எனக்கு முன்னதாக சுல்தானின் அரண்மனைக்குச் சென்றார். மகத்தான மதிள்களால் சூழப்பட்டிருந்த வளாகத்தில் அரண்மனை இருக்கிறது. அதில் சுமார் 15,000 பேர் வசித்தனர்.

அரண்மனையின் பிரதான வாயிலில் வண்டியிலிருந்து இறங்கிய என்னை டச்சுப் பிரதிநிதியும் அவரது பணியாளர்களும் சுல்தானின் அமைச்சர்களும் வரவேற்றனர். பிரதான முற்றத்தின் வாயிலில் இருந்து அரண்மனையை நோக்கி நாங்கள் சென்றபோது, சுல்தானின் மகன்கள் என்னைச் சந்தித்தனர். அவர்கள் டச்சு ராணுவச் சீருடைகளும் சிறிய தலைப்பாகையும் அணிந்திருந்தனர். அங்கு சுல்தானின் படைவீரர்கள் எனக்கு மரியாதை அளிக்கும் விதமாக

அணிவகுப்பு ஒன்றை நடத்தினர். (டெல்லி தர்பாரின் போது எனது சகோதரனின் பிரதான மெய்க்காப்பாளர்களை இவர்கள் எனக்கு நினைவூட்டினார்). இசைக்குழுவினர் டச்சுத் தேசிய கீதத்தை இசைத்தபோது வீரர்கள் ஆயுதங்களை நீட்டி மரியாதை அளித்தனர்.

அரண்மனைக்குள் சற்று தூரம் சென்றதும், ஒருவித பெரிய திறந்தவெளி அரங்கை அல்லது தர்பார் மண்டபத்தை அடைந்தோம். அங்கு சுல்தான் அமர்ந்திருந்தார். டச்சுப் பிரதிநிதி மரியாதை நிமித்தம் தனது தலைத்தொப்பியை நீக்கி, என் பெயரைச் சொல்லி சுல்தானுக்கு என்னை அறிமுகம் செய்து வைத்ததும், அவர் என்னை வரவேற்றார்.

பின்னர் சுல்தான் டச்சுப் பிரதிநிதியிடம் கைகுலுக்கினார். இப்படியாக நாங்கள் அந்த மண்டபத்திற்குள் நுழைந்தோம். அங்கு மூன்று அரசு இருக்கைகள் இருந்தன. அவற்றில் அமரவைக்கப் பட்டோம். சுல்தானின் மகன்களுக்கும் பிரதிநிதியின் பணியாளர் களுக்கும் இருக்கைகள் வழங்கப்பட்டன. ஆனால், சுல்தானின் ஊழியர்கள் சற்று அருகில் தரையில்தான் அமர்ந்தனர்.

மதிப்பு மிக்க சுல்தானுக்கு, டச்சு ராணுவத்தில் முக்கியப் பொறுப்பு அளிக்கப்பட்டுள்ளது. ராணுவ ஜெனரலின் சீருடையில் வந்த அவர், மேலங்கியில் பல அரசுச் சின்னங்களை அணிந்திருந்தார். நடுத்தர வயதான அவர் இனிமையும் கண்ணியமான நடத்தையும் கொண்டவர். ஆனால் உணர்வுகளை வெளிக்காட்டாதவராக தோன்றினார். அவருக்கு எந்த ஐரோப்பிய மொழியும் தெரிய வில்லை. எனவே, நான் அவரிடம் பேசியதையும் அல்லது அவர் எனக்குக் கூறிய பதிலையும் டச்சுப் பிரதிநிதிதான் மொழிபெயர்க்க வேண்டியதாயிற்று.

வழக்கமான மரியாதை நிமித்த, கண்ணியமான விசாரிப்புகளைப் பரிமாறிக் கொண்டோம். அதன்பின், சிற்றுண்டிகளும் குளிர் பானங்களும் கொடுத்து உபசரித்தார். களைப்பும் சோர்வும் அதிகமாக இருந்த எனக்கு அங்கிருந்து புறப்பட்டு, ஓய்விற்காக அறைக்குத் திரும்பியதில் பெரும் மகிழ்ச்சி.

சோலோகர்த்தா பயணம்

மறுநாள் ஜாகர்த்தாவிலிருந்து ஜாவாவின் மிக முக்கியமான சுல்தானின் தலைநகர் சோலோகர்த்தாவுக்கு (சுராகர்த்தா) புறப்பட்டுச் சென்றோம். ஒரு மணி நேர பயணத்திற்குப்பின் செல்ல வேண்டிய இடத்தை அடைந்தோம். அங்கு ஹோட்டல் ஸ்லீயரில்

அறை எடுத்துத் தங்கினோம். சோலோகர்த்தா ஓர் உயர் முக்கியத்துவம் வாய்ந்த நகரம். அத்துடன் இந்நகரம் மற்றொரு டச்சுப் பிரதிநிதியின் இடமும் ஆகும்.

பிற்பகலில் நகரத்தைச் சுற்றிப் பார்த்துக் கொண்டிருந்தபோது, பெரிய மாளிகை ஒன்றைப் பார்த்தோம். விசாரித்தபோது, அது சுல்தானுடைய மைத்துனரின் மாளிகை என்றனர். அவரது பெயர் மான்குண்டுகுரு அதிபதி. உரிய அனுமதி பெற்று, அந்த இடத்தைப் பார்க்க உள்ளே சென்றோம். அந்நாட்டு வழக்கத்தின்படி, கட்டடத்தினுள் அதிகம் சுவர்கள் இல்லை. அனைத்து அறைகளும் பெரியதாகவும் உயரமாகவும் இருந்தன. தரையில் பளிங்குக் கற்கள் பாவப்பட்டிருந்தன. கீழைத் தேசத்தின் பாணியில் அலங்கரிக்கப் பட்டு, அறைகலன்கள் போடப்பட்டிருந்தன.

மாளிகை பொதுவாக ஒரு பெரிய பெவிலியன் போலத்தான் தோன்றியது. பெரியதொரு நாற்கரமான இடத்தின் நடுவில் அமைந்திருந்தது. அதை உயர்ந்த சுவர்கள் சூழ்ந்திருந்தன. மன்குண்டுகுரு அதிபதி டச்சுக்காரர்களுக்கு கீழ்ப்படிந்து நடக்கும் மிகவும் வலிமையான, நன்கு படித்த இளவரசர் என்றார்கள். ஆனால், என்னால் குறைந்த நேரமே ஒதுக்க முடிந்தது என்பதால் அவரை அறிமுகப்படுத்திக் கொண்டு நட்பு ஏற்படுத்திக் கொள்ளும் சந்தர்ப்பம் கிடைக்கவில்லை. அதை நான் மிகவும் விரும்பியிருப்பேன்.

என் கவனத்தை ஈர்த்த அடுத்த இடம் வெல்ல முடியாது என்பது போல் வலிமையான தோற்றம் கொண்ட கோட்டையாகும். சுல்தானின் அரண்மனைக்கு எதிரில் இருந்தது. கோட்டையின் உட்புறத்தில் துப்பாக்கி ஏந்திய டச்சுப் படையினர் நிறுத்தப்பட்டிருந்தனர். அதைப் பார்க்க ஆர்வமாக இருந்தேன். ஆனால், விதிமுறைகள் மீறப்படுவதாகக் கருதப்படும் என்று கூறி எனக்கு அனுமதி வழங்கப்படவில்லை.

ஜாவாவில் டச்சுக்காரர்களின் கீழிருக்கும் சுல்தான்களுக்கும், இந்தியாவில் ஆங்கிலேயர்களின் கீழிருக்கும் ராஜாக்களுக்கும் இடையில் அதிகாரம் மற்றும் சலுகைகள் விஷயங்களில் இருக்கும் பெரும் வித்தியாசத்தை இந்த இடத்தில் குறிப்பிடுவது சரியாக இருக்கும். ஜாவாவில் தங்கியிருந்த குறுகிய காலத்தில், தனிப்பட்ட முறையில் இது போன்ற விஷயத்தில் ஒரு முடிவுக்கும் வருவது நிச்சயம் கடினமான ஒன்றுதான். ஆனால், எனக்குச் சொல்லப் பட்டவற்றிலிருந்து, (நான் பார்த்தவையும் அதை

உறுதிப்படுத்தின), அதிகாரத்திலும் தனிப்பட்ட சுதந்திரத்திலும், ஜாவாவின் சுல்தான்களைக் காட்டிலும் இந்தியாவில் நாங்கள் பெருமளவுக்குச் சிறப்பாக இருக்கிறோம் என்ற முடிவுக்கு வந்தேன்.

ஜாவாவில் இருக்கும் பெரிய சுல்தான்கள் எவரும் படேவியாவைப் பார்த்ததில்லை என்பது வியப்பு ஏற்படுத்தும் தகவல். இந்தத் தகவலிலிருந்தும் எனது புரிதலிலிருந்தும் வருத்தம் தரும் முடிவுக்கு வரவேண்டிய கட்டயத்திற்குத் தள்ளப்பட்டேன். அதாவது, டச்சுக்காரர்களால் வெளிப்படையாக எல்லாவிதமான மரியாதைகளுடனும் விநயத்துடனும் நடத்தப்படும் இந்த அதிருஷ்டம் கெட்ட மனிதர்கள் அரசியல் கைதிகளைக் காட்டிலும் கொஞ்சம் மேலானவர்கள், அவ்வளவுதான்.

கடந்த காலங்களில் இந்தச் சுல்தான்கள் டச்சுக்காரர்களை எதிர்த்துத் தொடர்ந்து விடாப்பிடியாகப் போரிட்டனர். இறுதியில் அவர்களது எதிர்ப்பு முறியடிக்கப்பட்டது. தற்காப்புக்காகவும், மேலும் இதுபோன்ற கிளர்ச்சிகள் வெடிப்பதைத் தடுக்கவும், அத்தகைய சாத்தியங்கள் எப்போதும் எழாமல் தடுக்கும் வகையிலும், சுல்தான்களின் தொடர்ந்த இருப்பிற்கு இதுபோன்ற நிபந்தனைகளை டச்சுக்காரர்கள் விதித்தனர்.

இந்தச் சுல்தான்களிடம் வெளிப்படும் கீழ்த்திசை மனிதர்களின் பொதுவான இயல்பும் ஆர்வமூட்டும் ஒன்று.

தனிப்பட்ட முறையில் அவர்களிடையே பொறாமை நிலவுகிறது. மரியாதை நிமித்தமான வருகைகளையே தடுக்கும் அளவுக்கு அது அதிகமாக இருக்கிறது. கீழ்த்திசைப் பண்பு என்று சொல்லப்படும் அதைப் பெற்றிருக்கும் அந்த மனிதர்கள், கூடி இருப்பதால் கிடைக்கக்கூடிய நன்மைகள் அனைத்தையும் இழக்கிறார்கள். அவர்களது எதிரிகளுக்குச் சமமான வலிமையை இந்தக் கீழ்த்திசை மன்னர்கள் சுயக்கட்டுப்பாட்டுடன் பெற்றிருப்பதை வெளிப் படுத்தும் இடங்களில் வெளிநாட்டவர் என்றும் வெற்றி பெற்றதில்லை என்பதை அவர்கள் உணரவில்லை.

ஜாவாவில் இருக்கும் டச்சுக்காரர்கள் அந்த நாட்டின் இரு பெரும் சக்திவாய்ந்த சுல்தான்களுக்கு இடையில் நிலவும் பொறாமையை விரைந்து கவனித்துவிட்டனர். சொந்த நலனை உத்தேசித்து அவர்கள் இயல்பாகவே எதுவும் செய்யாமலிருந்தனர். இப்போது சுல்தான்களுக்கும் அவர்களுக்கிடையில் நட்புச் சூழலைக் கொண்டுவருவது தவிர்த்து எதையும் செய்வதில்லை.

இதுபோன்ற விஷயங்களைக் கவனிப்பதிலும், டச்சு ஆட்சியின் கீழ் ஜாவாவின் நிலைமைகளையும் இங்கு ஆங்கில ஆட்சியின் கீழ் இந்தியாவில் நிலவும் நிலைமைகளையும் ஒப்பீடு செய்து மனத்தளவில் குறிப்புகளை உருவாக்குவதில் எனக்கு ஆர்வம் இருந்தது. இதைப் போன்ற ஒத்ததன்மை நிலவும் மிகச் சிலவற்றில் நான் குறிப்பிடும் இந்த இரண்டு நாடுகளும் அடங்கும்.

ஆர்வமுள்ளவன் என்ற அளவில் என் அவா நிச்சயமாக, கிளர்ந்து எழுந்தது. அதனால், சில விசாரணைகளை மேற்கொண்டேன். அதன் விளைவாக சில தகவல்கள் எனக்குக் கிடைத்தன. சோலோகர்த்தாவின் வருமானம் ஆண்டுக்கு சுமார் 4,000,000 ஃப்ளோரின்கள் - இந்திய ரூபாய்.6,000,000. இது தவிர்த்து, இந்தியாவை ஆளும் அமைப்பிலிருந்து பொருளாதார அளவில் முற்றிலும் வேறுபட்டிருக்கும் டச்சு அரசாங்கத்திடமிருந்தும் மாதந்தோறும் சுல்தான் 70,000 ஃப்ளோரின்கள் மானியமாகப் பெறுகிறார்.

சோலோகர்த்தா சுல்தானின் ராணுவத்தில் முறையாக சேர்க்கப்படாதவர்கள் சுமார் 1,500 இருக்கிறார்கள். இந்தச் சொல் அவர்களுக்கு முழுமையாகப் பொருந்தக்கூடிய ஒன்றுதான். ஏனெனில், மிகப் பழங்காலத்திற்குச் சொந்தமான ஆயுதங்களை அவர்கள் ஏந்தியிருக்கிறார்கள்; இவை ஒரு சிப்பாயின் கைகளில் இருப்பதைக் காட்டிலும் அருங்காட்சியகம் ஒன்றில் இருப்பது ஆர்வம் ஊட்டக்கூடியதாக இருக்கும். சுல்தானின் மெய்க் காவலர்களாக டச்சு வீரர்கள் இருக்கின்றனர்; வலிமையான வீரர்கள் அறுபது பேர்.

சுல்தானின் அரசவையுடன் இணைந்து ஓய்வுபெற்ற டச்சு கேப்டன் ஒருவரின் தலைமையின் கீழ் செயல்படுகிறார்கள். மெய்க்காவல் படையின் ஒரு பகுதி எப்போதும் சுல்தானுடனேயே இருக்கும்; அவர் போகுமிடமெல்லாம் உடன் செல்லும். மற்ற வீரர்களுடன், இவர்கள் மேலதிகமானவர்கள். எனினும் உயர் அதிகார அமைப்பால் வழங்கப்படும் மரியாதை என்று மேலோட்டமாக இந்த மெய்க்காவலை எடுத்துக் கொண்டாலும், டச்சு அதிகார அமைப்பு, சுல்தான் அதிக நேரம் கண்காணிப்பு இல்லாமல் இருக்கக்கூடாது என்பதை விரும்புகிறது என்பது சகித்துக் கொள்ள வேண்டிய நிலையில் தெளிவான ஒன்றே!

சுல்தானின் அரண்மனையில் மொத்தமுள்ள பெண்களின் எண்ணிக்கை சுமார் 6,000 இருக்கும். இந்தப் பெரும் எண்ணிக்கையில் சுமார் நூறு அல்லது அதற்கு மேற்பட்டவர்கள்

சுல்தானின் நேரடியான ஒப்புதல் பெற்றவர்கள். மற்றவர்கள், உறவினர்கள், அதிகாரிகளின் மனைவிகள், பணியாளர்கள் போன்றோர்.

குடிமக்கள் மீது இந்தச் சுல்தான்களுக்கு இருக்கும் அதிகாரங்களின் அளவு மற்றும் செயல்படுவதற்கான வாய்ப்புகள் எப்படி என்பதை மிகக் குறுகியகாலத்தில் தெரிந்து உறுதிப்படுத்திக் கொள்வது கடினமானது. ஆனால், அவர்களது பிரதேசங்களில் வசிக்கும் மக்கள் மீது அவர்களுக்கு அதிகாரம் இருக்கிறதென எனக்குத் தெரிவிக்கப் பட்டது. ஆனால், அனைத்து முக்கியமான விஷயங்களிலும் அவர்கள் டச்சுப் பிரதிநிதியைக் கலந்தாலோசிக்க வேண்டும் என்று எதிர்பார்க்கப்படுகிறது. அந்தப் பிரதிநிதி ‘மூத்த சகோதரர்’ என்று குறிப்பிடப்படுகிறார்.

சோலோகர்த்தா சுல்தானின் வரவேற்பு நிகழ்ச்சி

என்னைக் கௌரவிக்கும் வகையில் அன்று மாலை சோலோகர்த்தா சுல்தான் (அவரது பதவியின் அதிகாரப்பூர்வ பெயர் சுசுஹ்னன்) பொழுதுபோக்கு நிகழ்வு ஒன்றை ஏற்பாடு செய்து அழைத்திருந்தார். கெடுவாய்ப்பாக அந்த நிகழ்வில் டச்சுப் பிரதிநிதி கலந்துகொள்ளவில்லை. ஆனால், அவரது மேலதிகாரியின் சார்பாக தலைமைச் செயலாளர் என்னை வரவேற்க வந்தார். சுல்தான் எனக்காக அனுப்பியிருந்த வண்டியில் அரண்மனைக்கு என்னுடன் வந்தார். டச்சுப் பிரதிநிதியின் அதிகாரிகள் பலரும், ரெஸிடென்ஸியைச் சேர்ந்த பெண்கள் சிலரும் அந்தப் பொழுதுபோக்கு நிகழ்வில் கலந்துகொண்டிருந்தனர்.

சோலோகர்த்தா சுல்தான் எனக்கு அளித்த வரவேற்பு குறித்து சொல்லவேண்டும் என்றால், ஏற்கெனவே விவரித்தது போல், ஜாகர்த்தாவில் எனக்கு அளிக்கப்பட்டதுபோல் தான் இருந்தன. ஆனால், முக்கிய வித்தியாசம் ஒன்றைக் கூறவேண்டும். சோலோகர்த்தாவிற்கு இருக்கும் உயர் அந்தஸ்து காரணமாகவும், இங்கிருக்கும் அரசவை மேம்பட்ட கம்பீரத்துடன் இருப்பதன் காரணமாகவும் வரவேற்பு ஏற்பாடுகள் மிகவும் விரிவான அளவில் செய்யப்பட்டிருந்தன. எனினும், பின்பற்றப்பட்ட அரசமுறைச் சம்பிரதாயங்கள் இரண்டு நிகழ்வுகளிலும் ஒரே மாதிரியாகத்தான் இருந்தன.

அரண்மனையை அடைந்தவுடன் மதிப்பிற்குரிய சுல்தான் என்னை மிகவும் அன்புடன் வரவேற்றார். உடனடியாக என்னை மேடைக்கு வழிநடத்திச் சென்றார். மேடையில் அவரது மனைவி ஹெர்

ஹைனஸ் 'ராடோப்' அல்லது சுல்தானா, இளவரசிகளுடனும் அரண்மனைப் பெண்களுடனும் நின்றுகொண்டு இருந்தார். என்னை அனைவரிடமும் முறையாக அறிமுகப்படுத்தினார். அறிமுகப்படலம் மிகவும் எளிமையாக நடந்தது. என்னை அன்பாக வரவேற்ற சுல்தான், தனது கையில் இன்னமும் என் கரத்தைப் பிடித்துக் கொண்டுதான் இருந்தார். அந்த நிலையிலேயே, அந்தப் பெண்மணிகளிடம் என்னைத் தனித்தனியாக அறிமுகப்படுத்தினார். அவர்களுக்கு, குனிந்து மரியாதை செலுத்தினேன்; பதிலுக்கு அவர்கள், என் கைகளை மெலிதாகப் பற்றிக் குலுக்கினர்.

பெண்கள் அணிந்திருந்த ஆடைகள் அவர்களது வர்க்கத்திற்கே உரியதாக புதுமையுடன் இருந்தன. இதைப்போன்ற ஒன்றை வேறு எந்த நாட்டிலும் பார்த்திருக்கவில்லை. பெண்களின் ஆடைகளை விவரிப்பதில் நான் அவ்வளவு திறமையானவன் அல்ல. ஜாவானிய இளவரசியின் தோற்றம் குறித்த யதார்த்தமான எண்ணத்தை இவை தருகின்றன. அவர்கள் சில நகைகள் மட்டுமே அணிந்திருந்தனர்; பெண்கள் (குறிப்பாக சுல்தானின் மகள்கள்) தனித்த கவர்ச்சியுடன், நேர்த்தியான தோற்றத்துடன் இருந்தனர்.

பெண்களின் இயக்கங்கள் ஓரளவுக்கு எந்திரத்தனமாகத்தான் இருந்தன. அவர்களது முகங்கள் பெருமளவு உணர்ச்சியை வெளிக்காட்டவில்லை. தோற்றத்திலும் நடந்து கொண்ட விதத்திலும் முற்றிலும் உற்சாகமற்றவர்களாய் காணப்பட்டனர். ஆனால், அவர்கள் கவர்ச்சிகரமான உடைகளை அணிந்திருந்தனர்; அழகான நேர்த்தியான கவுன்களில் மிகவும் வலுவற்றவர்களாகத் தோன்றினர். ஜாவானியப் பெண்கள் பல்வேறு வகையான வாசனைப் பொருட்களில் ஆர்வமுள்ளவர்கள். அத்துடன் ஒரேநேரத்தில் பல வகையான நறுமணப் பொருட்களைப் பயன்படுத்துவதும் அவர்களின் வழக்கம். இதனால், விவரிக்க முடியாத வாசனை சூழலில் உருவாகிறது.

கீழ்த்திசை நாட்டில் பல மலர்களின் வாசனைக்கு மத்தியில் சந்தனத்தின் ஆதிக்கம் வெளிப்படுவது போல் அது இருந்தது.

அறிமுகப் படலம் முடிந்தது. சுல்தான் மற்றும் சுல்தானாவுக்கு அருகில், மேடையின் முன் பகுதியில் போடப்பட்டிருந்த, விரிவான முறையில் தங்கமுலாம் பூசப்பட்ட நாற்காலிகளில் அமர்வதற்கு அழைக்கப்பட்டோம்.

எங்களுக்கு வலதுபுறத்தில் இளவரசிகளும், அவர்களுக்கு அடுத்து சுல்தான் குடும்பத்து ஆண்களும் அமர்ந்திருந்தனர். இடதுபுறத்தில்

பிரதிநிதியின் அதிகாரிகளும் எனது பணியாளர்களும் அமர்ந்தனர். மேடைக்கு எதிரில் சற்றுத் தள்ளி சுல்தானின் அமைச்சர்களும் அரண்மனை அதிகாரிகள் பலரும் தரையில் அமர்ந்தனர். அனைவரும், பாரம்பரியமான விநோதமான தலைப்பாகை தரித்திருந்தனர். தனித்துவமான, கவர்ச்சிகரமான ஆடைகளையும் அணிந்திருந்தனர்.

நாங்கள் அமர்ந்திருந்த அரங்கு பெரிதாகவே இருந்தது. மிக அதிக எண்ணிக்கையில் மக்கள் அமரும் அளவுக்குப் பெரிதானது. அரங்கு பெரிதாக இருந்தாலும், முழுமையாக நிரம்பியிருந்தது. அதில் பெரும்பான்மை, அவரது குடும்பத்தைச் சேர்ந்த அரண்மனையைச் சேர்ந்த பெண்கள். இவர்கள் குறைவான, சுருக்கமான ஆடைகளை அணிந்திருந்தனர். இடுப்பில் சரோங், கைகளின் அடிப்பகுதி வரையிலும் மூடும் ஓர் இடுப்புப் பட்டை. இதனால் உடலின் மேற்பகுதி முழுவதும் திறந்தநிலையில் இருந்தது.

உடலை அதிகம் மூடிய ஆடையில் அவர்கள் தோன்றினால், அரசவை ஆசாரத்திற்கு எதிரானது என்று என்னிடம் கூறினார்கள். சுல்தான் குடும்பத்தைச் சேர்ந்த பெண்களுக்கு மட்டுமே மார்பையும் தோள்களையும் மறைத்து உடையணியும் சலுகை இருக்கிறது. இந்தியாவில் நமக்குப் பழக்கப்பட்ட பர்தா (அல்லது பெண்களைத் தனிமைப்படுத்தல்) முறை ஜாவாவில் இல்லை; ஆனால், அந்தச் சமூக அமைப்பின் குறைபாடுகளால் அப்பெண்கள் சிரமப்பட வில்லை. என்றாலும், அவர்கள் ஆண்கள் சமூகத்துடன் சேராமல்தான் இருக்கிறார்கள். அத்துடன் சிறப்பான சந்தர்ப்பங்களில் மட்டுமே பொது வெளியில் அவர்கள் தோன்றுகிறார்கள். அனைத்துக் கீழ்த்திசை நாடுகளிலும் சமூகத்தில் நிலவும் பொதுவான பெண்களின் நிலையைப் போல்தான் இங்கும் இவர்களின் சமூக அந்தஸ்து உள்ளது.

சுல்தானுக்கும் சுல்தானாவுக்கும் பின்புறம், அருகில் சுல்தானின் தனிப்பட்ட பெண் உதவியாளர்கள் இருந்தனர். இந்தப் பெண்கள், பல்வேறு வயதுகளில் இருந்தனர். ஏறக்குறைய அறுபது வயதுள்ள ஒரு பெண்மணி என் கவனத்தை ஈர்த்தாள். தனது எஜமானன் மீது தொடர்ந்து அவள் ஆசிகளை முணுமுணுத்துக் கொண்டிருந்தாள். சுற்றிப் பார்த்துக் கொண்டிருந்த நான் அவள் கண்ணில் பட்டதும் அவள் புன்னகைத்தாள்.

என் தலைமீதும் ஆசீர்வாதங்களைப் பொழிந்தாள். என்னைப் போன்ற ஒரு புகழ்பெற்ற மனிதரை, மகிமை பொருந்திய தனது எஜமானனைப் பார்க்க அனுப்பியதற்காக எல்லாம் வல்ல

இறைவனுக்கு நன்றி கூறுவதாக அவளது ஆசீர்வாதங்கள் இருந்தன என்று எனக்குத் தெரிவிக்கப்பட்டது! சுல்தானின் பணிப் பெண்களில் ஒருவர் அவ்வப்போது முன்புறம் வந்து அவரது கால்களுக்கு மசாஜ் செய்து கொண்டிருந்தார்.

சுல்தானை வணங்கும் முறை ஏறத்தாழ பஞ்சாபில் நடைமுறையில் இருப்பதைப் போலவே இருந்தது: இரு கைகளையும் குவித்து, நெற்றி அதனைத் தொடும்படி தலையைக் குனிந்து வணங்குவது. அவர் பெயர் சொல்லி விளித்தவுடன், சுல்தானின் மகன்களும் அவரது பிரதான மனைவியும் நான் மேலே விவரித்தபடி எதிர்வினையாற்றினர். இந்தப் பிரதேசத்தின் அரசவை சம்பிரதாயங்கள் மிகவும் கண்டிப்பாகப் பின்பற்றப்படுகின்றன.

ஓர் அம்சம் எனக்கு மிகவும் வேடிக்கையாக இருந்தது. அங்கு பணியாட்கள் சுல்தானை நிமிர்ந்த நிலையில் அணுக முடியாது; அது தடைசெய்யப்பட்டுள்ளது. ஆகவே, அவருக்கு ஏதாவது ஒரு பொருளைக் கொடுக்க வேண்டும் என்றால், அந்த வேலைக்காரன் ஜிம்னாஸ்டிக்ஸ் வேலை செய்வது போல் கிட்டத்தட்ட தரையில் உட்கார்ந்த நிலையில் முன்புறம் உடலை வளைத்து முன்னகர வேண்டும். அசௌகரியமான இந்த நிலையில் ஊர்ந்து செல்வதுபோல் தான், பணியை முடிக்கவேண்டிய கட்டாயம் அவர்களுக்கு.

ஹிஸ் ஹைனஸ் சுல்தானின் பட்டங்கள் இவை: 'ஹிங்காங் சினோஹோன் காங் பகோ போமோனோ சேனோபதி இங்கலோகே ரச்மான் சஜிதின் பனோடோகோமோ. நெதர்லாந்து சிங்கத்தின் மாவீரம் பொருந்திய கமாண்டர். நாசாவின் (Nassau) ஆர்டர் ஆஃப் ஆரஞ்சு விருது பெற்ற மாபெரும் அதிகாரி. கம்போடியாவின் பிரெஞ்சு காலனிய அமைப்பின் கிராண்ட் கிராஸ் விருது பெற்ற மாவீரர். நைட் கிராண்ட் ஆர்டர் ஆஃப் தி கிரவுன் ஆஃப் சியாம், பெல்ஜியத்தின் ஆர்டர் ஆஃப் லியோபோல்டின் மாபெரும் அதிகாரி. நெதர்லாந்து ராணுவத்தில் மேஜர் ஜெனரல்.'

ஆனால், அனைத்திற்கும்மேல், 'Nail of the Universe' என்று அவர் பிரபலமாக அறியப்படுகிறார். நான் அவரை விவரிக்கும் அந்த நிகழ்வின்போது அழகாக எம்ப்ராய்டரி செய்யப்பட்ட சிவப்பு நிற ஜாக்கெட்டும் மிக அழகான சரோங்கும் அணிந்திருந்தார். மேலங்கியை அலங்கரிக்கும் வகையில் பளபளப்பான டச்சு, பெல்ஜியம், பிரெஞ்சு, சையாம், ஜெர்மன் அரசாங்கங்களின் விருதுகளை அணிந்து வியப்பு ஏற்படுத்தினார்.

எங்கள் உரையாடலின்போது, சுல்தான் தெரிவித்த விஷயம் எனக்கு மேலும் வியப்பை அளித்தது. ஒரே நேரத்தில் அவரது மேலங்கியில் தொங்கவிட்டுக் கொள்ள முடியாத அளவுக்கு அதிக எண்ணிக்கையிலான விருதுகளும், கௌரவப் பட்டங்களும் அவரிடம் இருக்கிறதாம். தங்களுக்குக் கீழிருக்கும் நிலப்பிரபுத்துவ இளவரசர்களை அடக்குமுறைத் தன்மையுடன் நடத்தும் டச்சு அரசாங்கம், வெளிநாட்டு அரசாங்கங்கள் அளிக்கும் அலங்கார விருதுகளை ஏற்றுக்கொள்ள அனுமதிக்கும் விஷயத்தில் மிகவும் வெளிப்படையாக, தாராள மனப்பான்மையுடன் நடந்து கொள்கின்றனர்.

அப்படி என்னிடம் எத்தனை அலங்காரப் பட்டங்கள் உள்ளன என்று சுல்தான் கேட்டார். இந்த விஷயத்தில் பிரிட்டிஷ் அரசாங்கம் அவ்வளவு பரந்த மனப்பான்மை கொண்டதாக இல்லை என்பதை ஒப்புக்கொள்ள நான் கடமைப்பட்டவன். எந்த இந்திய மன்னரும் வெளிநாட்டவர் அளிக்கும் விருதுகளைப் பெறுவதை அது அனுமதிப்பதில்லை. சுல்தானிடம் இருக்கும் விருதுகள் அனைத்தும், ஜாவாவிற்கு அவ்வப்போது வருகை தந்த வெளிநாட்டு அரசர்களும் இளவரசர்களும் அவருக்கு அளித்தவையாம். ஆனால், நிச்சயமாக, டச்சு அரசாங்கத்தின் ஒப்புதலுடன்.

சுல்தானுடன் நான் நடத்திய உரையாடல் டச்சு முதன்மைச் செயலரின் மொழிபெயர்ப்பு உதவியுடன் நடந்தது. பிரெஞ்சு மொழியை இதுபோன்ற மொழிபெயர்ப்பு நோக்கங்களுக்காகப் பயன்படுத்தினார். சுல்தான் என்னைப் பார்த்து சோலோகர்த்தா அரண்மனையின் பொழுதுபோக்கு நிகழ்வுகளும் சுற்றுப்புறங்களும் ஜாகர்த்தாவைக் காட்டிலும் உயர்தரத்துடன் இருந்ததா இல்லையா என்று என்னைக் கேட்டார். இதுபோன்ற கேள்விகளுக்குப் பதிலளிப்பது எனக்கு மிகவும் சிரமமானது. இருப்பினும், அதை எனக்கே உரிய ராஜதந்திரத்துடன் எதிர்கொண்டேன்.

எங்களது உரையாடலிலிருந்தும் எனக்கு விருந்தளித்தவர் நடந்துகொண்ட விதத்திலிருந்தும் கேள்விப்பட்ட விஷயங்களில் இருந்தும் அருகிலிருக்கும் ஜாகர்த்தா சுல்தான்மீது அன்பைப் பொழிந்து நேரத்தை வீணடிக்க அவர் விரும்பவில்லை என்பதை அறிந்துகொண்டேன். அவர்களுக்கிடையில் நிலவும் போட்டியும் பொறாமையும் முற்றிலும் வெளிப்படையானது... ஒருவேளை, டச்சுக்காரர்கள் ஜாவாவிலிருந்து அவர்களாகவே வெளியேறினால், எதிரிகளான இந்தச் சுல்தான்கள் உடனடியாக

ஒருவர் குரல்வளையை மற்றவர் பிடித்துக் கொள்வார்கள். கடந்தகாலத்தில் நிலவிய குழப்பத்தையும் ரத்தக்களரியான நிலையையும் நிச்சயம் திரும்பவும் கொண்டுவந்துவிடுவார்கள்.

நடந்த பொழுதுபோக்கு நிகழ்வுகளை விவரிப்பது மிகவும் சிரமம்; அதற்கு நியாயம் செய்ய வேண்டுமானால், எழுத்தாளர் பியர் லோட்டியின் திறமையும் பேனாவும் தேவைப்படும். கீழ்த்திசை நாடுகள் பலவற்றிற்கு சென்ற அனுபவம் எனக்கு இருக்கிறது. ஆனால், இன்று என் முன் தோன்றிய மயக்கும் அழகு நிச்சயம் இணையற்றது. முதலில் இசைக்கலைஞர்கள் அவர்களது பழமையான வினோதமான வாத்தியக் கருவிகளுடன் வந்தனர். ஒதுக்கப்பட்ட இடங்களில் அமர்ந்தனர். அதன்பின் தொடக்க நிகழ்வான 'கார்ப்ஸ் டி பாலே' ஆரம்பமானது. இதில் சுமார் ஐம்பது இளம் பெண்கள் இருந்தனர். அனைவரும் அழகான எம்ப்ராய்டரி செய்யப்பட்ட சரோங்கும், மிகத் தாழ்வான கழுத்துப்பகுதி கொண்ட மேலாடைகளும் அணிந்திருந்தனர். பெவிலியனின் பின்பகுதியில் இருந்து வசீகரமான நடையில் அணிவகுத்ததுபோல் வந்தவர்கள், இறுதியாக நாங்கள் அமர்ந்திருந்த மேடைக்கு எதிரே இரண்டு இணையான வரிசைகளாக நின்றனர்.

பெண்கள் அனைவரும் சுல்தானின் குடும்பத்தைச் சேர்ந்தவர்கள். ஒருவேளை அவருக்கு உறவினர்களாகவும் இருக்கலாம். அழகாகவும், மெலிந்த உடலுடனும், பதினான்கிலிருந்து பதினெட்டு வயதுக்குள்ளும் இருந்தனர். ஆலிவ் நிறத்தைக் கொண்டிருந்த அவர்களது உடல் தோற்றத்தில் ஓரளவு மங்கோலியன் இனத்தின் அம்சங்கள் காணப்பட்டன. மேடைக்கு வந்தவுடன், பெண்கள் முழந்தாள் படிய, கைகூப்பி வணங்கினர், பின்னர் நடனத்தை முறையாகத் தொடங்கினர்.

எண்ணற்ற உடல் தோரணைகளை, நடன நிலைகளைக் கொண்டதாக நடனம் இருந்தது. அவற்றிற்கு இசைவாகக் கரங்களை மெதுவாக அசைத்தனர். இணையாகத் தலையை அசைத்தனர். சில திசைகள் நோக்கி வசீகரமான நகர்வுகள், முன்னர் விவரித்தது போன்று மண்டிபோடுதல் ஆகியன நடனத்தின் படிமங்களை உருவாக்கின. அனைத்தும் புத்திசாலித்தனமான உடல் அசைவுகளால் நிகழ்த்தப்பட்டன. அதனால் நடனத்தில் பாதங்களுக்குக் குறைவான பங்குதான் இருந்தது.

நடனத்தின் படிமங்கள் சிக்கலானவை, ஏராளமானவை. வட்டங்கள், சதுரங்கள், பின்னோக்கிய மற்றும் முன்னோக்கிய நகர்வுகள் ஆகியன இருந்தன. இவையனைத்தும் சற்று

நேரத்திற்குப்பின் அதிகரித்தபோது திகைப்பை ஏற்படுத்தின. எப்போதாவது பெண் உதவியாளர்களில் ஒருவர் நடனக் கலைஞர்களின் வசீகரமான வட்டத்தில் நுழைய வேண்டிய கட்டாயம் ஏற்பட்டது. ஒரு பெண்ணின் தரையில் ஊர்ந்த நீண்ட பாவாடையின் பின்பகுதியை இன்னொருவள் சரிசெய்தாள். அசௌகரியமான அளவுக்கு அது நீளமாக இருந்ததால், அணிந்து கொண்டிருப்பவர் தானாகவே அதைச் சரி செய்து கொள்ள முடியவில்லை.

இசைக்கலைஞர்கள் இசைக் கருவிகளை வாசிப்பதுடன் தங்களை முற்றிலும் நிறுத்திக் கொள்ளவில்லை. அவ்வப்போது, வெடிப்பது போன்ற உச்ச ஸ்தாயியில் வித்தியாசமான குரலில் பாடவும் செய்தனர். ஓரளவுக்கு இது நம் நாட்டின் இசையை எனக்கு நினைவூட்டியது. எனக்கு முன் நிகழ்த்தப்பட்ட காட்சியிலிருந்த புதுமை, மகாபாரதத்தில் விவரிக்கப்பட்டிருக்கும் சில காட்சிகளுக்கு என்னை மனத்தளவில் அழைத்துச்சென்றது.

கற்பனையில், இந்தியப் புராணங்களில் மிகப்பிரபலமான ராஜா இந்திரனின் அவைக்குச் சென்றேன். எனினும், ஐரோப்பிய விருந்தினர்கள் அணிந்திருந்த மாலை நேரத்திற்குரிய கருப்பு ஆடைகளையும், சீருடைகளையும் பார்த்த பின் இன்னமும் இருபதாம் நூற்றாண்டில்தான் நான் வாழ்கிறேன் என்பதை அவை நினைவூட்டின.

சுல்தான் எனக்காக ஏற்பாடு செய்திருந்த அற்புதமான பொழுது போக்கு நிகழ்வுகளுக்காக அவருக்கு நன்றியும் பாராட்டும் தெரிவித்தேன். பதிலுக்கு அவர் எனது வருகை முன்பே அவருக்குத் தெரிந்திருந்தால், முழுமையான எண்ணிக்கையில், சுமார் இருநூறு பெண்களுடன் கார்ப்ஸ் டி பாலேவை ஏற்பாடு செய்திருப்பேன் என்றார். அந்த நிகழ்வு (சுமார் ஒரு மணி நேரம் நீடித்தது) அதைப் பார்ப்பதற்காகவே ஒருவர் ஜாவாவுக்குச் செல்லும் அளவுக்குச் சிறந்தது.

சுல்தானின் அரண்மனை

சுல்தான் என்னைப் பல அடுக்குமாடிக் குடியிருப்புகள் வழியாக அழைத்துச் சென்றார். அவை ஜாவானிய பாணியில் அலங்கரிக்கப்பட்டிருந்தன; அறைகலன்களால் நிரம்பியிருந்தன. அவற்றில் ஒன்று சிறப்பாகப் பாதுகாக்கப்படுவதாகத் தோன்றியது. சற்றுப் பெரியதாக, அழகானதாக, நன்கு செதுக்கப்பட்டு, தங்க முலாம் பூசப்பட்டிருந்த ஒரு கட்டில். அரச குலத்துக்குரிய

மணமகளின் மஞ்சமாக இருக்கலாம். திருமணப் படுக்கையாகப் பயன்படுத்தப்பட்டிருக்கலாம். அந்த வரவேற்பு மண்டபத்தின் பின்பகுதியில், உரிய மரியாதையுடன் அது பாதுகாப்புடன் வைக்கப்பட்டிருந்தது.

அரசவை அதிகாரிகள் பலரும், சாதாரண வேலை செய்பவர்களும், உதவியாளர்களும் பின்தொடர்ந்து வர, தோட்டம் ஒன்றிலிருந்த சுல்தானுக்கு மிகவும் பிரியமான கோடைக்கால ஓய்வில்லம் ஒன்றிற்குச் சென்றோம். அங்கு நாங்கள் பல சுவையான மற்றும் குளிர்ச்சியான பானங்களை அருந்தினோம். சிறிது நேரம் உரையாடிக் கொண்டிருந்தோம். நான் புறப்படுவதற்கு முன், சுல்தான் எனக்கு அழகான வாக்கிங் ஸ்டிக் ஒன்றைக் கொடுத்தார். அதன் கைப்பிடி தங்கத்தால் ஆனது. கைப்பிடியில் அவரது அரச முத்திரை வைரங்களால் பதிக்கப்பட்டிருந்தது. நள்ளிரவு நெருங்கியதும், நாங்கள் புறப்பட்டோம். அன்புடன் எங்களை உபசரித்தவரிடம் பிரியாவிடை பெற்றோம். தூரக் கிழக்கில் நான் கழித்த பல நாட்களில், இந்த நாள்தான் மிக அதிக அளவுக்கு சுவாரஸ்யமான நாளாக இருந்திருக்கக் கூடும்.

மறுநாள் காலை, சுல்தானின் மகன்களுடன் சேர்ந்து, அவர் வழிபடும் மசூதிக்குச் (அனைவரும் செல்லுமிடம்) சென்றேன். யானைகளையும் அவரது அரண்மனையின் ஒரு பகுதியையும் மகிழ்ச்சியுடன் சுற்றிப் பார்த்தேன். அரண்மனையில் மிகவும் சுவாரஸ்யமான பகுதியாக 'தோஷகானா தோஷகானா' அதாவது கருவூலம் இருந்தது. அதில் போதுமான அளவு தங்கமும் வெள்ளித் தட்டுகளும் இருந்தன.

அத்துடன், ஒரே நேரத்தில் இருநூறு விருந்தினர்களுக்கு விருந்து அளிக்கப் போதுமான அளவு பாத்திரங்களும், 'சைனாவேர்' போன்றவையும் இருந்தன. சுல்தான் குடும்பத்து நகைகளைப் பார்க்க விரும்புவதாக என் எண்ணத்தை வெளிப்படுத்தினேன் (அசாதாரண அழகும் மதிப்பும் மிக்கவை என்று என்னிடம் கூறியிருந்தார்கள்). ஆனால், அத்தகைய மதிப்புமிக்க பொருட்களை விருந்தினர்களுக்கு காண்பிப்பதால் தீய சகுனம் ஏதாவது ஏற்படும் என்ற மூடநம்பிக்கை நிலவுகிறது என்று பணிவுடன் தெரிவித்தனர்; அதனால், எனது ஆசை நிறைவேறவில்லை.

அடுத்து நாங்கள் படைக்கலங்கள் வைக்கப்பட்டிருக்கும் அறையைப் பார்க்கச் சென்றோம். பழமையான ஆயுதங்களின் சேகரிப்பு அங்கு இருந்தது. அவை ஆர்வமும் சுவாரஸ்யமும் தந்தன என்பதைத் தவிர்த்து அவற்றால் வேறு எந்தப் பயனும் இல்லை.

முதல் நாள் இரவு, சுல்தான் எனது மகிழ்ச்சிக்காகத் தனது படைகளை ஆய்வு செய்யும் நிகழ்வு ஒன்றை ஏற்பாடு செய்ய முன்வந்தார்; படையில் 2,000 பேர் இருப்பதாக கூறினார். சரி மறுநாள் காலை அணிவகுப்பைப் பார்க்கலாம் என்று சொன்னேன். ஆனால், அந்தப் படை பரவலாகச் சிதறிக் கிடப்பதால், அவற்றை ஒன்று சேர்க்க ஒரு வாரம் ஆகும் என்று தெரிந்தது.

மேலும், எனக்குத் தகவல் அளித்தவர், அந்த அணிவகுப்பும் அவ்வளவு தகுதி மிக்கதாகவும் இருக்காது என்றொரு செய்தியைக் கூறினார். சில குதிரைகளுக்குச் சேணங்கள் இருக்காது. வீரர்கள் பலரிடம் துப்பாக்கிகள் இருந்ததாலும் சீருடைகள் இருக்காது. அதேநேரம் சீருடைகளை மகிழ்ச்சியுடன் அணிந்திருப்பவர்களிடம் துப்பாக்கிகள் இருக்காது என்று மேலும் பல விஷயங்களைக் கூறினார்.

எனவே, வெளிப்படையான காரணங்களுக்காக அந்த ஆய்வு யோசனை கைவிடப்பட்டது. எனது கேள்விக்குப் பதிலளித்த, தகவலறிந்த அந்த நபர், சூதற்றத் தன்மையுடன் மேலும் சில தகவல்களையும் கூறினார். இங்கு நிலவும் தற்போதைய குழப்பமான, சீர்குலைந்த நிலைமைக்குக் காரணம் டச்சு அரசாங்கத்தின் கொள்கையே என்றார். சுல்தானின் வீரர்களை, ஆயுதம் ஏந்திய வீரர்களைப் போல் திறமையானவர்களாக எவ்விதத்திலும் மதிப்பாக நினைப்பதில்லை என்றார்.

அடுத்ததாக நாங்கள் குதிரைக் கொட்டிலுக்குச் சென்றோம். அங்கு சுமார் நூறு குதிரைகளும், ஐம்பது வண்டிகளும் இருந்தன. சுல்தானின் சேவையிலிருக்கும், டச்சு குதிரைப் படையின் ஓய்வு பெற்ற சார்ஜென்ட் ஒருவரால் லாயம் நிர்வகிக்கப்பட்டது. நாங்கள் அதைப் பார்வையிடச் சென்றபோது அந்த நிறுவனம் செய்ய வேண்டிய மரியாதையை எங்களுக்கு அளித்தார். ஜாவானிய பாணியில் முழுமையாக சேணங்களும் அலங்காரமும் செய்யப்பட்டிருந்த குதிரைகள் சில, இந்தியாவில் நாம் பார்க்க முடிகிற குதிரைகளை மிகவும் ஒத்திருந்தன. நாங்கள் ஆய்வுசெய்யும் நோக்கத்திற்காக அவை வெளியில் கொண்டுவரப்பட்டன. குதிரைப் பராமரிப்பவர்கள் அவற்றின் மீது ஏறி வந்தனர். பூட்ஸ்களோ அல்லது குதிரை ஏற்றத்திற்கான கால்சட்டையோ (ப்ரீச்) அவர்கள் அணியவில்லை. எனினும், அதனால் அவர்கள் அதிகம் சிரமப்பட்டதாகத் தெரியவில்லை.

நாங்கள் குதிரைகளைப் பார்த்துக் கொண்டிருந்த போது, முதல் நாள் இரவு பாலேவின் போது மிகவும் அக்கறையுடன் நின்றிருந்த அந்த

முதியச் செவிலி அந்த இடத்திற்கு வந்தார். அவரது எஜமானரின் பாராட்டுக்களுடன் வந்த அவரிடம் பாராட்டப்பட வேண்டிய விஷயம் இருந்தது. குளிர்ச்சியான புத்துணர்ச்சியூட்டும் பானங்களை அதிக எண்ணிக்கையில் அவர் எடுத்து வந்தார். அந்த முதிய பெண்மணி அந்தக் காலை நேரம் முழுவதும் எங்களைப் பின்தொடர்ந்து வந்தார்.

அடுத்து எங்களது கவனத்தை ஈர்த்தது சாரட் வண்டிகள் நிறுத்தப்பட்டிருந்த இடம். இதன் பொறுப்பாளராகவும் முதிய டச்சுக்காரர் ஒருவர்தான் இருந்தார். நாங்கள் பார்த்த சில வாகனங்கள் உண்மையில் விரிவாகவும் அழகாகவும் உருவாக்கப்பட்ட வண்டிகளாக இருந்தன. சுல்தான் அரிதான சந்தர்ப்பங்களில் பயன்படுத்திக் கொள்ளும் அரசு சாரட் வண்டிதான் மிகவும் வியந்து பாராட்ட வேண்டிய தோற்றத்துடன் இருந்தது. சுமார் அரை நூற்றாண்டுக்கு முன்பு ஐரோப்பாவில் செய்யப்பட்டது. அத்துடன் மிக விரிவான பயன்பாட்டிற்குரியதாக வண்டி இருந்தது; பழைய வெர்செயல்ஸ் கோச்சு வண்டியை இது எனக்கு நினைவூட்டியது, வாங்கிய நேரத்தில் இதன் விலை 40,000 ஃப்ளோரின்கள் என்று கூறினார்கள்.

மதியம் நாங்கள் ரயிலில் புறப்பட்டோம், சுல்தானின் மகன்களும் அமைச்சர்களும் ரயில் நிலையத்திற்கு எங்களை வழியனுப்ப வந்திருந்தனர். சுல்தானின் மகன்கள், அமைதியும் மென்மையான தோற்றமும் கொண்ட இளைஞர்கள். அவர்களில் இருவர் கல்வி கற்பதற்காக ஹாலந்துக்கு விரைவில் புறப்படவிருந்தனர். டச்சு மொழி தவிர வேறு எந்த ஐரோப்பிய மொழியும் அவர்களுக்குத் தெரியவில்லை.

பிரம்பனம் கோவில்கள்

ஜாகர்த்தா செல்லும் வழியில் சாலை அருகிலிருந்த நிலையம் ஒன்றில் இறங்கி, பிரம்பனம் கோவில்களைப் பார்க்க விரைந்தோம். இந்தக் கோவில்கள் பார்க்க வேண்டியவை, தீவிரமாக ஆய்வு செய்ய வேண்டிய அளவுக்கு மதிப்புடையவை. ஹிந்து வம்சாவளியைச் சேர்ந்தவன் என்பதாலும் இவற்றைப் பார்க்க வேண்டும் என்ற விநோதமான ஆசை ஏற்பட்டது.

ஆனால், இந்த விஜயம் மிகவும் விரைவான ஒன்றாகிவிட்டதே என்பது வருத்தமாக இருந்தது. ஆனால், அன்று மாலையே ஜாகர்த்தாவை அடைய வேண்டிய கட்டாயத்தில் இருந்தோம்.

அதனால், எளிதாகவும் பயனுள்ள வழியிலும் நீண்டிருக்க வேண்டிய கோவில் விஜயத்தைக் குறுக்கிக் கொள்வதைத் தவிர வேறு வழி தெரியவில்லை.

மூன்று பெரிய கோவில்கள் வட்ட வடிவில் நிற்கின்றன. அந்த வட்டத்தில் மேலும் நூறு சிறிய கோவில்கள். நாங்கள் இரண்டு பெரிய கோவில்களுக்குள் நுழைந்து பார்த்தோம். உடனடிப் பார்வையில் ஹிந்துயிசத்தின் பிரபலமான தெய்வங்களின் பெரிய உருவங்களைப் பார்த்தோம். விஷ்ணு, சிவன், கணேஷ். அனைத்தும் சிறந்த முறையில் பேணிப் பாதுகாக்கப்பட்ட நிலையில் இருந்தன.

கோவில்கள் அழிந்துபோகும் நிலையில் உள்ளன. ஆனால், அவற்றின் பிரம்மாண்டமான அளவும் கோவில் வளாகத்தின் பரப்பளவும் இறைவழிபாட்டிற்கு அந்தக் கோவில்களைக் கட்டுவதற்கும் அழகுடைய சிற்பங்களால் அலங்கரிப்பதற்கும் ஆகியிருக்கக்கூடிய அதிக அளவிலான செலவையும் எண்ணும் போது ஒருகாலத்தில் அந்த மண்ணின் மக்கள் ஹிந்து மதத்தின் மீது கொண்டிருந்த பிடிப்பை உணர்ந்து கொள்ள வைத்தன.

அருகாமையில் உள்ள சில தீவுகளில் வசிக்கும் சிலரையும், ஹிந்து பாணியில் வழிபடுபவர்களாக இன்னமும் இருக்கும் சிலரையும் தவிர்த்து, அந்த மதம் ஜாவாவில் இல்லை என்றுதான் சொல்லவேண்டும். ஆனால், ஹிந்துத்துவ செல்வாக்கு இன்னமும் இருக்கிறது என்பதற்கும் டச்சு அரசாங்கத்தின் பலவீனத்திற்கும் ஒரு எடுத்துக்காட்டைக் கூறலாம். உதாரணமாக, டச்சுக்காரர்களின் ஆளுகையின் கீழ் இருந்த இளவரசர்களில் ஒருவர் சமீபத்தில் இறந்ததும், அவரது விதவை மனைவிகளை அந்த இளவரசனின் வாரிசு பலவந்தமாக சதித்தீயில் இறங்கச் சொன்னார் அல்லது தாமாகவே தீக்குளிக்கச் செய்தார் என்பது ஆர்வமூட்டும் செய்தியாக இருந்தது.

இதை அறிந்த டச்சு அரசாங்கம் எதிர்காலத்தில் இதுபோன்ற ஒரு நிகழ்வு நடக்காது என்று உறுதியளிக்கும்வரை அந்த வாரிசை அங்கீகரிக்க மறுத்தது. அதிக முக்கியத்துவம் வாய்ந்த அழிந்து கொண்டிருக்கும் பல நினைவுச் சின்னங்கள் ஜாவாவில் இருக்கின்றன. ஆனால், நேரம் மிகவும் குறைவாக இருந்ததால், அவற்றைப் பார்க்க முடியாமல் போனது வருத்தமாக இருந்தது.

கோவில்களைச் சுற்றிப்பார்த்துவிட்டு வந்த எங்களுக்கு ரயில் எதுவும் கிடைக்கவில்லை; அதனால், (சுமார் இருபது மைல்

தொலைவிலிருந்த) ஜாகர்த்தாவிற்கு வண்டியில் செல்லவேண்டிய கட்டாயம் ஏற்பட்டது. இரவு உணவு நேரத்திற்குச் சரியாக அங்கு சென்று சேர்ந்தோம். அன்றிரவே ஜாகர்த்தா சுல்தான் என்னைக் கௌரவிக்க பொழுதுபோக்கு நிகழ்வு ஒன்றை ஏற்பாடு செய்திருந்தார். டச்சுப் பிரதிநிதியும், டச்சு அதிகாரிகள் பலரும் கலந்து கொண்டனர்.

சிவிலியன்கள் சிலரும் அதில் இருந்தனர். அரண்மனை முழுவதும் கொண்டாட்ட மனநிலையில் இருந்தது. அதனால், பொது மக்களும் அப்போது அனுமதிக்கப்பட்டிருந்தனர். பிரம்மாண்டமான மதில் சுவர்களால் சூழப்பட்டிருந்த அந்த வளாகம் முழுவதும் மனிதர்கள் நிரம்பியிருந்தனர்; சில ஆயிரம் பேர் இருந்திருக்கலாம்.

சோலோகர்த்தாவைப் போல், இங்கும் பொழுதுபோக்கு நிகழ்வு முக்கியமாக பாலே வடிவத்தில்தான் இருந்தது. அத்துடன் அதே வகையைச் சேர்ந்ததாகவும் இருந்தது.

இங்கு சுமார் இருபது பெண்கள் கலந்து கொண்டனர். ஆடைகள் மட்டும் சோலோகர்த்தாவில் பார்த்தவற்றில் இருந்து வேறு பட்டிருந்தன. முகத்தில் ஒருவித வெள்ளை நிறமியையும், புருவங்களுக்குக் கருப்பு நிறச் சாயமும் இவர்கள் பூசியிருந்தனர். அவை செயற்கையாக மூக்கின் மேல் பகுதி வரை நீண்டு, நெற்றிப்பொட்டுகள் மீது அசாதாரணமான முறையில் சுருட்டப்பட்டிருந்தன.

இந்த இளம் பெண்களுக்குச் சிறுவயதிலிருந்தே நடனம் கற்பிக்கப்படுகிறது. குறிப்பிட்ட காலம் வரை, ஒவ்வொரு நாளும் நடனத்தின் ஏதாவது ஒரு வடிவத்தைப் பயிற்சி செய்கிறார்கள். இவர்கள் அனைவரும் சுல்தானின் குடும்பத்துடன் உறவில் இருப்பவர்கள். இவர்களை சுல்தான், தனது விருப்பப்படி, நல்ல பதவியிலும் அந்தஸ்திலும் உள்ள ஆண்களுக்குத் திருமணம் செய்து வைக்கிறார். பாலேவின் முடிவில் குத்து வாள் நடனம் ஒன்றும் அளித்தனர். அதில் பங்கேற்றவர்கள் ஆபத்தான ஆயுதமான குத்துவாளைச் சுழற்றுவதில் மிகுந்த திறமையை வெளிப்படுத்தினர்.

அதன்பின் ஒரு வகையான நாடகம் நடத்தப்பட்டது. மகாபாரதத்தில், ஜனகனுக்கும் ஸ்ரீசொஹெல்லாவுக்கும் இடையில் சண்டை நடந்த அத்தியாயம் நடிக்கப்பட்டது. வீரர்களாக நடித்தவர்கள் பழங்காலத்து ஹிந்து உடைகளை அணிந்திருந்தனர்.

வில்லும் அம்பும் கொண்டு கடுமையாகப் போராடிய அவர்கள், சுல்தானின் மகன்களும் உறவினர்களும்.

இன்றுவரை அவர்கள் மகாபாரதத்தைக் குறிப்பிட்டுப் பேசுவதிலிருந்தும் பயபக்தியுடன் வாசிப்பதிலிருந்தும் ஹிந்து மதத்தின் வலிமையும், ஜாவானியர்கள் மீது அது ஏற்படுத்திய ஆழமான தாக்கமும், வேறொரு சந்தர்ப்பத்தில் வியக்கத்தக்க வகையில் வெளிப்பட்டது.

அந்தப் பொழுதுபோக்கு நிகழ்வின்போது என் பக்கத்தில் அமர்ந்திருந்தவர் ஒரு முதிய டச்சு ஜென்டில்மேன். அரசாங்கத்தில் தொல்லியலாளர் பதவி வகித்தவர். நடந்துகொண்டிருந்த நாடகம் குறித்த விவரங்கள் அனைத்தும் அவருக்குத் தெரிந்திருந்தது. எனக்கும் மற்றவர்களுக்கும் அவர் அளித்த விவரங்களும் தகவல்களும் மிகவும் உயர்வான ஆர்வத்தை ஏற்படுத்தின. ஜாவாவில் தனது வாழ்நாளின் நாற்பது ஆண்டுகளை கழித்துவிட்டார், நிச்சயமாக, தீவின் தொல்பொருள் விஷயங்களையும் வரலாறு தொடர்பான அனைத்தையும் நன்கு அறிந்தவராக இருந்தார்.

ஹிந்துத் தன்மையுடன் நாடகம் இருந்தது. சுற்றியிருந்த பொதுவான சூழலும் என்னை வெகுவாகக் கவர்ந்தன. என்னை உபசரித்துக் கொண்டிருப்பவரும் அவரது குடிமக்களும் முகமதிய மதத்தைச் சேர்ந்தவர்களாக இருந்தபோதிலும், அவர்கள் நடந்து கொண்ட முறையிலும் பழக்க வழக்கத்திலும் ஒரு முகமதிய நாட்டில் நான் தங்கியிருக்கிறேன் என்ற எண்ணமே எனக்கு எழவில்லை. மாறாக, எல்லா விஷயங்களும், மக்களும், அவர்களின் வணக்க முறையும், அவர்களின் பழக்கவழக்கங்களும் இந்தியாவில் வாழ்ந்திருந்த ஒருவருக்கு, தென்னிந்தியாவில் நடைமுறையில் இருக்கும் ஹிந்து மதத்தின் தோற்றத்தை வெளிப்படுத்தின.

இந்தியாவின் அந்த பகுதியில் மட்டுமே, அந்த மதம் அதன் அசல் பழக்கவழக்கங்களில் மத்திய மற்றும் வட இந்தியாவில் நாம் உணர முடிவது போன்று வலுவான முகமதியச் செல்வாக்கின் தாக்கத்தால் இன்னமும் மாசுபடாமல் இருக்கிறது. அங்கிருந்து புறப்படும்போது, சுல்தான் எனக்கு 'சலாமத்' சொன்னார்; அதாவது எனது பாதுகாப்பான பயணத்திற்கு வாழ்த்துக் கூறினார்.

22

வீடு திரும்புதல்

ஜனவரி 13 அன்று நாங்கள் தாய் நாட்டை நோக்கி முகங்களைத் திருப்பினோம். அன்றிரவை மாவோஸில் கழித்த நாங்கள், அந்த இடத்திலிருந்து மறுநாள் மிகவும் அதிகாலை நேரத்தில், ஐந்து மணிக்கே புறப்பட்டோம். பேண்டோங்கை அடைந்ததும், நடைமேடையில் கூட்டம் அதிகமாக இருந்ததைக் கண்டு ஆச்சரியப்பட்டேன். அவர்களில் பலர் பஞ்சாபிகளாக இருந்தது கண்டு மகிழ்ச்சியடைந்தேன். எனக்கு அளிப்பதற்காகப் பழங்களும் பணமும் அவர்கள் கொண்டு வந்திருந்தனர். ஒரு பெரும் ‘வழியனுப்புதலை’ எனக்கு அளிக்க அவர்கள் முயல்வது வெளிப்படையாகத் தெரிந்தது.

அங்கிருந்த என் நாட்டுக்காரர்கள் சிலருடன் உரையாடினேன். அவர்களில் இருவர் பக்வாராவுக்கு அருகிலிருந்த கிராமத்தைச் சேர்ந்தவர்கள். எனில், அவர்கள் எனது குடிமக்கள் என்பதறிந்து மிகவும் வியப்படைந்தேன். எந்தச் சூழ்நிலை அவர்களை வீட்டிலிருந்து இவ்வளவு தூரம் அழைத்து வந்தது என்பதை விசாரித்தேன், வாழ்க்கையை மேம்படுத்திக் கொள்வதற்காக ஜாவாவுக்கு முதலில் வந்த அவர்கள், தம் நிலை மேம்பட்டதும் அங்கேயே தங்கிவிட்டதாகத் தெரிவித்தனர். ஒரு நீண்ட, சோர்வூட்டும் பயணத்திற்குப் பின் நாங்கள் படேவியாவுக்கு வந்து

சேர்ந்தோம். அந்த ஹோட்டல் டெஸ் இண்டெஸில் முன்பு நாங்கள் தங்கியிருந்த பழைய அறையில் இரவைக் கழித்தோம்.

படேவியாவின் வணிகப் பகுதி ஐரோப்பியக் குடியிருப்புப் பகுதியிலிருந்து நான்கு மைல் தொலைவில் அமைந்திருக்கிறது. அந்தப் பகுதிக்குக் காலையில் சென்றேன். அந்த இடம் மிகவும் பரபரப்பாகத் தோன்றியது. பெருமளவில் அங்கு வியாபாரம் நடந்து கொண்டிருந்தது. ஜாவாவில் எங்களது பயணம் முடிவடைந்த நிலையில், நாங்கள் டேன்ஜங் பிரையோக் துறைமுகத்தில் M.M: La Seyne என்ற கப்பலில் புறப்பட்டோம்.

பிரெஞ்சு மெயில் சேவைக்கான கப்பல்களுடன் இணைந்து, மாதத்திற்கு இருமுறை, படேவியாவிற்கும் சிங்கப்பூருக்கும் இடையிலான போக்குவரத்தை அது கையாள்கிறது. கப்பல் ஊழியர்கள் எங்கள் தேவைகளைப் புரிந்து, உடனடியாகவும் திறமையாகவும் நடந்து கொண்டனர் என்பது உண்மையில் மகிழ்ச்சியாக இருந்தது.

சிங்கப்பூரில், புதியதான, ஆடம்பரமான அன்னம் என்ற பிரெஞ்சு ஸ்டீமரில் எங்களுக்கு இடம் கிடைத்தது ஒரு நல்வாய்ப்பு. நாங்கள் ஜனவரி 18 அன்று கப்பலேறினோம். பயணிகளில் எனக்குத் தெரிந்தவர்கள் பலர் இருந்தனர். அவர்களைச் சந்தித்ததும் மேலும் எனக்கு நல்வாய்ப்பாக அமைந்தது. கொழும்பு நோக்கிய அடுத்த நான்கு நாட்கள் பயணம் எந்தவித அசம்பாவிதமும் இல்லாமல் இருந்தது. வானிலை குளிர்ச்சியாகவும் இனிமையாகவும் இருந்தது, கடல் சீராக இருந்தது, எனவே, பயண நேரம் மகிழ்ச்சியுடன் கடந்துபோனது.

எனது இந்தப் பயண நூலை எழுதுவதிலும் வாசிப்பதிலும் நாட்களை நிரப்பினேன். மாலை நேரத்தைப் பொதுவாக கப்பலின் மேல் தளப் பகுதிக்குச் செல்வதற்கு ஒதுக்கி வைத்தேன்.

அன்னம், ஜனவரி 23 அன்று மதியம் ஒரு மணிக்கு கொழும்பை அடைந்தது. ஆனால், எட்டு மணி வரை எங்களால் கப்பலை விட்டு இறங்க முடியவில்லை. மறுநாள் 'காலி ஃபேஸ் ஹோட்டலில்' மிகவும் வசதியாக பகல் பொழுதைக் கழித்தோம். பிற்பகலில், எனக்கு அறிமுகமான மேடம் மார்குரைட் இணையரை அவர்களது 500 டன் எடையுள்ள 'ஓஃபேலி' (Opheli) உல்லாசப் படகுக்குச் சென்று சந்தித்தேன். மர்செயில்ஸ் நகரிலிருந்து இந்தப் படகில் வந்திருந்தனர். இந்தியாவுக்குச் சென்றுவிட்டு, ஊர் திரும்பிக் கொண்டிருந்தனர்.

ஹோட்டலில் இளவரசர் விக்டர் துலிப் சிங்கைச் சந்தித்தேன். அவர் புலி வேட்டைக்காகச் சுமத்ராவுக்குச் சென்றுகொண்டு இருந்தார். அவர்களது ஸ்டீமர்களுக்காகக் காத்திருந்த மற்ற பயணிகள் மத்தியில் எஞ்சிய மாலை நேரத்தை மகிழ்ச்சியாகக் கழித்தோம். இறுதியாக நள்ளிரவில் நாங்கள் M.M.Caledonien கப்பலில் ஏறினோம். மீண்டும் ஒருமுறை பயணத்தைத் தொடர்ந்தோம்.

காலிடோனியன் ஏறக்குறைய 4,000 டன்கள் கொண்ட கப்பல்தான் என்றாலும் பயணத்திற்கு மிகவும் வசதியாக இருந்தது. அதில் குறைவான பயணிகளே இருந்தனர். அவர்களில் ஒருவர் பெரிக்னி கோமகன். கீழ்த்திசை நாடுகளில் விரிவான சுற்றுப்பயணம் முடித்துத் திரும்பிக் கொண்டிருந்தார். அவரை கபுர்தலாவுக்கு அழைத்தேன், என்னுடன் வர இசைந்தார். அங்கு சில நாட்கள் என்னுடைய விருந்தினராக இருந்தார். 26ஆம் தேதி மதியம் பம்பாய் துறைமுகத்தை அடைந்தோம்.

ஆனால், கரைக்குச் செல்வதற்குத் தேவையற்ற எரிச்சலூட்டும் தாமதத்தை எதிர்கொள்ள வேண்டியதாயிற்று. 'கப்பல்துறையில்' நிறுத்தப்படுவதற்கு முன்பே பயணிகளை இறக்கி அனுப்புவதற்கு ஏராளமான வாய்ப்புகள் இருந்தும், பயணிகளை அப்படி அனுப்பாமல் இருந்ததற்கு எந்தக் காரணமும் இருப்பதாகத் தெரியவில்லை.

எனினும், சுமார் நான்கு மணி நேரத்திற்குப் பின், நாங்கள் 'பிரின்சஸ் டாக்கில்' இறக்கப்பட்டு கரையை அடைந்தோம். அங்கிருந்து நேரடியாக புதிதாகத் திறக்கப்பட்டிருந்த தாஜ்மஹால் பேலஸ் ஹோட்டலுக்குச் சென்றோம். அங்கு என் வருகைக்காகக் காத்திருந்த அன்புக்குரிய நான்கு மகன்களைப் பார்த்து மகிழ்ச்சியடைந்தேன். நீண்ட நாட்களுக்குப் பிறகு அவர்களைப் பார்க்கிறேன். அவர்கள் நலமுடன் இருப்பதைக் கண்டு மிகவும் மகிழ்ச்சி அடைந்தேன்.

தாஜ்மஹால் ஹோட்டல் ஓர் அற்புதமான இடம். அனைத்து நவீன வசதிகளுடன் இன்றைய காலத்திற்கேற்ற அனைத்து அம்சங்களும் நிறைந்த ஒன்று. பார்சி இனத்தின் தொழிலதிபர் மறைந்த திரு. ஜாம்செட்ஜி டாடா அவர்களுக்கு இந்தியா நன்றிக்கடன் பட்டிருக்கிறது. இந்த நாட்டின் தேவைகள் பற்றி அவருக்கு இருந்த அறிவும் புரிதலும், அதன் பெயருக்கு ஏற்ற ஹோட்டல் ஒன்றை இங்கு கட்ட வைத்தது. உலகின் எந்தவொரு நகரமும் இத்தகைய ஒன்றைப் பெற்றிருப்பதில் நிச்சயம் பெருமைப்படக்கூடும்.

ஆனால், கட்டணம், கட்டடத்தின் விலைக்கு இணையாக, பிரம்மாண்டமாக இருக்கிறது!

பம்பாயில் சில நாட்கள் தங்கி, கவர்னர் லாமிங்டன் பிரபுவைச் சந்தித்தபின் நாங்கள் கபுர்தலாவுக்கு புறப்பட்டுச் சென்றோம். பிப்ரவரி 1ஆம் தேதி அங்கு சென்று சேர்ந்தோம். நான் இதுவரை ரசித்து அனுபவித்திராத, அதுவும் உலகின் சுவாரஸ்யமான சில நாடுகளின் வழியாக இருபத்தைந்தாயிரம் மைல்களுக்கு மேல் நீண்ட பயணத்திற்குப் பின் வீடு வந்து சேர்ந்தோம். ஆனால், எல்லாவற்றிற்கும் மேலாக, நிச்சயமாக வீட்டிற்கு இணையான ஓர் இடம் இல்லை, மீண்டும் எனது மக்களுடன் இணைந்ததில் மகிழ்ச்சியடைந்தேன்.

பயணம் தொடர்பாக எனக்கு ஒரே வருத்தம்தான் உள்ளது. தூர கிழக்கில் நான் செய்த இந்தப் பயணத்தின்போது அவர்களது சொந்த நாடுகளில் நான் பார்க்க முடிந்த மிகப் பழமைவாதிகளாகவும், மிகவும் நவீனமாகவும் தோன்றிய மனிதர்கள் பலரைச் சந்திக்கவும் ஆய்வு செய்யவும் என்னால் மிகக் குறைவான நாட்களை மட்டுமே செலவிட முடிந்தது என்பதே அது.

அக்களூர் இரவி

மாயவரத்தைச் சேர்ந்தவர். தொலைத் தொடர்புத் துறையில் பணியாற்றி ஓய்வு பெற்றவர். பத்துக்கும் மேற்பட்ட நூல்களை மொழிபெயர்த்துள்ளார்.

பராக் ஒபாமாவின் 'என் கதை', 'இந்தியப் பயணக் கடிதங்கள்', 'காந்தியும் பகத்சிங்கும்', 'அரசியல் சிந்தனையாளர் புத்தர்', 'கனவில் தொலைந்தவன்', திசையெட்டும் மொழி பெயர்ப்பு விருது பெற்ற 'இந்தியா என்கிற கருத்தாக்கம்' உள்ளிட்ட மொழிபெயர்ப்புகள் வெளிவந்துள்ளன.

* 9 7 8 9 3 9 0 9 5 8 7 8 8 *

FCW - #0037 - 061026 - C0 - 216/140/14 - PB - 9789390958788 - Matt Lamination